મેનેજમેન્ટ ગુરુ ભગવાન શ્રીરામ

ડૉ. સુનીલ જોગી

ડાયમંડ બુક્સ

પ્રકાશક : ડાયમંડ પોકેટ બુક્સ (પ્રા.) લિ.
X-30 ઓખલા ઈન્ડસ્ટ્રિયલ એરિયા, ફેઝ-II
નવી દિલ્હી-110020
ફોન : 011-40712200
ઈ-મેલ : Sales@dpb.in
વેબસાઈટ : www.dpb.in
સંસ્કરણ : 2024
મુદ્રક : Repro (India)

MANAGEMENT GURU BHAGWAN SHRIRAM
BY : Dr. Sunil Jogi

સમર્પણ

દિલ ના ઉંડાણથી

પ્રેમ કરવાવાળા

પતંજલિ યોગપીઠ, હરિદ્વારના

સંસ્થાપક ,

'આધુનિક યુગના વિવેકાનંદ'

તથા

સમગ્ર વિશ્વમાં

યોગનો શંખનાદ કરનારા

પરમ પૂજ્ય યોગ મહર્ષિ

સ્વામિ રામદેવજી

તથા

આયુર્વેદની પરંપરાને

પુનર્જીવિત કરી

જન જનને માર્ગ ચીંધનારા

'આધુનિક યુગના ધન્વન્તારિ'

પરમ પૂજ્ય આચાર્ય બાલકૃષ્ણજી

ને સાદર સમર્પિત'

- ડૉ. સુનીલ જોગી

મેનેજમેન્ટ ગુરુ ભગવાન શ્રીરામ

ભૂમિકા

મહાકવિ તુલસીદાસે 'રામચરિત માનસ' લખીને મહામાનવ રામના ચરિત્રથી આપણો પરિચય કરાવ્યો. તેના પહેલા આદિ કવિ વાલ્મિકી રામકથા પર આધારિત 'રામાયણ' લખી ચૂક્યા હતા. પરંતુ, સંસ્કૃત ભાષામાં હોવાના કારણે સામાન્ય પ્રજા સુધી તે પહોંચી શકી ન હતી. તુલસીદાસજીએ સીધી સાદી સરળ ભાષામાં આ મહાકાવ્ય લખી આપણા સહુ પર ઉપકાર કર્યો છે, જેનાથી આપણે રામનાં અદભૂત ચરિત્રથી પરિચિત થઈ શકીએ.

રામનું સંપૂર્ણ ચરિત્ર અનુકરણીય છે. તેમાં તેમના ચરિત્રના અનેકરૂપ આપણને જોવા મળે છે અને તેમના દરેક રૂપ વિશિષ્ટ છે. સંપૂર્ણ જીવનનો પ્રબન્ધ તેમણે એટલી કુશળતાથી કર્યો કે, આપણે તેમની પ્રશંસા કર્યા વગર રહી ના શકીએ. તેમણે તેમનાં ચરિત્રથી આપણને પોતાના ગુરુજનો અને માતા-પિતાને સન્માન આપી તેમની આજ્ઞાનું પાલન કરવું, ભાઈઓને સાચો પ્રેમ કરવો અને સંકટમાં આપણા મિત્રોની નિઃસ્વાર્થ સહાયતા કરવાનો પાઠ શીખવ્યો હોય એવાં આદર્શ પુરુષ તેઓ છે.પોતાની પ્રતિજ્ઞા અને વચન પાલન માટે પોતાના પ્રાણની પરવા પણ નથી કરતા, જે શરણમાં આવનારને શરણ આપીને તેની રક્ષાનો ભાર પોતાને શિરે લઈ લે છે, તે બધાને પ્રેમ કરે છે, વિનમ્ર સ્વભાવ ધરાવે છે, દૂરદર્શી અને ખૂબ સંવેદનશીલ છે. તે સત્ય અને ધર્મ પર દ્દઢ રહીને નીતિનું પાલન કરનારા છે. બેશક, આપણે કબુલવું પડશે કે, તેમનું ચરિત્ર વિવિધવર્ણી છે.

રામકથા પર આધારિત અનેક પુસ્તકો છે. પરંતુ, પ્રબંધન-ક્ષમતા (management skill) નું નિરૂપણ કરતી હોય એવા પ્રકારની આ એક અનોખી પુસ્તિકા

છે, જેને વાંચીને તમે જીવનમાં total management કરવાનું શીખી શકો છો.

'રામચરિત માનસ'ની ગીતા પ્રેસ, ગોરખપુર (ઉ.પ્ર.) ગ્રંથ સંપૂર્ણપણે પ્રમાણભૂત છે અને પ્રવર્તમાન સંત 'ભાઈજી' હનુમાનપ્રસાદ પોદ્દારની તેના પરની ટીપ્પણી તો પ્રશંસનીય છે. 'માનસ'ની અર્ધાંજિલિયો, ચોપાઈયો, દોહા અને છંદોની પ્રામાણિક ટીપ્પણી અમે તેમાંથી લીધી છે. આ હેતુસર અમે ગીતા પ્રેસ, ગોરખપુરના સવિશેષ આભારી છીએ.

પુસ્તકના પ્રકાશક આદરણીય શ્રી નરેન્દ્ર વર્માજીનો પણ ખૂબ ખૂબ આભર, જેમણે આ પુસ્તકનું પ્રકાશન કર્યું.

ડૉ. સુનીલ જોગી
વેબસાઈટ : www.hasyakavisammekn.com
ઈ-મેલ : kavisuniljogi@gmail.com

સંપર્ક :
એ-૨૮, નંદનિકેતન
પંચશીલ વિહાર
નવી દિલ્હી - ૧૧૦૦૧૭

અનુક્રમણિકા

અધ્યાય-૧

ગુરુ-આજ્ઞાને સર્વોપરિ માનનારા

રામે પોતાના કુલગુરુ વસિષ્ઠ, જાબાલિ અને વામદેવ પાસેથી શિક્ષા ગ્રહણ કરી. મુનિશ્રેષ્ઠ વિશ્વામિત્ર પાસેથી પણ તેમને અનેક શક્તિઓ પ્રાપ્ત થઈ હતી. તે પોતાના ગુરુજનોનું બહુ જ સન્માન કરે છે. દરેક કાર્યમાં તેમના આદેશને પ્રાપ્ત કર્યા પછી શરૂઆત કરે છે. પોતાના જીવનમાં તે ગુરુ આજ્ઞાને સર્વોપરિ માને છે. બ્રાહ્મમુહૂર્તમાં ઉઠીને ગુરુની વંદના તેમ જ અગ્નિહોત્ર યજ્ઞ કરીને તેમની સેવામાં પહોંચી જવું અને રાત્રે તેમના પગ દબાવ્યા પછી સુવા માટે જવું તેમની દિનચર્યામાં આવતું હતું . તે ક્યારેય પોતાના ગુરુની વાતને પોતાના તર્કથી કાપવાની કોશિષ કરતા ન હતા. ક્યારેક તેમને પોતાના પક્ષે રજૂઆત કરવાની આવશ્યકતા હોય તો, તે બહુ જ સંકોચથી ક્ષમા માગીને પોતાની વાત કહેતા.

ગુરુ વિશ્વામિત્ર રામ-લક્ષ્મણને જનકપુર લાવી એક આબાંવાડિયામાં રાખે છે. લક્ષ્મણજી જનકપુર દેખવા માગે છે. પરંતુ તે ગુરુ અને પોતાના મોટાભાઈના ડરના કારણે મૌન છે. રામચંદ્રજી પોતાના નાનાભાઈના મનની વાત જાણી જાય છે. તે ગુરુ આજ્ઞા લઈને લક્ષ્મણની મનની વાત તેમને કહે છે. તે કહે છેઃ ' જો તમારી આજ્ઞા હોય, તો હું મારા ભાઈને નગર બતાવીને તરત પાછો લઈ આવીશ.' ગુરુ વિશ્વામિત્ર અનુમતિ આપે છે.

મુનિ પદ કમલ બંદી દોઉ ભ્રાતા । ચલે લોચન સુખદાતા ॥

(બાલકાંડ)

(મુનિના ચરણકમળની વંદના કરીને સંસારના નેત્રોને શાતા બક્ષનારા બંને ભાઈ ચાલ્યા નીકળ્યા અર્થાત, જનકપુર જોવા રવાના થયા)

તેઓ રાજા જનકની ધનુષ-યજ્ઞશાળામાં પહોંચે છે, ત્યારે કેટલાક બાળકો સાથે પોતાનો સમય વીતાવે છે, જેથી તેમને મોડું થઈ જાય છે. તે કારણથી તેમના

મનમાં ગુરુનો ભય વ્યાપી જાય છે. જ્યારે તે પાછા ફરે છે, ત્યારે તેમને ગુરુ પાસે જવામાં સંકોચ થાય છે.

કૌતુક દેખી ચલે ગુરુ પાહી। જાનિ વિલંબુ ત્રાસ મન માહીં।
સજાય સપ્રેમ વિનીત અતિ સંકુચ સહિત દોઉ ભાઇ ।
ગુરુ પદ પંકજ નાઇ સિર બૈઠે આયસુ પાઇ ॥

(બાલકાંડ)

(આ રીતે યજ્ઞશાળામાં બધા કૌતુક અર્થાત, વિચિત્ર રચનાને જોઈ તે ગુરુની પાસે ગયા, પછી ભય, પ્રેમ, વિનય અને ખૂબ સંકોચની સાથે બંને ભાઈ ગુરુના ચરણકમળમાં શિશ નમાવી, તેમની આજ્ઞા લઈને બેઠા)

સમ્રાટ સિકન્દરે પોતાના ગુરુ અરસ્તુના વિષયમાં કહેલા કથનથી પણ તે વાત સિદ્ધ થાય છે કે ગુરુ અતુલનીય છે. તેમની તુલના કોઈ સાથે થઈ શકે તેમ નથી. તેથી તે દરેક દૃષ્ટિએ સન્માનને યોગ્ય છે.

અરસ્તૂ એક મહાન દાર્શનિક હતા. તે યૂનાનના સમ્રાટ સિકન્દરના ગુરુ હતા. એક વાર તે પોતાના શિષ્યની સાથે સમુદ્રની સફર કરી રહ્યા હતા. અકસ્માતે તોફાન આવ્યું અને તેમની નૌકા સમુદ્રમાં ડગમગવા લાગી. નાવિક સમ્રાટ સિકંદરને બચાવવા લાગ્યો. તે જોઈ સિકન્દરે તેને કહ્યું, મને નહિ, પહેલા અમારા ગુરુદેવને બચાવો ભાઈ!

થોડો ઊભો થઈને તે બોલ્યો : 'હું મારા જીવનમાં એક પણ અરસ્તૂ પેદા નથી કરી શકવાનો, જો કે અરસ્તૂ જેવા મહાન ગુરુ હજારો સિકન્દર પેદા કરવાની તાકાત રાખે છે.'

દૈવયોગથી તોફાન શમી ગયું. અને ગુરુ શિષ્ય બંને બચી ગયા. રાત્રે ગુરુનો સુવાનો સમય થવાથી તે તેમના ચરણ દબાવે છે.

મુનિબર સપન કીન્હિ તબ જાઇ । લગે ચરન ચાપત દોઉ ભાઇ ॥
તેઈ દોઉ બંધુ પ્રેમ જનુ જીતે। ગુરુપદ કમલ પલોટત પ્રીતે ॥
બાર બાર મુનિ અગ્યા દીન્હી । રઘુબર જાય સયન તબ કીન્હી।।

(બાલકાંડ)

(મુનિશ્રેષ્ઠ સૂઈ ગયા. બંને ભાઈ તેમના પગ દબાવવા લાગ્યા. તે બંને ભાઈ જાણે કે, પ્રેમથી વશ ગુરુજીના ચરણકમળ દબાવી રહ્યા છે. મુનિએ વારંવાર આજ્ઞા કરી ત્યારે શ્રી રઘુનાથજી જઈને સૂઈ ગયા.)

જ્યારે જનકજીના કુલગુરુ શતાનન્દજી, મુનિ વિશ્વામિત્રને મળવા આવે છે ત્યારે શ્રી રામચંદ્રજી તેમના ચરણોની વંદના કરીને પોતાના ગુરુની પાસે જઈને બેસી જાય છે.

શ્રીરામ સીતાજીના ધનુષ-યજ્ઞમાં જાય છે, ત્યાં ઉપસ્થિત બધા રાજાઓ ધનુષ તોડવામાં અસમર્થ નીવડે છે ત્યારે ગુરુ વિશ્વામિત્ર તેમને શિવધનુષ તોડવાની આજ્ઞા આપે છે. તે સહજ ભાવથી ધનુષ તોડવા સિંહની જેમ ઉભા થઈ જાય છે. પ્રેમથી ગુરુ વિશ્વામિત્રના ચરણ સ્પર્શ કરે છે. ત્યાર પછી ત્યાં ઉપસ્થિત બધા ઋષિમુનિઓની આજ્ઞા માંગે છે. શ્રીરામ ધનુષ પોતાના હાથમાં લેતા પહેલા મનોમન ગુરુને પ્રણામ કરે છે.

ગુરહિ પ્રનામુ મનહિ મન કીન્હા। અતિ લાઘવઁ ઉઠાઈ ધનુ લીન્હા ॥

(બાલકાંડ)

(તેમણે મનોમન ગુરુને પ્રણામ કર્યા અને અત્યંત ચપળતાથી ધનુષને ઉઠાવી લીધું.)

શ્રી રામના સમાન ગુરુવર્ગને એટલું જ સન્માન કરનારા આજ સુધી કોઈ પેદા નથી થયા એટલે જ, ગુરુ કૃપા અને આશીર્વાદથી તેમણે જીવનમાં સફળતા મેળવી અને કહ્યું પણ છે :

અભિવાદનશીલસ્ય નિત્ય વૃદ્ધોપસેવિનઃ ।
ચત્વારો તસ્ય વર્ધન્તે આયુર્વેધા યશોબલમ્ ॥

(અભિવાદન કરનારા અને હંમેશા વૃદ્ધોની સેવા કરનારાની ચાર વસ્તુ વધે છે- આયુષ્ય, વિદ્યા, યશ અને બળ)

રામની જાન લઈને રાજા દશરથ જનકપુર આવે છે. રામ અને આ વાતની ખબર પડે છે. તેમના મનમાં પિતાને મળવાની તીવ્ર ઈચ્છા છે. પરંતુ તે સંકોચના કારણે ગુરુ વિશ્વામિત્રને પોતાની વાત કરી શકતા નથી.

સકુચન્હ કહિ ન સકત ગુરુ પાહીં । પિતુ દરસન લાલચુ મન માંહી ॥

(સંકોચવશ ગુરુને કહી નથી શકતા. પોતાના પિતાના દર્શનની લાલસા તેમના મનમાં છે.)

રામના રાજ્યાભિષેકનો નિર્ણય થઈ જવાથી ગુરુ વસિષ્ઠને ઉપદેશ આપવા રામના મહેલમાં મોકલે છે. તેમને જ્યારે ગુરુ વસિષ્ઠ પધારી રહ્યા હોવાની જાણ થાય છે ત્યારે તે દરવાજા પર આવી તેમના સન્માનમાં પોતાનું માથુ તેમના ચરણોમાં નમાવે છે. તેમને અર્ધ્ય આપે છે અને સોળ પ્રકારે (ષોડશોપચાર) તેમનું પૂજન કરે છે. સીતાજી સાથે તેમના ચરણ સ્પર્શ કરે છે અને હાથ જોડીને કહે છે કે, સેવકના ત્યાં સ્વામીનું આગમન હંમેશા માટે મંગલમય અને અમંગલનો નાશકર્તા છે. આમ છતાં પણ નીતિ એમ કહે છે કે, આપ મને બોલાવી લેતા.

પ્રભુતા તજિ પ્રભુ કીન્હિ સનેહૂ । ભયઉ પુનીત આજુ યહ ગેહૂ॥
આયસુ હોઈ સો કરૌં ગોસાઈ । સેબકુ લહઈ સ્વામિ સેવકાઈ ॥

(અયોધ્યાકાંડ)

(તમે તમારી પ્રભુતા છોડીને મારા પર સ્નેહ વરસાવ્યો છે. આજે આ ઘર તમારા આગમનથી પવિત્ર થઈ ગયું છે. હે સ્વામી ! જો આજ્ઞા હશે તે આપની સેવામાં હવે હું કરીશ. સ્વામીની સેવામાં જ સેવકનો લાભ છે.

આ પ્રકારે તે વનમાં ભ્રમણ કરવા દરમ્યાન, જ્યાં ભારદ્વાજ મુનિ, ઋષિ વાલ્મિકી, મુનિ અગસ્ત્ય મુનિ અત્રિ વગેરે ગુરુતુલ્ય ઋષિ મુનિયોં ને મળે છે, તો તેમને સાક્ષાત દંડવત પ્રણામ કરે છે અને અગત્સ્ય ઋષિના શિષ્ય સુતીક્ષ્ણને આજ્ઞા કરે છે તે રીતે વનના બધા ગુરુતુલ્ય બ્રહ્મચારી, તપસ્વી, મુનિ, જ્ઞાતિ, સિદ્ધી અને દાસીઓને પૂરા સન્માનથી પ્રણામ કરે છે. ●

હાલના સમયે ગુરુ શિષ્યના સંબંધ અંદરોઅંદર વણસી રહ્યા છે. શિષ્ય ગુરુનું સન્માન નથી કરતા. તક મળે ત્યારે તેમને અપમાનિત કરવાનું પણ નથી ચૂકતા અને તેમની સામે અનૈતિક કાર્ય કરવામાં પણ અચકાતા નથી. ગુરુ, શિષ્યોને પ્રેમ નથી કરતા. તેઓ તેમને ચલણીનોટ આપનારા મશીન સમજે છે અને સમય આવ્યે પોતાના સ્વાર્થ માટે ઉપયોગ પણ કરે છે. તાત્પર્ય એ છે કે, આજકાલ ગુરુ શિષ્યના સંબંધ બજારૂ થઈ ગયા છે. ગુરુમાં નૈતિકતા બચી નથી અને શિષ્યની આંખોનું પાણી સૂકાઈ ગયું છે. તેમાં દોષ બંનેનો છે.

ગુરુ માત્રને સન્માન રામ બક્ષે છે. છતાં પોતાના ગુરુ હોય કે બીજાના! તે તેમની આજ્ઞાનું પાલન કરે છે તેમની સામે નજર નથી મેળવતા અને તેમની સામે પોતાનું મોં નથી ખોલતા. તે કહે પણ છે, “ગુરુ આજ્ઞાનું પાલન કરવાથી આશીર્વાદ મળે છે અને મનુષ્યનું ક્યારેય પતન નથી થતું.” આપણે જો રામની જેમ ગુરુનુ સન્માન કરવાનું શીખી લઈએ તો તેમના આશીર્વાદ આપણા જીવનમાં ડગલેને પગલે સુરક્ષા કવચનું કામ કરશે અને આપણને સફળતા મળશે.

અધ્યાય - ૨

માતા-પિતાની આજ્ઞાનું કર્તવ્યની જેમ પાલન કરનારા

'બાલકાંડ'માં રામના વિષયમાં કહ્યું છે.

પ્રાતઃકાલ ઉઠિ કૈ રઘુનાથા । માતા પિતા ગુરુ નાવહિં માથા ।

(સવારે ઉઠી શ્રીરામ સૌથી પહેલા પોતાની માતા, પિતા અને ગુરુના ચરણોમાં માથું નમાવે છે.)

રામ આ પ્રકારે પોતાના માતા-પિતાને સન્માન આપે છે અને તેમના બદલામાં તેમના આશીર્વાદ મેળવે છે. જે સમય સમય પર તેમની રક્ષા કરે છે.

તે પોતાના માતા-પિતાની આજ્ઞા વગર કોઈપણ કાર્ય નથી કરતા. તેમના એ કાર્યથી તેમના પિતા દશરથ પ્રસન્ન થાય છે.

આયસુ માઁગિ કરૈં પુર કાજા દેખિ ચરિત હરષઈ મન રાજા ॥

(નગરનું કાર્ય આજ્ઞા લઈને કરે છે. તેમનું ચરિત્ર જોઈ જોઈને રાજા દશરથ મનમાં પ્રસન્ન થાય છે.)

એક બીજી જગ્યાએ લખ્યું છે, **'માતુ પિતા અગ્યા અનુસરહીં ॥'**

(શ્રીરામ માતા-પિતાની આજ્ઞાનું પાલન કરે છે)

આ રીતે તે પોતાના માતા-પિતાના આજ્ઞાકારી પુત્ર છે. તે અપની માતા કૌશલ્યા અને બીજી માતા-કૈકેયી તથા સુમિત્રા માં કોઈ ભેદ નહોતા રાખતા. તેમને પૂરું માન આપતા હતા.

જ્યારે મુનિરાજ વિશ્વામિત્ર પોતાના ધનુષ-યજ્ઞ માટે રામ-લક્ષ્મણને રાજા દશરથ પાસે માંગવા આવે છે. તો તેમની પાસે જતી વખતે પોતાની માતા પાસે આજ્ઞા માંગે છે.

સૌંપે ભૂપ રિષિહિ સુત બહુબિધિ દેઈ અસીસા
જનની ભવન ગએ પ્રભુ ચલે નાઈ પદ સીસ ॥

(રાજાને બહુ જ પ્રકારના આશીર્વાદ આપી પોતાના પુત્રને ઋષિ વિશ્વામિત્રને સોંપી દીધા પછી રામ માતાના મહેલમાં ગયા અને તેમના ચરણોમાં શિર નમાવી ચાલ્યા.

શ્રીરામની જેમ, હાજી અલી પણ એક અનુકરણીય માતૃભક્ત થઈ ગયા છે. જેમણે પોતાની માની સેવા માટે રાત-દિન એક કરી દીધા. માંના આશીર્વાદથી આજે તે સર્વત્ર પૂજાય છે.

હાજી અલી એક પ્રસિદ્ધ મુસ્લિમ થઈ ગયા છે, જેમની દરગાહ મુંબઈના સમુદ્રની વચ્ચે છે. અલી અને તેમની માં બને પોતાની મહેનતની કમાઈથી ગુજાર-બસર કરતા હતા. કોઈની આગળ હાથ ફેલાવવો તેમને પસંદ ન હતું.

એક વાર અર્ધી રાત્રે તેમની માને તરસ લાગી. તેમણે ભર ઊંઘમાં સૂઈ ગયેલા અલીને બોલાવ્યો. અલી ઉઠી અને પાણીનો ગ્લાસ ભરી આવ્યો. ત્યાં સુધી તેમની માં ફરીથી સૂઈ ગયા હતા. અલી તે વિચારી ત્યાં ઉભા રહ્યા કે તેમની માં ઉઠી બીજી વાર પાણી માંગશે તો હું તેમને આપીશ. પરંતુ માં ઉઠી નહીં. તે પાણીનો ગ્લાસ હાથમાં લઈ રાતભર ઉભા રહ્યા. સવાર થઈ જ્યારે તેમની માં ની આંખ ખુલી. તો તેમણે અલીને પાણીનો ગ્લાસ લઈ ઉભા રહેલા જોયા. કારણ પૂછવાથી અલીએ બધી વાત કરી. વૃદ્ધ માંનું હૃદય ભરાઈ ગયું. તે ખુશીથી રડી પડી અને તેમણે પુત્રને આલિંગન આપ્યું.

અલી ની માં એ તેને આશીર્વાદ આપ્યા કે જ્યાં સુધી આ જમીન રહેશે. લોકો પાણીમાંથી પસાર થઈને તારા દર્શન કરવા આવશે. માંની વાત સાચી પડી. આ અલી નામનો વ્યક્તિ પાછલા યુગમાં હાજી અલી પીરના નામથી પ્રસિદ્ધ થયા.

સમુદ્રના પાણીની અંદર તેમની દરગાહ પર લોકો પોતાની ભાવના વ્યક્ત કરવા આવે છે અને સ્પર્શથી કરવાથી પાણી જેવી ઠંડકનો અહેસાસ કરે છે.

જ્યારે રામને અયોધ્યાના મંત્રી સુમન્ત્ર થી પિતા દ્વારા ચૌદ વર્ષનો વનવાસ મળવાના સમાચાર મળે છે. તો તે રાજા દશરથને મળવા માતા કૈકેયીના મહેલમાં આવે છે. રાજા દશરથ બેભાન પડેલા છે. તે માતા કૈકેયીને કહે છે.

સુનુ જનની સોઈ સુતુ બડભાગી। જો તુમ પિતુ માતુ બચન અનુરાગી॥
તનય માતુ પિતુ તોષનિહારા। દુર્લભ જનની સકલ સંસાર ॥

(અયોધ્યાકાંડ)

(પોતાના માતા-પિતાની ભક્તિની પરોક્ષરીતે વાત કરતા શ્રીરામ કહે છે, હે જનની ! માતા-પિતાના વચનોનું પાલન કરવાવાળા પુત્ર દુર્લભ છે.) તે કૈકેયી અને રાજા દશરથના વનવાસ કરવાની આજ્ઞા ને પ્રસન્નતાથી સ્વીકાર કરે છે અને પોતાના પ્રિય ભાઈ ભરત

ને રાજ સિંહાસન મળવાથી સંતોષ વ્યક્ત કરે છે. પરંતુ, તેમને એક વાત પર ખૂબ દુઃખ થાય છે કે, નાની વાત માટે તેમના પિતા દશરથને આટલું બધું દુઃખ થયું. તે પોતાના આ દુઃખને કૈકેયની સામે વ્યક્ત કરે છે.

થોરિહિ બાત પિતહિ દુઃખ ભારી । હોતિ પ્રતીતિ ન મોહિ મહતારી ॥

(અયોધ્યાકાંડ)

......! તેમને આ વાતનો વિશ્વાસ નથી થતો.

રાજા દશરથ બેભાન અવસ્થામાંથી ઉઠે છે ત્યારે તે તક પારખીને રાજા દશરથની સામે પોતાની વાત દેશ, કાળની વાતે કરે છે. આમ છતાં, તેમણે ક્યારેય પોતાના માતા-પિતાની સામે મોં ખોલ્યું નથી. હંમેશા તેમની આજ્ઞા સમક્ષ માથુ ઝુકાવીને તેનો સ્વીકાર કર્યો. પરંતુ આ સમયે પ્રતાપી રાજા દશરથને જમીન પર એક સાધારણ વ્યક્તિની જેમ પડેલા જોઈ તેમને ખૂબ જ કષ્ટ થાય છે. તે તેમને (કૈકેયી) કહે છે કે, આટલી સાધારણ વાત માટે તમે આટલું દુઃખ ઉઠાવ્યું. રામ પોતાના પિતાને કહે છે-

મંગલ સમય સનેહ બસ સોચ પરિહરિઅ તાત।
આયસુ દેઈઅ હરષિ હિયઁ કહિ પુલકે પ્રભુ ગાત॥

(અયોધ્યાકાંડ)

(હે, પિતાજી ! આ શુભ સમયે લાગણીથી વિચારવાનું છોડી દો અને હૃદયથી ખુશ થઈ મને આજ્ઞા આપો. આ કહેતા શ્રીરામ સંપૂર્ણ પ્રફુલ્લિત થઈ ગયા.)

મહાન કવિ ગુરુદેવ રવીન્દ્રનાથ ટાગોરના મહાન પિતા મહર્ષિ દેવેન્દ્રનાથ ઠાકુરે પણ પોતાના પિતાના મૃત્યુ બાદ તેમનું વચન પાળ્યું અને દુઃખ સહન કરીને પણ સિદ્ધ કર્યું કે તે પોતાના પિતાના ખરા વંશજ હતા.

મહાકવિ રવિન્દ્રનાથ ટાગોરના પિતા મહર્ષિ દેવેન્દ્રનાથ પોતાના વચનના પાક્કા હતા. તે પોતાના દરવાજા પર સહાયતા માંગવા આવેલા દરેક મનુષ્યની યથા શક્તિ મદદ કરતા હતા. એક વાર બંગાળના અનાથાલયોનું સંચાલન કરતી એક સ્વયંસેવી સંસ્થાના પદાધિકારી તેમની પાસે આવ્યા અને કહેવા લાગ્યા 'તમારા સ્વર્ગીય પિતાજીએ અમારી સંસ્થાને એક લાખ રૂા. દાનમાં આપવાનું વચન આપ્યું હતું, પરંતુ તે વચન પૂરા કરતા પહેલા જ સ્વર્ગમાં સિધાવી ગયા. હવે તમારી જવાબદારી બને છે કે તેમનું વચન પૂરું કરો.' મહર્ષિની આર્થિક સ્થિતિ તે સમયે ઠીક ન હતી. પરંતુ, તે પોતાના પિતાનું ખૂબ સન્માન કરતા અને સેવાને પરમ ધર્મ માનતા હતા. તેથી તેમણે કહ્યું. 'હું તેમના વચનનું અવશ્ય પાલન કરીશ. પરંતુ પૈસા આપવામાં થોડો સમય લાગી શકે છે.' તેમણે પોતાની જમીન વેચીને સંસ્થાને એક લાખ રૂપિયા મોકલી આપ્યા હતા.

એક વાર તેમણે પોતાના પુત્ર રવિન્દ્રનાથ ટાગોરને કહ્યું હતું : 'પિતાના વચનનું દુઃખ સહન કરીને પણ પાલન કરવું પ્રત્યેક પુત્રનું કર્તવ્ય છે.' જો પુત્ર તેમ નથી

કરતો, તો તે પોતાના પિતાની મિલકતનો વારસદાર નથી થઈ શકતો.

તે આગળ કહે છે કે, જેમને માતા-પિતા જીવથી અધિક પ્રિય છે તેમની મુઠ્ઠીમાં ચાર પદાર્થ (ધર્મ, અર્થ, કામ તથા મોક્ષ) હોય છે.

માતા-પિતા માટેની તેમની ભક્તિ જુઓ. તેમની સાવકી માતા કૈકેયી અને પિતા દશરથ આજ્ઞા આપે છે. વનવાસ દરમાયિનના કષ્ટોથી વાકેફ હોવા છતાં તેઓ માતા-પિતાની આજ્ઞાને માથે ચડાવે છે. તેમને તે વાતનું કોઈ દુઃખ નથી.

તેમના મનમાં કૈકેયી પ્રત્યે પણ કોઈ રોષ નથી. તેમને તે વાતની પ્રસન્નતા છે કે, તેમના પિતા એ તેમને અયોધ્યાની જગ્યાએ વનનું રાજ આપ્યું. વનમાં જતા સમય તે પિતાની પાસે આજ્ઞા માંગવા આવે છે. રાજા દશરથ તેમને વિવિધ પ્રયત્ન કરીને રોકવા માંગે છે. પરંતુ, શ્રીરામ કહે છે કે, વ્હાલસોયાને માટે જો આટલુ દુઃખ કરશો તો સમાજમાંથી આપણી યશકિર્તીનો નાશ થશે.

તેમનો જુસ્સો જોઈને રાજા તેમને ભારે હૃદયે વિદાય આપે છે. વનવાસના સમયે જ્યારે નિષાદરાજા ગુહ તેમને પોતાના નગર, શ્રૃંગવેરપુરમાં પધારી તેમની માન-પ્રતિષ્ઠા વધારવાનો આગ્રહ કરે છે ત્યારે રામ પોતાના પિતા રાજા દશરથની આજ્ઞા તેમને કહી સંભળાવે છે :

કહેહુ સત્ય સબુ સખા સુજાના । મોહિ દીન્હ પિતુ આયસુ આના ।
બરષ ચારિદસ બાસુ મુનિ બ્રત બેષુ અહારુ ।
ગ્રામ બાસ નહિં ઉચિત સુનિ ગુહહિ ભયઉ દુઃખ ભારુ॥

(અયોધ્યાકાંડ)

(હે ચતુર મિત્ર ! પરંતુ મને પિતાજીએ કોઈ બીજી જ આજ્ઞા આપી છે)
(તેમની આજ્ઞા અનુસાર, મારે ચૌદ વર્ષ સુધી મુનિર્યોના વ્રત અને વેશ ધારણ કરીને અને ઋષિમુનિયોના જેવો યોગ્ય આહાર વિહાર કરતા વનમાં જ રહેવાનું છે. ગામની વચ્ચે રહેવું યોગ્ય નથી. આ સાંભળી ગુહ અને બહુ જ દુઃખ થયું.)

તે વનમાં પણ પોતાની આજ્ઞાનું પાલન પૂરા સન્માનથી કરતા હતા.

રામે વિભિષણેને લંકાના રાજા બનાવવાનો સંકલ્પ લીધો હતો. રાવણના મૃત્યુ પછી તેમનું રાજતિલક કરવા માટે તે લક્ષ્મણ, વાનરરાજ સુગ્રીવ, ઋક્ષરાજ જામ્બવાન, અંગદ નલ-નીલ અને હનુમાનજીને લંકા મોકલે છે. પિતાની આજ્ઞાનું પાલન કરવા માટે તે લંકામાં પ્રવેશ નથી કરતા.

સબ મિલિ જાહુ વિભિષન સાથા। સારેહુ તિલક કહેઉ રઘુનાથા ।
પિતા બચન મૈં નગર ન આવઉઁ । આપુ સરિસ કપિ અનુજ પઠાવઉઁ॥

(બધા મળીને વિભિષણની સાથે જાઓ અને તેમનું રાજતિલક કરી દો. પિતાજીના વચનોના કારણ હું નગરમાં નહીં આવી શકું પણ હું મારા વતી મારા ભાઈ અને

વાનરસેનાને મોકલું છું.)

તે પછી પણ વિભિષણ પોતાના ઘરને પવિત્ર કરવાની વાત શ્રીરામને કહે છે, તો પણ તે ના પાડે છે અને પુષ્પક વિમાનમાં બેસી જલ્દી અયોધ્યા જવાની વાત કરે છે કારણ કે, ચૌદ વર્ષ વીત્યા પછી ભરત તેમની પ્રતીક્ષા કરી રહ્યા હશે)

ભરત પોતાના મોસાળથી પાછા આવે છે. તેમને પોતાની માતા કૈકેયીના દુષ્કર્મની જાણકારી મળે છે. તે ગુરુજનોને વિનંતી કરે છે અને રામને વનમાંથી પાછા લાવવા ચિત્રકૂટ જાય છે. તેમની સાથે ગુરુઓ સહિત બધી માતાઓ પુરવાસી પણ છે.

વનમાંથી પરત આવેલા શ્રીરામ સૌથી પહેલા પોતાની માતા કૈકેયીને મળે છે-

પ્રથમ રામ ભેંટી કૈકેયી । સરલ સુભાયઁ જાગતિ મતિ ભેઈ ।
પગ પર કીન્હ પ્રબોધુ બહોરી । કાલ કરમ વિધિ સિર ધરિ ખોરી ॥

(સૌથી પહેલા રામ કૈકેયી ને મળ્યા અને પોતાનો સરળ સ્વભાવ અને ભક્તિથી તેમની બુદ્ધિ ને તરબતર કરી દીધા પછી ચરણોમાં પડીને કાળ, કર્મ અને વિધાતાના માથે દોષ નાખી તેમણે કૈકેયીને સાંત્વના આપી.)

રામ મહામાનવત્વની સીમા છે. કૈકેયી દ્વારા તેમને વધારે દુઃખ દીધા પછી પણ તેમણે સર્વ અધિકારથી સન્માન આપ્યું. આ વાત ભગવાન બુદ્ધે પોતાના એક શિષ્યને બતાવી કે સતાવવા વાળા પ્રત્યે પણ સદાય ઉદારતા રાખો.

તથાગત બુદ્ધના એક શિષ્યે તેમની પાસે આવીને દેશાટન કરવાની ઈચ્છા વ્યક્ત કરી. બુદ્ધે તેને કહ્યું, : "દેશમાં ભોળા-ખરાબ બંને પ્રકારના લોકોનું સંમિશ્રણ છે. ખરાબ લોકો તને નિશ્ચિત રુપથી અપશબ્દ કહેશે. શું સહન કરીશ? તું તે સમયે.?"

શિષ્ય બોલ્યો, 'હું સમજીશ કે તે લોકોએ અપશબ્દ જ તો કહ્યા, ધૂળ તો નહતી નાખીને.'

બુદ્ધે કહ્યું, 'કદાચ ધૂળ ફેંકશે તો ?'

તે બોલ્યો, 'સમજીશ થપ્પડ તો નથી મારી.'

'કદાચ થપ્પડ પણ મારી તો ?', બુદ્ધ બોલ્યા.

'સમજીશ થપ્પડ મારી છે, ડંડો તો નથી માર્યોને !', તેણે કહ્યું.

'કદાચ ડંડો માર્યો તો ?'

'સમજીશ કે હથિયારોથી તો હુમલો નથી કર્યોને!.'

'આવા લોકો સાથે તારો પનારો પડી શકે છે અને તેઓ તારી ઉપર હથિયાર વડે હુમલો પણ કરી શકે છે.'

શિષ્ય બોલ્યો : 'હું ભગવાનનો આભાર માનીશ કે તેમણે મને જીવતો છોડયો.'

'કદાચ તે તને જાનથી મારી નાખે તો ?' શિષ્યએ શાંતિપૂર્વક કહ્યું: 'તેમનો

આભાર જ માનીશ, કારણ કે મારા મતે તો આ સંસાર દુઃખનો સાગર છે. પરંતુ તેનાથી દુઃખી થઈ હું આત્મહત્યા જેવા જઘન્ય અપરાધ કરીશ નહીં અને જો મારશે તો તેનો ઉપકાર રહેશે મારી પર !' ત્યારે ભગવાન બુદ્ધે તેને આશીર્વાદ આપતા કહ્યું :

'હકીકતમાં જે બધાને સારા સમજે છે તે બીજાઓમાં કોઈ ખરાબી દેખાતી નથી અને બધી પરિસ્થિતિમાં સરખા રહે છે. તે સાચા સાધુ કહેવાને યોગ્ય છે.'

સંસારની દૃષ્ટિએ જે માતાએ તેમની પર ઉપકાર કર્યો, તે માતા તેમના માટે પહેલા પૂજનીય છે. મા આખરે મા છે. ચિત્રકૂટથી બધાને વિદાય કર્યા પછી તેઓ જ્યારે પાછા આવ્યા ત્યારે સૌથી પહેલા કૈકેયીને મળ્યા હતા. માતા કૈકેયીની પાલખીને શણગારી અને તેમના મહેલમાં ગયા. ત્યાર બાદ અન્ય માતાઓને તે મળ્યા. ચિત્રકૂટમાં જ્યારે તેમને ખબર પડે છે કે રાજા દશરથનો સ્વર્ગવાસ થઈ ગયો છે તો તે ગુરુ વસિષ્ઠની આજ્ઞાથી પોતાના પિતાના તર્પણ વગેરેની ક્રિયા કરે છે અને એક દિવસ ઉપવાસ કરે છે.

રાવણને માર્યા પછી તેમને આકાશ-માર્ગમાં પોતાના પિતાના દર્શન થાય છે. તે તેમને વંદન કરે છે અને આશીર્વાદ મેળવે છે.

શ્રીરામ તે અવસર પર પોતાના પિતાનું સન્માન કરતા કહે છે કે તમારા પુણ્યના પ્રભાવથી મેં રાવણને જીતી લીધો છે.

આજની ઈન્ટરનેટ જનરેશન ભારતીય સંસ્કારોને ભૂલતી જઈ રહી છે. સંસ્કાર તેઓ શું ભૂલી રહ્યા છે. તેમના માતા-પિતા જ તેને સંસ્કાર નથી શિખવાડતા ! જ્યાં બાળકોના માતા-પિતા તેમની સામે જ પોતાના વડીલોનું અપમાન અને તિરસ્કાર કરે છે, તો તે પણ સમય આવ્યે ત્યારે પોતાના મા-બાપને અનાદર કરશે. માતા-પિતા દેવ સમાન હોય છે. પણ કહેવું પડે કે ધરતીના સાક્ષાત ભગવાન હોય છે. કુરાન શરીફમાં કહેવામાં આવે છે કે : 'મા ના ચરણોમાં સ્વર્ગ હોય છે.' ધરતી પર મા-બાપ જ એવી વ્યક્તિ છે તે પોતાના બાળકોનું હંમેશા ભલુ ઈચ્છે છે. એટલે તેમણે મા-બાપના આશીર્વાદ મેળવવા તેમનું સન્માન કરવું જોઈએ. તેમની આજ્ઞાનું પાલન કરવું જોઈએ અને તેમની સેવા કરવાનો કોઈપણ મોકો છોડવો ના જોઈએ. મા-બાપના મોંમાંથી નિકળેલી વાત ફળે છે અને બદદુઆ બરબાદ કરે છે.

પોતાના માતા પિતાનું પૂરું સન્માન કરવાનું રામ પાસેથી શિખવું પડશે. રામની જેમ આપણે પણ એક આદર્શ પુત્ર બનવું પડશે.

અધ્યાય-૩

ભાઈયો પ્રત્યે અપાર સ્નેહ

શ્રીરામને ત્રણ ભાઈ છે. ભરત, લક્ષ્મણ અને શત્રુઘ્ન. જો કે રામ તેમની માતા કૌશલ્યાના એકનો એક પુત્ર છે. છતાં પણ તે પોતાની કૈકેયી અને સુમિત્રા જેવી સાવકી માતાઓના પુત્રોને બહુ જ પ્રેમ કરે છે. તે તેમનામાં કોઈ અંતર નથી માનતા. ભરતની અનુપસ્થિતિમાં તે લક્ષ્મણને પોતાની સાથે વનમાં લઈ જાય છે. લક્ષ્મણ એમની આજ્ઞાનું પાલન કરતા તેમના ડગલે-પગલે સહકાર આપે છે અને તેમને માટે પોતાનું જીવન જોખમમાં મૂકી દે છે. પરંતુ રામ ભરતને સૌથી વધારે પ્રેમ કરે છે.

નાનપણમાં તે બધા ભાઈયોની સાથે અયોધ્યાની ગલીઓમાં રમતા ફરે છે. અને એક સાથે જ પાછા આવે છે. તે રોજ મિત્રો અને ભાઈઓની સાથે જઈને શિકાર કરતા હતા. બધાની સાથે જ ભોજન કરે છે.

જિન્હ બીથિન્હ બિહરહિં સબ ભાઈ । થક્તિ હોહિં સબ લોગ લુગાઈ ॥
બંધુ સખા સઁગ લેહિં બોલાઈ । બન મૃગયા નિત ખેલહિંજાઈ ॥
અનુજ સખા સંગ જોજન કરહીં ॥

(બાલકાંડ)

(તે બધા, ભાઈ જે ગલિયોમાં રમવા નીકળતા. તે ગલિયોના બધા સ્ત્રી-પુરુષ તેમને જોઈ લાગણીવશ થઈ જાય છે અથવા જોવા માટે અટકી જાય છે.)

(ભાઈયો અને ગાઢ મિત્રોને બોલાવી સાથે લઈ લે છે. અને રોજ વનમાં જઈ શિકાર રમે છે.

(નાના ભાઈયો અને મિત્રોની સાથે જમે છે....)

તે નાનપણમાં પોતાના ગુરુના આશ્રમમાં થોડા સમયમાં બધી વિદ્યા શીખી જાય છે. તે એટલા બુદ્ધિમાન છે કે, શસ્ત્રો શીખતી વખતે પોતે તેમને સમજીને પોતાના પ્રિય ભાઈઓને પણ સમજાવે છે.

બેદ પુરાન સુનહિં મન લાઈ। આપુ કહહિં અનુજન્હ સમજાઈ ॥

(બાલકાંડ)

(વેદપુરાણને મન લગાવીને સમજે છે. તે સ્વગત કહે જ છે. પોતાના ભાઈયો ને સમજાવે છે.)

જ્યાં મુનિ વિશ્વામિત્ર રામ અને લક્ષ્મણને યજ્ઞની રક્ષા માટે પોતાની સાથે લઈ જાય છે ત્યાં રામ મોટા હોવાથી લક્ષ્મણનું પૂરું ધ્યાન રાખે છે, જે વાત સંકોચવશ લક્ષ્મણ ગુરુ વિશ્વામિત્ર ને કહી ન શકતા તે વાત રામ ગુરુજીને તેમની વાત કરી દે છે. તે ગુરુજીની આજ્ઞા લઈ લક્ષ્મણને જનકપુર બતાવવા લઈ જાય છે. રામ પોતાના મનની વાત પોતાના ભાઈ લક્ષ્મણને કહે છે. સીતાને પહેલીવાર જોઈ તે તેમને સીતા અને ધનુષ-યજ્ઞ વિષે બધી વાત કરી સીતા પ્રત્યે પોતાના આકર્ષણની વાત પણ બતાવે છે.

રાત્રે બંને ભાઈ ગુરુ વિશ્વામિત્રના ચરણ દબાવે છે. અને ત્યાર પછી લક્ષ્મણ રામના ચરણ દબાવે છે. રામ તેમને એટલો બધો પ્રેમ કરે છે કે, લક્ષ્મણને વારંવાર કહે છે કે હવે સૂઈ જા. લક્ષ્મણના સૂઈ ગયા પછી તે સૂઈ જાય છે.

રામના રાજ્યાભિષેકની ઘોષણા થાય છે. ગુરુ વિશ્વામિત્ર રામને સૂચના આપવા તેમના મહેલમાં આવે છે. રામ પોતાના ભાઈઓને ખૂબ જ પ્રેમ કરે છે. સૂચના મળતા તે વિચારે છે કે, રાજ્ય એકલું મને જ; મોટાભાઈને કેમ મળે છે?. જ્યારે બધા ભાઈના સંસ્કાર એકસાથે થયા છે, એક સાથે રમ્યા-કૂદયા અને પાળ્યા-પોષ્યા છે. તો આ અન્યાય શા માટે ?

ભરતુ પ્રાનપ્રિય પાવહિં રાજૂ। બિધિ સબ બિધિ મોહિ સનમુખ આજૂ ॥

(અયોધ્યાકાંડ)

(પ્રાણપ્રિય ભરત રાજ્ય મેળવે- આ બધી વાતો જોઈને એવું પ્રતીત થાય છે કે વિધાતા બધી જ રીતે મને અનુકૂળ છે.)

રામના મનમાં ભરત પ્રત્યે ઈર્ષા-દ્રેષ નથી થતો. ઉપરથી તે ભરતને જીવથી પણ વધારે પ્રેમ કરે છે. અને તેમને રાજ્ય મળવાની ખબર મળી પ્રસન્ન થાય છે.

ભરત રામને ચિત્રકૂટ મળવા જાય છે. લક્ષ્મણને તેના પર ગેરસમજ થઈ જાય છે ત્યારે રામ ભરતના ગુણોની પ્રશંસા કરતા કહે છે.

સુનહ લખન ભલ ભરત સરીસા। બિધિ પ્રપંચ મહઁ સુના ન દીસા ॥
તિમિરુ તરુન તરનિહિ મકુ ગિલઈ। ગગનુ મગન મકુ મેઘહિં મિલઈ ॥
ગોપદ જલ બુડહિં ઘટ જોની। સહજ છમા બરુ છાડૈ છોની ॥
મસક ફૂઁક મકુ મેરુ ઉડાઈ। હોઈ ન નૃપ મદુ ભરત હિ ભાઈ ॥

લખન તુમ્હાર સપથ પિતુ આના । સુચિ સુબંધુ નહિં ભરત સમાના ॥

(અયોધ્યાકાંડ)

(હે લક્ષ્મણ ! સાંભળ ભરત જેવો ઉત્તમ પુરુષ બ્રહ્માની સૃષ્ટિમાં ન તો ક્યાંય સાંભળ્યું છે, ન જોવા મળ્યા છે.)

(અંધકાર ભલે મધ્યાનના સૂર્યને ગળી ગયા. આકાશ ભલે વાદળોમાં સમાઈને મળી જાય. ગૌ કે ખુર એટલા પાણીમાં અગત્સ્યજી ડૂબી જાય અને પૃથ્વી ભલે પોતાનો સ્વભાવ સહનશીલતાને છોડી દે).

(મચ્છરની ફૂંકથી ભલે સુમેરુ પર્વત ઉડી જાય. પરંતુ હે ભાઈ. ભરતને રાજ (રાજપદ)ની લાલચ ક્યારેય ન થઈ શકે. હે લક્ષ્મણ ! હું તારી શપથ અને પિતાજીના સોગન્ધ ખાવું છું, ભરત ના જેવા પવિત્ર અને ઉત્તમ ભાઈ સંસારમાં નથી.

આ રીતે ભરત પ્રત્યે રામનો પ્રેમ અને પૂરો વિશ્વાસ આ પંક્તિઓમાં દ્રષ્ટિગોચર છે.

લક્ષ્મણ જ્યારે રામ ને ભરત આવે છે અને પ્રણામની વાત બતાવે છે. તો તે ભાવવિભોર થઈ જાય છે.

ઉઠે રામુ-સુનિ પ્રેમ અધીરા । કહુઁ પટ કહું નિષંગ ધનુ તીરા ॥

(અયોધ્યાકાંડ)

...(ક્યાંક વસ્ત્ર પડ્યા, ક્યાંક તરકસ, ક્યાંક ધનુ,, ક્યાંક તીર !)

જ્યારે તેમને ખબર પડે છે કે ભરત તેમને અયોધ્યા પાછા લઈ જવાના હેતુથી ચિત્રકૂટ આવ્યા છે તો તે પ્રેમથી પાગલ થઈ જાય છે. ભરી સભામાં તે ભરતના પ્રેમનો આદર કરી કહે છે- 'ભરત જે પણ કહેશે, હું કરવા તૈયાર છું.'

ત્યારે ભરત તેમની આજ્ઞા પ્રમાણે કાર્ય કરવાનું કહે છે. તે અવસર પર રામ કહે છે- 'પિતાની આજ્ઞાનું પાલન કરવું આપણા બંનેના હિતમાં છે.'

ભરત તેમની આજ્ઞા માની લે છે અને અયોધ્યા પાછા જઈને રાજ કરવા તૈયાર થઈ જાય છે ત્યારે રામ ખૂબ પ્રેમથી તેમને ચરણ પાદુકાઓ આપે છે અને રાજધર્મ બતાવતા ગુરુ, મંત્રી અને માતાઓના નિર્દેશ અનુસાર અયોધ્યાનું રાજ્ય સંભાળવાનું કહે છે, સાથે ભરતના નિવેદન પર તે વચન પણ દે છે. ચૌદ વર્ષના વહાણા વીત્યા પછી તે અયોધ્યા તરત પાછા ફરશે ?

ભરત જ્યારે શ્રીરામને તેમની અનુપસ્થિતિમાં રાજ સિંહાસન પર બેસવાની ના પાડી દે છે ત્યારે રામ પોતાની ચરણ-પાદુકાઓ અયોધ્યાના સિંહાસન પર વિરાજમાન કરવા તેને આપે છે. આ પ્રસંગને મળતો- પ્રસંગ છત્રપતિ શિવાજી અને તેમના ગુરુ

સમર્થ રામદાસનો છે. ભિક્ષામાં બધું જ દાન કર્યા પછી તેમણે ગુરુ-આજ્ઞાથી તેમની ચરણ-પાદુકાઓ સિંહાસન પર રાખી તેમના પ્રતિનિધિના રૂપમાં શાસન સંભાળ્યું.

મહારાષ્ટ્રના સાતારગઢ પર છત્રપતિ શિવાજીનું શાસન હતું. એકવાર તેમના દરવાજા પર એક ભિક્ષુક સંત આવ્યા. જ્યારે શિવાજી બહાર આવ્યા તો તેમણે પોતાની સામે પોતાના ગુરુદેવ સમર્થ ગુરુ રામદાસને ઉભા રહેલા જોયા. સમર્થ ગુરુ તે સમયના પ્રસિદ્ધ સંત હતા. અને ભિક્ષા માંગી પોતાનું ભરણ પોષણ કરતા હતા. તે જેના દરવાજા પર ભિક્ષા માંગવા ચાલ્યા જતા હતા, તેમનું સૂતેલું ભાગ્ય જાગી જતું.

અસામાન્ય ગુરુ અને અસામાન્ય શિષ્ય એક બીજાની આમને સામને, તો પછી ભિક્ષા પણ અસાધરણ જ હોવી જોઈએ. શિવાજી એ એક કાગળ પર કંઈક લખ્યું અને સોનાની થાળીમાં મૂકી 'ભિક્ષા' ગુરુને ભેંટ આપી. સમર્થ ગુરુએ જ્યારે કાગળ વાંચ્યો તો આશ્ચર્યચક્તિ થઈ ગયા. કેમકે 'ભિક્ષા'માં તેમના શિષ્ય એ પોતાની બધી ચલ-અચલ સમ્પતિ અને રાજપાટ સહિત બધો રાજ્યાધિકાર પોતાના ગુરુને ભેટમાં આપી દીધો હતો.

સમર્થ ગુરુ બોલ્યા- 'શિવ ! હું રાજપાટનું શું કરીશ ? મારે તો માત્ર બે મુઠ્ઠી અનાજ જોઈએ.'

શિવાજી બોલ્યા - 'મેં દાનમાં આપેલી વસ્તુ પાછી નથી લઈ શકતો ગુરુદેવ !' સમજી-વિચાર કરી સમર્થ ગુરુ બોલ્યા : 'ઠીક છે, ના લઈશ પરંતુ મારા પ્રતિનિધિ તરીકે રાજ્ય વ્યવસ્થા સંભાળો.' છત્રપતિ શિવાજીએ ગુરુ આજ્ઞા સ્વીકાર કરી તેમની ચરણ-પાદુકાઓ સિંહાસન પર રાખી. પોતાના ગઢ પર ભગવો ઝંડો લહેરાવ્યો અને ગુરુના નામ પર શાસન કરવાનું શરુ કર્યું.

મેઘનાથ જ્યારે પોતે રામ-લક્ષ્મણની વીરતાની આગળ નિઃસહાય બને છે ત્યારે તે લક્ષ્મણ પર પોતાની આખરી શક્તિ અજમાવે છે, જેથી લક્ષ્મણ બેભાન થઈ જાય છે.

લંકાના વૈદ્ય સુષેણની સલાહ પ્રમાણે હનુમાનજી સંજીવની લેવા જાય છે પરંતુ, જ્યારે અર્ધીરાત વીતવા છતાં પણ નથી આવતા, ત્યારે રામ લક્ષ્મણને પોતાના છાતી સરસા લગાવીને ખૂબ રડે છે. તે લક્ષ્મણ પ્રત્યે પોતાનું દુઃખ વ્યક્ત કરે છે. કહે છે :

સુત બિત નારિ ભવન પરિવાર । હોંહિં જાહિં જગ બારહિ બારા ॥
ઉસ બિચારિ જિપેં જાગરુ તાતા । મિલઈ ન જગત મહોદર ભ્રાતા ॥

(લંકાકાંડ)

(પુત્ર, ધન, સ્ત્રી, ઘર અને પરિવાર- આ જગતમાં વારંવાર હોય અને જાય છે, પરંતુ

જગતમાં સહોદર ભાઈ વારંવાર નથી મળતા. હૃદયમાં એવો વિચાર કરી હે તાત, જાગો!)

તે લક્ષ્મણની પ્રશંસા કરે છે અને તેમની આંખોમાંથી આંસુઓની ધાર વહી રહી છે. હનુમાનજીને આવતા વૈદ્ય સુષેણ તેમનો ઉપચાર કરે છે. લક્ષ્મણજી ઉઠતાં જ રામ તેમને પોતાની છાતીએ ભેટે છે.

રામને લક્ષ્મણના બળ પર પૂરો ભરોસો છે. જ્યારે લક્ષ્મણ મેઘનાદને મારવાની પ્રતિજ્ઞા કરે છે. ત્યારે તે તેમને કહે છે કે તેને બળ અને બુદ્ધિથી મારજે. લક્ષ્મણ તેમની આજ્ઞાનું પાલન કરી તેને મારી નાખે છે.

રામને લક્ષ્મણ પર બહુ જ વિશ્વાસ છે. તેથી તે સુગ્રીવનું રાજતિલક કરવા અને અંગદ ને યુવરાજ બનાવવા લક્ષ્મણને પોતાના પ્રતિનિધિ તરીકે મોકલે છે. વિભીષણનો રાજ્યાભિષેક કરવા માટે પણ તે પોતાના મંત્રીયો સાથે તેમને જ મોકલે છે. સીતાની રક્ષાનો ભાર લક્ષ્મણ પર સોંપી તે નિશ્ચિત થઈ જાય છે.

રામ, ભરતને એટલો વધારે પ્રેમ કરે છે કે જ્યારે વિભીષણ તેમની લંકામાં થોડા દિવસ વિશ્રામ કરી તેમની થાક ઉતારવાની પ્રાર્થના કરે છે, તો તે વિભીષણની સમક્ષ ચૌદ વર્ષનો સમય પૂરો થયો છે તેથી તરત અયોધ્યા પાછા વળવાનું ભરતને આપેલું વચન યાદ કરે છે. કહે છે : ''જો સમય પૂરો થયા પછી જઈશ તો પોતાના પ્રિય ભાઈ ભરતને જીવીત નહીં મળે. વિભીષણને એવો ઉપાય કરવાનું નિવેદન કરે છે. જેથી જલદીમાં જલ્દી અયોધ્યા પહોંચી જઈ શકે.

રામને અયોધ્યા પાછા વળવા માટેનો માત્ર એક દિવસ રહી ગયો છે. ક્યાંક ભરત તેમને આવવાનું મોડું થઈ જવાનું જાણી આત્મહત્યા ના કરી લે. તે વિચારી રામ પોતાના દૂત હનુમાનને પોતાની કુશળતાના સમાચાર સંભળાવવા પહેલા જ અયોધ્યા મોકલે છે. હનુમાનજી રામની પાસે પાછા આવી ભરતના બધા હાલ ચાલ બતાવે છે. અયોધ્યા આવી જ્યારે રામ ભરતને મળે છે ત્યારે બંને ભાઈ આંસુઓના ઘોડાપુરમાં તણાઈ જાય છે. ભરત તેમના ચરણોમાં પડી પ્રણામ કરે છે. અને રામ તેમને પોતાના છાતી સરસા ચાંપી દે છે. પછી રામ શત્રુઘ્નને ગળે મળે છે.

રામ ભરતને એટલો વધારે પ્રેમ કરે છે કે જ્યારે પણ તે પોતાના કોઈ મિત્રની તુલના કરે છે તો કહે છે-

'હે મિત્ર ! તું મને ભરતની જેમ વ્હાલો છે.'

ભરત ચૌદ વર્ષ મુનિવેષ ધારણ કરી અયોધ્યા પર રાજ કરે છે. અયોધ્યા પાછા આવી રામ પ્રેમથી પોતાના હાથોથી ભરતની જટાઓ ખોલે છે.

પુનિ કરુનાનિધિ ભરત હઁકારે । નિજ કર રામ જટા નિરુઆરે ॥
અન્હવાએ પ્રભુ તાનિઉ ભાઈ । ભગત બછલ કૃપાલ રઘુરાઈ ॥

(ઉત્તરકાંડ)

(પછી કરુણામય શ્રી રામે ભરતને બોલાવી અને તેમની જટાઓ પોતાના હાથથી ખોલ્યા.)
(તેના પછી શ્રી રઘુનાથજીએ ત્રણે ભાઈયોને સ્નાન કરાવ્યું.)

શ્રી રામ અને તેમના ભાઈયોની જેમ પાંચેય પાંડવોમાં પણ ખૂબ જ પ્રેમ હતો. તે પાંચ તત્વ હોવા છતાં એક આત્મા હતા. જીવનભર એક બીજાનો સાથ નિભાવ્યો અને મૃત્યુનું આહવાન કરવા પણ હિમાલય એક સાથે ગયા.

પાંચેય પાંડવો એક બીજાને બહુ જ પ્રેમ કરતા હતા. તે લોકોમાં પરસ્પર એટલી એકતા હતી કે કોઈપણ તેમની સામે ટકરાવાનું સાહસ નહતું કરી શકતું. તે તો પોતાના પિતરાઈ કૌરવોની સાથે પણ પ્રેમપૂર્વક વ્યવહાર કરતા હતા. પરંતુ તેમનો ભાઈ દુર્યોધન તેમની ઈર્ષા કરતો હતો.

વાત એ દિવસની છે, જ્યારે તેઓ અજ્ઞાતવાસમાં એક ચક્ર નગરમાં રહેતા હતા. રાજ દ્રુપદની પુત્રી દ્રૌપદીના સ્વયંવરની વાત સાંભળી તે રાજ સભામાં ગયા અને બ્રાહ્ણ વેશધારી અર્જુને હોજમાં ત્રાજવામાં ઉભા રહી ઉપર ફરતી માછલીની છાયાને જોઈને તેની આંખો વિંધી નાખી. દ્રૌપદીને વરમાલા અર્જુનના ગળામાં પહેરાવી દીધી. બ્રાહ્મણ યુવકના ગળામાં માળા પડવાથી બધા ક્ષત્રિય રાજકુમારો તેમની સાથે યુદ્ધ કરવા તૈયાર થઈ ગયા. પાંડવોને દ્રૌપદીની રક્ષા કરવા બધા ક્ષત્રિયોં સામે યુદ્ધ કર્યું અને તેમની પર વિજય મેળવ્યો.

તે સમયે પાંડવકુમારો વસ્તીમાં રહેતા હતા. તે પોતાની માં કુન્તીને ભિક્ષા માંગી લાવવાની વાત કરીને નિકળ્યા હતા. કુન્તી ઘરમાં એકલી હતી. ઘરની બહાર પહોંચીને દરવાજો ખટખટાવ્યો ને કહ્યું- 'મા...માં. જલ્દી આવો. જુઓ આજે અમને ભિક્ષામાં કેટલી સારી વસ્તુ મળી છે.' કુન્તી અંદરથી બોલી...'બાળકો, જે કંઈ મળ્યું છે, તેમાંથી તમે પાંચેય ભાઈ વહેંચી લો.'

'અરે માં આ શું કહી દીધું !' ભીમ આશ્ચર્ય અને દુઃખથી બોલ્યા.

'અરે માં ! અર્જુનનું હૃદય ઝડપથી ધબકવા લાગ્યું.'

કુન્તી પોતાના પુત્રોની ગભરાહટ ભરી અવાજ સાંભળી ચોંકી. તે ભાગી-ભાગી પુત્રોની પાસે પહોંચી. અર્જુનની સાથે એક અત્યંત સુંદર યુવતીને જોઈ તે ચોંકી ગઈ. યુવતી સોળે શણગારથી પરિપૂર્ણ હતી અને રાજકુમારી પ્રતીત થઈ રહી હતી. કુંતિને સમજવામાં વાર ના લાગી કે વાત શું શું છે. તે મનમાં ને મનમાં પછતાયી કે,

'હાય, આ મેં શું કહી દીધું !'

દ્રૌપદી એ આગળ વધી કુન્તીના ચરણ-સ્પર્શ કર્યા. કુન્તીએ તેને હૃદયથી ભેટીને કહ્યું- 'અર્જુન, મને ખુશી છે કે આજે તમે પાંચાલની રાજકુમારીને જીતી લાવ્યા. આટલી સુંદર વહુ મેળવીને હું ધન્ય થઈ ગઈ. ચલો, અંદર ચલો. આઓ બેટી. તું પણ અંદર આવ.'

પરંતુ કુન્તી કેવી રીતે સહી શકે કે તેના વચનને માની લેવાય. બધા અંદર આવી ગયા. તો કુન્તી ધીરેથી બોલી. 'બાળકો મેં જે કંઈ કહ્યું હતું તે અજાણતા કહ્યું હતું. મને ક્યાં ખબર હતી કે તમે લોકો શું મેળવીને લાવ્યા છો. હું તો સમજી હતી કે રોજની જેમ ભિક્ષા લઈને આવ્યા છો. તો મારી વાત પર ધ્યાન ના આપશો. અર્જુ, તારી વહુ પર ફક્ત તારો જ અધિકાર રહેશે.'

અર્જુન બોલ્યો- 'ના મા, હું તમારા વચનનો અનાદર નહીં કરી શકું, હવે તો દ્રૌપદી પાંચેય ભાઈઓની જ પત્ની બનશે.'

યુધિષ્ઠિરે પણ અર્જુનને સમજાવ્યો. પરંતુ નિર્ણય તેની પર છોડી તે પણ માંની આજ્ઞાનું ઉલ્લંઘન કરવાનું સાહસ ના કરી શકયા.

દ્રૌપદી, યુધિષ્ઠિર, ભીમ, અર્જુન, નકુલ તેમજ સહદેવની પત્ની બની ગયા. આચાર-સંહિતા બનાવી દીધી કે દ્રૌપદી દરેક પતિની સાથે એક-એક વર્ષ રહેશે. જે વર્ષ તે એક ભાઈ પાસે હશે, તે વર્ષ બીજા ચાર ભાઈ દ્રૌપદીના વિષે વિચાર પણ નહીં કરે. તેટલું જ નહીં નિયમ બનાવવામાં આવ્યા છે કે જો કોઈ ભૂલથી પણ તે ભાઈના રૂમમાં પહોંચી જશે, તો તેને બાર વર્ષ માટે ઘરમાંથી કાઢી મૂકવામાં આવશે અને તેણે પવિત્ર નદીઓમાં નાહીને પ્રાયશ્ચિત કરવું પડશે. આ આચાર-સંહિતા ઋષિ નારદના સૂચન પરથી બનાવી હતી.

આટલો અતૂટ પ્રેમ હતો પાંચેય પાંડવોમાં ! એક અભૂતપૂર્વ સમ્બન્ધો હોવા છતાં ક્યાંય કોઈ વિરોધ ન હતો. તેમના ભ્રાતૃત્વ સમાજની આગળ એક અદભુત ઉદાહરણ છે.

લંકાથી વાનર રાજ સુગ્રીવ, વૃક્ષરાજ જામ્બવાન, વિભીષણ અને નલ-નીલને વિદાય કરતી વખતે રામ વસ્ત્ર-આભૂષણ મંગાવી પોતાના પ્રિય ભાઈ ભરત દ્વારા વાનરરાજ સુગ્રીવને પહેરાવડાવે છે. પછી લક્ષ્મણ દ્વારા વિભીષણને સમ્માન અપાવે છે. અહીં ભરત અને લક્ષ્મણ રામ રાજા કે પ્રતિનિધિને રુપમાં તે કાર્ય કરે છે.

નાનપણમાં રામ પોતાના બધા ભાઈઓની સાથે ભોજન કરે છે અને રાજા બન્યા પછી પણ ભાઈઓ વિના ભોજન નથી કરતા.

અનુજન્હ સંજુત ભોજન કરહી । દેખિ સકલ જનની સુખ ભરહી ॥

(ઉત્તરકાંડ)

(તે ભાઈઓની સાથે ભોજન કરે છે. તેમને જોઈ બધી માતાઓ આનંદથી ભરાઈ જાય છે.)

એક વાર હનુમાનજી રામ ને કહે છે કે ભરત તમને કંઈક પૂછવા માંગે છે. પરંતુ સંકોચના કારણે કંઈ કહી નથી શકતા. ત્યારે રામ કહે છે.-

તુમ્હ જાનહ કપિ મોર સુભાઉ । ભરતહિ મોહિ કછુ અંતર કાહૂ ॥

(ઉત્તરકાંડ)

(હનુમાન ! તમે તો મારો સ્વભાવ જાણો જ છો. ભરતના અને મારા વચ્ચે કોઈ ભેદ છે?)

પછી ભરત ને સંત અને અસંતના ભેદના વિષે પૂછવાથી તે તેમના પ્રશ્નનો જવાબ વિસ્તારથી આપે છે.

ભાઈ બીજા ખભાને સમાન હોય છે. જો સંકટના સમયે સાથ આપે છે પરંતુ આજકાલ ભાઈઓમાં અંદરોઅંદર કોઈ પ્રેમ જોવા નથી મળતો. એક ભાઈ બીજા ભાઈને મા -બાપની સંપત્તિના દાવેદાર સમજે છે. મનમેળતોની અલગ વાત છે. સંપતિ-વિવાદના નામ પર તેમનામાં ઝઘડો થાય છે. કોઈ-કોઈ વાર એક ભાઈ બીજા ભાઈનો જીવ લેતા પણ પાછળ નથી પડતો. ભાઈઓ વચ્ચે પ્રેમ બહુ જ ઓછો જોવા મળે છે. ખરેખર તો સ્વાર્થ જ ઝઘડાનું મૂળ હોય છે. જ્યાં એક બીજા પ્રત્યે ત્યાગની ભાવના હોય છે ત્યાં નિઃસ્વાર્થ પ્રેમ હોય છે.

રામ પોતાના ભાઈઓને નિઃસ્વાર્થ પ્રેમ કરે છે. તેમના માટે પોતાનું સર્વસ્વ ન્યોછાવર કરવા તૈયાર રહે છે. તેમને ભરત અને લક્ષ્મણ જેવા નાના ભાઈ છે. જો રામની આજ્ઞા ને પોતાનું કર્તવ્ય માને છે. અને તેમની સેવા કરવા પોતાના સુખોની બલી દઈ દે છે. સંસારમાં રામ અને તેમના જેવા ભાઈ હોવું દુર્લભ છે.

જો આપણે રામની જેમ આપણા ભાઈઓને પ્રેમ કરીશું. તેમના સુખ-દુઃખમાં બરાબરના ભાગીદાર બનીશું અને તેમની જેમ સંયુક્ત પરિવારમાં રહીશું ત્યારે જીવનનો વાસ્તવિક આનંદ મેળવીશું.

અધ્યાય-૪

ચારિત્ર્યવાન તથા પત્નીને 'કામવાળી' નહીં, ધર્મપત્ની માનનારા

શ્રી રામનું ચરિત્ર તેમના જીવનની શરૂઆતથી લઈ સરયૂમાં જળ સમાધિ લેવા સુંધી ખૂબ પવિત્ર રહ્યા છે. જીવનભર તે સ્ત્રી જાતિને સમ્માન આપતા રહ્યા. રાજા હોવા છતાં તે એક પત્નીવ્રતનું દ્રઢતાથી પાલન કરતા રહ્યા, હકીકતમાં રાજાઓમાં બહુપત્નીપ્રથા જોવા મળે છે. તેમના પિતા રાજા દશરથને ત્રણ રાણીઓ હતી. પરંતુ રામ વીરલ મનુષ્યોની સંખ્યામાં આવે છે.

જનકપુરમાં સીતાજીને પુષ્પ-વાટિકામાં પહેલી ભેટ થવાથી તેમના મનમાં સીતાજીના પ્રત્યે પ્રેમ ઉત્પન્ન થાય છે. પછીથી તેમની સાથે સંયોગવશ વિવાહ પણ થાય છે.

ગુરુ વિશ્વામિત્રની સાથે જ્યારે શ્રી રામ-લક્ષ્મણ જનકપુર-પ્રવાસ પર છે ત્યારે જનકપુર જોતી વખતે તેમને ગૌરી પૂજન માટે આવતી સીતાજી જોવા મળે છે. શ્રીરામ લક્ષ્મણને સીતાજી તરફ ઈશારો કરતા કહે છે.

તાત જનક તન યા કહુ સોઈ । ધનુષજગ્ય જેહિ કારન હોઈ ॥
જાસુ બિલોકિ અલૌકિક સોભા । સહજ પુનીત મોર ન છોભા ॥

(બાલકાંડ)

(તાત લક્ષ્મણ ! યહ જનકની પુત્રી સીતા છે. જેને કારણથી ધનુષ-યજ્ઞ થઈ રહ્યો છે. જેની માનવેતર શોભાને જોઈ સ્વાભાવિક પવિત્ર મારુ મન ક્ષુબ્ધ થઈ ગયું છે.)

ત્યાર પછી રઘુકુળ અને પોતાના વિષયમાં બતાવતા કહે છે-

રઘુબંસિન્હ કર સહજ સુભાઉ । મન કુપંથ પગ ધરઈ ન કાઉ ॥
મોહિ અતિસય પ્રતીતિ મન કેરી । જેહિ સપનેહં પર નારિ નહેરી ॥

(બાલકાન્ડ)

(રઘુવંશિયોનો આ સહજ સ્વભાવ છે કે તેમનું મન ક્યારેય કુમાર્ગ પર પગ નથી મુકતું.

મને તો પોતાના મન પર ખૂબ વિશ્વાસ છે કે જાગૃત અવસ્થાની વાત જ ક્યાં ? જેમણે સપનામાં પણ પરાયી સ્ત્રી પર નજર નથી નાખી.)

રઘુવંશિયોની વાત કરતાં તે કહે છે કે પરાયી સ્ત્રીયોં તેમનું મન અને દ્રષ્ટિ ને પોતાની તરફ નથી ખેંચી શકતી.

આ પ્રકારે શ્રીરામનું ચરિત્ર પવિત્ર છે. ચન્દ્રમામાં તો કલંક છે, પરંતુ તે દરેક રીતે દૂધથી ધોયેલ છે.

સીતાજી સાથે તેમનો વિવાહ થાય છે તે તેમને ખૂબ જ પ્રેમ કરે છે. તેમનો આદર કરે છે. તેમના સુખદુઃખનું ધ્યાન રાખે છે.

શ્રી રામને વનવાસ કરવાની આજ્ઞા મળે છે. તેમના વનવાસની વાત સાંભળી સીતાજી તેમની સાથે જવાની જિદ કરે છે ત્યારે શ્રીરામ વનમાં પ્રકૃતિ. પશુ-પક્ષિયોં અને રાક્ષસો દ્વારા દેવા વાળા ભયંકર કષ્ટોનું વર્ણન કરી તેમને રોકવાનો પ્રયાસ કરે છે. પરંતુ સીતાજી એ કહીને તેમને બોલતા બંધ કરીને પતિથી જ બધા સગા સંબંધી તે કહે છે, 'જો તમે મને નહીં લઈ જાઓ, તો પાછા વળો ત્યારે જીવતી નહીં મળું. તે તેમની વાતને સન્માન કરતા પોતાની સાથે ચાલવાની અનુમતિ આપે છે.'

સંત શ્રી રામચંદ્ર કેશવ ડોંગરેજી મહારાજે કહ્યું છે કે, સીતા તેમના માટે ધર્મપત્ની, કામપત્ની નથી એટલે તે ડગલે-પગલે પતિ-ધર્મનું પાલન કરે છે.

ચિત્રકૂટમાં સીતાજીના પ્રત્યે પ્રેમના મોટા મનોહારી વર્ણન મળે છે. શ્રીરામને પોતાના હાથોથી ફૂલ શોધી, તેમના સુન્દર આભૂષણ બનાવી સીતાજીને પહેરાવ્યા-

એક બાર ચુનિ કુસુમ સુહાએ । નિજ કર ભૂષન રામ બનાએ ॥
સીતાહિ પ્રહરાએ પ્રભુ સાદરા । બૈઠે ખૂટિક સિલા પર સુંદર ॥

(અરણ્યકાન્ડ)

(એક વાર સારા ફૂલો શોધી પોતાના હાથોથી તેમને આભૂષણ બનાવી અને સ્ફટિકના પથ્થર ઉપર બેસી શ્રીરામે સિતાજીને આદર સાથે પહેરાવ્યા)

આમા 'સાદર' શબ્દ શ્રીરામે સ્ત્રી જાતિના પ્રત્યે સન્માન પ્રકટ કરે છે.

પંચવટીમાં સીતાજી જ્યારે કપટ-મૃગને જોવો છે તો તેનું ચામડું લાવવાની વાત કરે છે. આદરણીય (યદ્યપિ) શ્રી રામ વનની પરિસ્થિતિઓને બરાબર જાણતા હતા. છતાં પણ સીતાજીને વધારે પ્રેમ કરવાથી તે મૃગ ચર્મ લેવા વનમાં જાય છે. તેમને કોઈ અઘટીત આશંકા છે. એટલા માટે તે લક્ષ્મણજીને સીતાજીની રક્ષાનો ભાર સોંપીને જાય છે. સીતાજી પ્રત્યે તેમનો પ્રેમ એટલો ઊંડો છે કે તે મૃગ ને મારી નાખી વિલંબ કર્યા વગર પાછા આવી જાય છે. પરંતુ તેમને સીતાજી નથી મળતા.

જટાયુ દ્વારા તેમને ખબર પડે છે કે તેમનું રાક્ષસ- રાજ રાવણે અપહરણ કર્યું છે અને તે તેમને દક્ષિણ દિશા તરફ લઈ ગયા છે.

તે સીતાજીના વિયોગમાં વન-વન ફરી રહ્યા છે. વનમાં રહેવા વાળા બધા જીવ-જંતુઓને પૂછે છે -

હે ખગ મૃગ હે મધુકર શ્રેની । તુમ્હ દેખી સીતા મૃગનૈની॥

(અરણ્યકાન્ડ)

(હે પક્ષિયો ! હે પશુઓ ! હે ભમરાઓ ! તમે ક્યાંય મૃગનયની સીતાને ક્યાંય જોયા છે ?)

એટલો પ્રેમ કરે છે તે સીતાજીને કે તેમના વિરહમાં પાગલ થઈ જાય છે.

શ્રીરામ ને પોતાની ધર્મપત્ની સીતાના વિયોગમાં રડવું તેમનો સાચ્ચો પ્રેમ દર્શાવે છે. તેમાં મોહ અને વાસનાનો સર્વથા અભાવ છે. આવી રીતે એક મહાત્માજીના શિષ્ય જ્યા તેમને છોડી બીજા સ્થાન પર ચાલ્યા જાય છે, તો બધું જ ત્યાગ કરવા વાળા મહાત્મા પણ તેમની યાદમાં આંસુ વહેવડાવતા તે કહે છે- 'મને તેનાથી પ્રેમ છે.'

એક ત્યાગી મહાત્મા હિમાલયમાં રહીને તપસ્થારત રહેતા હતા. તેમણે પોતાના શરીરના વસ્ત્રો પણ પહેરવાના છોડી દીધા હતા. દરેક સમય પ્રભુનું ભજન કરવામાં તલ્લીન રહેતા હતા. કોઈની પાસે કશું માંગતા ન હતા. લૂખુ-સુકુ ખાઈ લેતા હતા. અને સદ્ વિચારો વહેચતા હતા.

એક દિવસ થોડા ઉચ્ચશિક્ષિત લોકો દર્શને આવ્યા. તેમણે કહ્યું- 'મહારાજ !' અમે ગૃહસ્થ છીએ. એવા કોઈ આત્માની ઉન્નતિનો કોઈ ઉપાય બતાવો. જેનાથી અમે ઘર પર રહીને પ્રભુચરણોમાં લીન રહીએ. તેમને પ્રાપ્ત કરી શકીએ.

સંત બોલ્યા : 'ભગવાનની ભક્તિ આત્માની સાધના છે. મોહ-માયાની જાળ તોડ્યા વગર આત્માની ઉન્નતિ ના દ્વાર નથી ખુલી શકતા. તેના માટે સંસારની મોહ-માયા છોડવી આવશ્યક છે.'

વાતો-વાતોમાં જાણવા મળ્યું કે સ્વામીજી બાળ બ્રહ્મચારી છે. અને તે નાનપણમાં જ સન્યાસી બની ગયા છે. અહીં લાંબા સમયથી છે.

સ્વામીજીને એ લોકોને પૂછ્યું- 'ગૌમુખ જવાની ઇચ્છા છે તો બતાવો. જો ત્યાં જાઓ, તો મારા પ્રિય શિષ્ય ને અવશ્ય મળજો. નાની ઉંમર હોવા છતાં તે વેદ, પુરાણ ઉપનિષદ વગેરેનો જ્ઞાની છે. મોટો વિદ્વાન છે.'

સ્વામીજીએ પોતાના શિષ્યની પ્રશંસા કર્યા પછી કહ્યું - 'તે પહેલાં અહીં રહેતો હતો. બહુ સેવા કરતો હતો. એક દિવસ અચાનક કહ્યા વગર અહીંથી ચાલ્યો ગયો. હવે તે ઘનઘોર નિર્જન જંગલમાં એકલો રહીને સાધના કરી રહ્યો છે. ઘણા સમયથી મેં તેના માટે જરૂરી વસ્તુ મોકલાવી. હવે હું અશક્ત બની ગયો છું. તેને મદદ નથી કરી શકતો. ના જાણે તે કેવી રીતે ગુજર-બસર કરતો હશે. કહેતા કહેતા આંખમાંથી આંસુ વહેવા લાગ્યા.'

એ લોકોમાંથી એકે કહ્યું : 'મહારાજ જી ! હમણા તો તમે અમને મોહ-માયા

ત્યાગવાનો ઉપદેશ આપી રહ્યા હતા. હવે તમે જ મોહમાં પડી બાળકોની જેમ રડી રહ્યા છો.'

સ્વામીજીએ પોતાના આંસૂ લૂછતા કહ્યું: 'મારા આ આંસુ પ્રેમના છે. મોહના નથી, પ્રેમના વ્યક્તિને મુક્ત કરે છે. જ્યારે મોહ બાંધે છે પરંતુ અત્યારે તમારી સમજમાં આ અંતર નહીં આવે.'

જ્યારે હનુમાનજી લંકા જઈને સીતાજીના સમાચાર લાવે છે અને શ્રીરામને તેમના સંબંધની બધી જ વાત બતાવે છે તો તે હનુમાનને ગળે વળગાડે છે. તેમની આંખોમાં આંસુ આવી જાય છે. સીતાજીના પ્રેમની આગમાં દાઝી રહેલા શ્રીરામ તેમની ખબર મળતા ખુશ થઈ જાય છે.

સીતાજીને પાછા મેળવવા માટે તે લંકાની પથ્થરે -પથ્થર ખૂંદી વળે છે. રાવણ સહિત બધા રાક્ષસોને મારે છે. વિભીષણ રાજા બનતા જ્યારે તેમની પ્રાણથી પ્યારી સીતાજી તેમની પાસે આવે છે. તો તે તેમની પવિત્રતા ને લગતા થોડા કઠોર વચન કહે છે અને ત્યાં ઉભા રહેલા લોકોની સામે તેમને અગ્નિ પરીક્ષા આપવાનું કહે છે. પોતાની પત્નીને પવિત્ર પ્રેમ કરવા વાળા વ્યક્તિ એકાએક આટલા કઠોર થઈ જાય છે. સીતાજી પણ આ કામમાં પોતાના પતિને સાથ આપે છે, કેમ કે તે ધર્મપત્ની છે.

સીતાજી, લક્ષ્મણજી ને પોતાના ભાઈ શ્રીરામને આ ધર્મના કાર્યમા સહાયક બની આગ તૈયાર કરવાનું કહે છે.

દેખિ રામ રુખ લછિમન ધાએ । પાવક પ્રગટિ કાઢ બહુત લાએ ॥

(લંકાકાંડ)

(રામનો કઠોર સ્વભાવ જોઈને લક્ષ્મણજી દોડી ગયા અને આગ સળગાવવા બહુ જ લાકડીઓ લાવ્યા)

અસીમ પ્રેમ કરતા શ્રીરામ સીતાની અગ્નિ પરીક્ષા લે છે. તે તેમની પવિત્રતાને લોકોના હિત માટે પરખવા માગતા હતા. આ રીતે એક જુલાચ શાહૂકારની બેઈમાનીને સિદ્ધ કરવા માટે મહેનતથી બનાવેલ પોતાના કામળા (કમ્બલ)માં આગ લગાવી દે છે. જેથી સીતાનું કંઈ જ ખરાબ નથી થતું. આ રીતે તેમના કામળા સુરક્ષિત રહે છે. વિચારને આંચ પણ નથી આવતી.

કોઈ શહેરમાં એક ઈમાનદાર, સાચ્ચો ભગવાનનો ભક્ત વણકર હતો, સૂતર કાંતવાવાળી સ્ત્રીઓ પાસેથી સૂતર ખરીદી ભક્તિભાવથી ગીત ગાતા તે વિસ્તારના સૌથી સારા કામ્બળા તૈયાર કરતો હતો. તેના જેવી સાચી વ્યક્તિનો વ્યાપાર પણ સાચો હતો.

એક શાહૂકાર હતો- બિલકુલ ઠગ ભગત ! બીજાની નજરમાં ધાર્મિક બનવા માટે માથે તિલક લગાવતો હતો. પરંતુ તેના મનમાં કપટ ભરેલું હતું. એક વાર જ્યારે

તેની પાસે વણકર કામ્બળો વેચવા ગયો તો તેણે બે કામ્બળા ખરીદ્યા. બે દિવસ પછી પૈસા લેવા આવવાનું કહ્યું. વણકર માની ગયો.

જ્યારે વણકર બે દિવસ પછી પહોંચ્યો તો શાહૂકાર બોલ્યો - 'મારી દુકાનમાં આગ લાગી ગઈ તેમાં તારા કામ્બળા બળી ગયા. હવે પૈસા કંઈ વાત પર આપું ?'

વણકર બોલ્યો : 'શેઠ, મારો ધંધો ચોખ્ખો છે. અને ચોખ્ખો ધંધો સચ્ચાઈ પર ટકે છે. તેમાં આગ લાગી ના શકે.'

તેણે પોતાના ખભા પર પડેલો એક કામ્બળો ઉતારી શાહૂકારને આપતા કહ્યું, 'લે આમાં આગ લગાડી બતાવ, તો જાણું'

શાહૂકારે બહાનું બતાવ્યું, 'ખરેખર કેરોસીનની કૂપી તેના ઉપર પડી જવાથી તેમાં આગ લાગી હતી.'

એ બંને વચ્ચે થઈ રહેલી વાર્તાલાપથી આકર્ષિત થઈ ઘણા લોકો જમા થઈ ગયા.

વણકર બોલ્યો : 'જો એવી વાત છે તો આ કામ્બળા પર પણ કેરોસીન નાખીને આગ લગાડ.'

કામ્બળાને કેરોસીનમાં પલાળી તેમાં આગ લગાડી દીધી. કેરોસીન બળી ગયું. પરંતુ કામ્બળો એટલો સારો કાતિયો હતો કે તેમાં આગની અસર થઈ નહીં.

વણકર બોલ્યો- 'શેઠ, મેં તને પહેલાં કહ્યું હતું. મારો ધંધો સચ્ચાઈ વાળો છે. સાચા ને આંચ નથી આવતી.' બેઈમાન શાહૂકાર બધાની સામે શરમાઈ ગયો. તેને વણકરની રકમ ચૂકવવી પડી.

અયોધ્યા પાછા વળતા સમય પુષ્પક વિમાન પર ચઢી તે પ્રસન્ન મનથી સીતાજીને તે-તે સ્થળો બતાવે છે. જ્યાં -જ્યાં તેમણે અદ્ભુત કાર્ય કર્યું હતું.

શૂર્પણખા રુપ બદલીને પંચવટીમાં આવે છે. તે શ્રીરામને વિવાહ કરવાનો પ્રસ્તાવ મૂકે છે. તો તે સીતાજી તરફ ઈશારો કરતા પોતે વિવાહિત છે તેની વાત કરે છે. તે તેમના એક પતિવ્રત હોવાનું પ્રમાણ છે. તે કોઈપણ પ્રકારે તેની સુંદરતાથી પ્રભાવિત નથી થતા. અને તેને લક્ષ્મણની પાસે મોકલી દે છે.

અંગ્રેજીમાં કહેલું છે-" If money is lost, nothing is lost. If health is lost, something is lost. If character is lost. everything is lost."

(જો ધન જતુ રહે છે તો કંઈ નથી જતું. સ્વાસ્થ્ય ખોઈએ છે તો કંઈક ખોઈએ છીએ. અને ચરિત્ર ખોવાઈ જવાથી બધું જ ખોવાઈ જાય છે.)

આજકાલ મનુષ્યમાં સચિત્ર જાળવું ભૂસાના ઢગલામાં સોય શોધવા બરાબર છે. તેમના ચરિત્રનું પતન એટલું બધું થઈ ગયું છે કે, તેમના માટે સ્ત્રી માત્ર ભોગવવાની વસ્તુ બનીને રહી ગઈ છે. સ્ત્રીઓ પર અત્યાચાર વધી ગયા છે. તે શારીરિક અને માનસિક રુપથી પીડિત કરે છે. પોતાના અને પરાયા-બંનેની કૃદ્રષ્ટિની શિકાર થાય છે.

આઓ, આપણે રામ પાસેથી સ્ત્રી જાતિનું સમ્માન કરતા શીખીએ. તેમની જેમ ચરિત્રનું નિર્માણ કરીએ.એક પત્ની વ્રત રહેવાનો સંકલ્પ લઈ અને 'ઘર' સિવાય બીજી જગ્યાએ તાક-ઝાંક ના કરીએ. જો આપણે તેવું કરવા લાગીશું તો વ્યક્તિની સાથે સમાજ સુધરશે નહિં. તેના માટે આપણી ઈન્દ્રિયો પર સંયમ રાખવો જરૂરી છે. સંત પ્રવર શ્રી રામચંદ્ર કેશવ ડોંગરેજી મહારાજે કહ્યું- જો પોતાની આંખ અને જીપ પર સંયમ રાખતા શીખી લે છે. તેમનું પતન નથી થતું.

રામે પોતાની આંખ અને જીભ પર સંયમ રાખ્યો હતો. આપણે પણ એવું કરી આપણું ચરિત્ર રાખ જેવું બનાવી શકીએ છીએ.

અધ્યાય -૫

મિત્રોના સાચા હિતેચ્છુ

રામ એક સાચ્ચા મિત્ર છે. તે પોતાના મિત્ર માટે પોતાનું અસ્તિત્વ પણ દાવ પર લગાવી દે છે. આપત્તિકાળમાં તેમની સહાયતા કરે છે. તેમના ગુણોના વખાણ કરે છે. અને અવગુણો તથા ભૂલોને પોતાના હૃદયમાં નથી રાખતા. તે નિષાદરાજ ગુણ વનરાજ સુગ્રીવ અને વિભીષણને પોતાના મિત્ર બનાવી મિત્ર-ધર્મને પૂરી ગંભીરતાથી નિભાવે છે.

નિષાદરાજ ગુહ વનમાં રામની સેવા કરે છે. તેમના દુઃખથી દુઃખી થાય છે. તેમને રહેવા-જમવાની વ્યવસ્થા કરે છે. તે તેમની સેવાથી ખુશ થઈ તે તેમને મિત્રનો દરજ્જો આપે છે. તેમને ભરતની જેમ પોતાના ભાઈ બતાવે છે. તેમની વિનંતીથી તેમને વનમાં યમુના તટ પર પોતાની સાથે લઈ જાય છે. ભરત જ્યારે રામને મળવા ચિત્રકૂટ જાય છે. તો નિષાદ રાજ પણ રસ્તો બતાવવા અને રામને મળવા તેમની સાથે જાય છે. ચિત્રકૂટમાં રામ તેમને ગળે વળગાડી મળે છે. અને તેમની ખબર-અંતર પૂછે છે. ભરતની સાથે આવેલા બધા લોકો તેમના ભાગ્યની વાત કરતા કહે છે,

કહહિં લેહેઉ એહિં જીવન લાહૂ । ભેટેક રામજાટૂ ભરિ બાહૂ ।

(અયોધ્યા કાંડ)

(બધા કહે છે કે જીવનનો લાભ તો તેને મળ્યો છે. જેને કલ્યાણ સ્વરૂપ રામચન્દ્રજીએ બાથમાં લઈ ગળે લગાવ્યો)

અયોધ્યાથી પાછા ફરતી વખતે રામ શ્રૃંગવેરપુરમાં બીજી વાર આવે છે, નિષાદરાજ ગુટને ગળે વળગે છે. અને તેમને પોતાની સાથે પુષ્પક વિમાનમાં ચઢાવી વિમાનમાં લઈ જાય છે. અયોધ્યામાં બધા મિત્રોને રહેતા છ મહિના પસાર થઈ જાય છે. તે સૌથી પહેલા સુગ્રીવને વિદાય આપે છે. અને બધાયના પછી નિષાદ રાજા ગુહને વસ્ત્ર, આભૂષણ આપી વિદાય આપે છે. અને કહે છે - 'મિત્ર, અયોધ્યા આતે જાતે રહેના'

આ રીતે તે ગુહને પોતાના મિત્ર માની પોતાનો પ્યાર અને માન આપે છે. હનુમાન, બાલી દ્વારા સતામણી કરેલ રાજપચ્યુત સુગ્રીવ અને પોતાનું રાજ્ય અને પત્નીને ખોઈ વન-વન ભટકી રહેલ રામની અગ્નિની સાક્ષી દઈ પ્રતિજ્ઞાપૂર્વક મિત્રતા કરવા દે છે. હનુમાન બંને આ વિષે પૂરો ઈતિહાસ એક બીજાને બતાવે છે. રામ સહજ ભાવથી તેની સાથે મિત્રતા કરે છે. અને સુગ્રીવ પણ એમ જ કરે છે.

રામ 'રામચરિત માનસ'માં વર્ણન કરેલ એક અર્ધાલી - ધીરજ, ધરમુ, મિત્ર અરુ નારી । આપત્તિકાલ પરખિસેહુ -ચારી ॥
(ધૈર્ય, ધર્મ, મિત્ર અને નારી-ચારેયને સંકટ સમયમાં પારખવા જોઈએ) પણ પૂરેપૂરા ખરા ઉતરે છે.

તે સુગ્રીવના મોટાભાઈ બાલીનો વધ કરી, સુગ્રીવને તેનું ગુમાવેલું રાજ્ય પાછું અપાવે છે. અને આ રીતે પોતાનો મિત્ર ધર્મ નિભાવે છે.

રામની દ્રષ્ટિમાં મિત્ર ધર્મ

શ્રી રામ બાલિને સાચ્ચા મિત્રના લક્ષણ બતાવતા તેને મિત્રધર્મનો ઉપદેશ દે છે.-

જે ન મિત્ર દુખ હોહિ દુખારી । તિન્હહિ બિલોકત પાતક ભારી ।
નિજ દુખ ગિરિ સમ રજ કર જાના । મિત્રક દુખ રજ મેરુ સમાના ॥

(જે લોકો મિત્રના દુઃખથી દુઃખી નથી થતા. તેમને દેખવાથી મોટું પાપ થાય છે. આપણા પર્વતની જેમ દુઃખને ધૂલ ન સમાન અને મિત્ર ને ધૂળના સમાન દુઃખ ને સુમેરુ એટલે મોટો પર્વત ના સમાન જાણે)

જિન્હ કે અસિ મતિ સહજ ન આઈ । તે સઠ કત હઠિ કરત મિતાઈ ॥
કુપથ નિવારિ સુપંથ ચલાવા । ગુન પ્રગટૈ અવગુનન્હિ દુરાવા ॥

(જેને સ્વભાવથી જ એવી બુદ્ધિ પ્રાપ્ત નથી, તે મૂર્ખ હઠ કરી કેમ કોઈની સાથે મિત્રતા કરે છે. મિત્રનો ધર્મ છે કે તે મિત્રને ખરાબ માર્ગેથી રોકી સારા માર્ગ પર ચલાવે. તેમના ગુણ ગાય અને અવગુણોને છુપાવે.)

દેત લેત જાન સંક ન ધરઈ । બલ અનુમાન સદા હિત કરઈ ॥
બિપતિ કાલ કર સતગુણ નેહા ॥ શ્રુતિ કહ સંત મિત્ર ગુન એહા ॥

(આપવા-લેવામાં મનમાં શંકા ન રાખો. આપણી શક્તિ પ્રમાણે હંમેશા હિત જ કરવું જોઈએ. વિપત્તિના સમયે તો હંમેશા સૌ ગુણા પ્રેમ કરો. વેદ કહે છે કે સંત અર્થાત શ્રેષ્ઠ મિત્ર ના ગુણ અર્થાત લક્ષણ એ છે)

આગે કહ મૃદુ બચન બનાઈ । પાછેં અનહિત મન કુટિ લાઈ ॥
જાકર ચિત અહિ ગતિ સમભાઈ । અસ કુમિત્ર પરિહરેહિં ભલાઈ ॥

(જે સામે બનાવી-બનાવીને કોમળ વચન કહે છે અને પીઠ પાછળ બુરાઈ કરે છે તથા

મનમાં કપટ રાખે છે- હે ભાઈ ! આ રીતે જેનું મન સાંપની જેમ ટેઢુ છે એવા કુમિત્રને છોડવામાં જ ભલાઈ છે.)

સેવક સઠ નૃપ કૃપન કુનારી । કપટી મિત્ર સૂલ સમ ચારી ॥

(બધી ચોપાઈઓ અયોધ્યા કાંડથી)

(મૂર્ખ સેવક, કંજૂસ રાજા, ખરાબ સ્ત્રી અને કપટી મિત્ર-એ ચારેય શૂળ જેવા છે એટલે શૂળની જેમ પીડા આપવાવાળા છે.)

અંતમાં સાચ્ચા મિત્ર અને હિતેચ્છુની જેમ તે પોતાના મિત્ર સુગ્રીવને કહે છે :-

સખા સોચ ત્યાગહુ બલ મોરે । સબ બિધિ ઘટબ કાજ મૈં તોરેં ॥

(હે મિત્ર ! મારા બળ પર હવે તુ ચિન્તા છોડી દે. હું બધી જ રીતે તને કામ આવીશ એટલે હું બધી રીતે તારી સહાયતા કરીશ)

મિત્ર ધર્મ ની શીખ આપી તે સુગ્રીવની સાથે બાલીને મારવા તરત ચાલવા લાગે છે. સુગ્રીવ તો રાજ્ય અને સ્ત્રી મેળવી મિત્ર ધર્મ ભૂલી જાય છે. પરંતુ રામ પોતાનો મિત્ર ધર્મ અંત સુધી નિભાવે છે. જે રીતે શ્રી રામે પોતાના મિત્રોની દરેક રીતે રક્ષા કરી. તે રીતે અમર શહીદ ચન્દ્રશેખર આઝાદ ને સહાયના ઝાંસીના તેમના એક મિત્રને કરી હતી. અંગ્રેજી સરકારના એક પોલીસ અધિકારી તેમને ગિરફતાર કરવા આવ્યા હતા. પરંતુ તમના મિત્રની સૂઝ-બૂઝથી તે સુરક્ષિત બહાર નિકળી ગયા.

પ્રસિદ્ધ ક્રાન્તિ કરી ચંદ્રશેખર આઝાદ પોતાના અજ્ઞાતવાસમાં મધ્યભારત પ્રાંતમાં ઓચ્છા રાજ્યમાં સાતાર નદીના કિનારે એક સાધારણ ઝૂંપડી બનાવી બ્રહ્મચારીના વેશમાં રહેતા હતા. પાસમાં ઝાંસી હતી. જ્યાં તેમનો જીગરજાન મિત્ર રહેતો હતો. પોતાના મિત્રને મળવા તે ઘણીવાર ઝાંસી જતા હતા. તે સમયે તેના પર અંગ્રેજી સરકારને મોટું ઈનામની ઘોષણા કરી હતી પરંતુ તે મિત્ર અને પોતાના નિર્ભયતાને કારણે પકડી શકાતા નહતા.

એક દિવસ તે ઝાંસી ગયા. કોઈપણ રીતે આ વાતની ખબર ત્યાંના એક ઈન્સ્પેક્ટરને મળી ગઈ. ચંદ્રશેખર આઝાદ ઘરની અંદર હતા. અને તેમના મિત્ર બહાર બેઠકમાં બેઠા હતા. પોતાના ઘરમાં અચાનક પોલીસ ને ઈન્સ્પેક્ટરને જોઈ તે હેબતાઈ ગયા. તે સમજી ગયા કે તેને ક્યાંકથી આઝાદને અહીં આવવાની ખબર મળી ચૂકી હતી. તેમણે સામાન્ય થઈ દારોગાને પોતાના ઘરમાં સ્વાગત કર્યું. દારોગા પંજા લડાવવાનો શોખીન હતો. તેમની આ કમજોરીનો ફાયદો ઉઠાવી તે તેમને તરત બોલ્યા - 'આવો આવો દારોગાજી, હું ના જાણે ક્યારનોય તમને મળવા બેચેન હતો. તમે કહો તો પંજાની એક એક બાજી થઈ જાય' પંજા લડાવવાની આગળ એ વાત ભૂલી ગયા કે તે એક બહુ જ જરૂરી કામથી અહીં આવ્યા હતા.

બંને પંજા લડાવવામાં તલ્લીન હતા અને આઝાદને મિત્રને ઘરવાળાઓએ પાછલા દરવાજાથી બહાર મોકલી દીધા. આઝાદને રવાના કરવાનો સંકેત મિત્રને મળી ગયો હતો. ત્યારે તે બોલ્યા : હોં, તો ઈન્સ્પેક્ટર જી ! આ ગરીબના ઘરમાં કેમ આવવું પડ્યું ?

દારોગાએ ઘરની તલાશી લેવાની વાત કરી. મિત્રએ તેમને પૂરું ઘર બતાવી દીધું, પણ આઝાદ તો આઝાદ પંખીની જેમ ફૂર્ર થઈ ગયા હતા.

તે સુગ્રીવને પોતાની સાથે પુષ્પક વિમાનમાં અયોધ્યા લઈ જાય છે અને પછી સમ્માનથી તેમને વિદાય કરે છે.

આ રીતે વિભીષણ ને પોતાની શરણમાં લઈ તેમના પર ઉપકાર કરે છે. જો કે વિભીષણ પોતાને તેમના દાસ બતાવે છે. પરંતુ રામે અનેક જગ્યાએ તેમને 'મિત્ર' કહ્યા છે. રામ તેમને પોતાની મિત્રતા નિભાવે છે અને મિત્રતા સમયની કસોટી પર ખરી ઉતરે છે. તેમના સમુદ્રના પાણથી રાજતિલક કરતા પહેલા તે તેમને 'લંકેશ' કહીને બોલાવે છે. તેમની મિત્રતા નિભાવતા લંકાના રાજા બનાવવાનું વચન આપે છે. મિત્ર-ધર્મની ઉંચાઈ જુઓ. જ્યારે વિભીષણ પર પોતાની 'શક્તિ' ચલાવે છે. તો રામ પોતાના મિત્ર વિભીષણની પ્રાણ-રક્ષા કરવા પોતાના પ્રાણ જોખમમાં નાખી તે શક્તિ પોતાની છાતી પર સહન કરી લે છે. તેમણે એમ કહીને પોતાના મિત્ર-ધર્મનો આદર્શ સ્થાપિત કરે છે. રાવણને માર્યા પછી તે લંકામાં પોતાના ભાઈ લક્ષ્મણ અને મંત્રીઓથી તેમનું રાજતિલક કરાવડાવે છે. લંકાપતિ રાવણને મારી નાખી જો કે લંકા તો જીતી લે છે. પરંતુ તે પોતાના મિત્ર વિભીષણને રાજ્ય સોંપી દે છે.

અયોધ્યા પાછા ફરતા તે વિભીષણને પણ પોતાની સાથે અયોધ્યા લઈ આવે છે. અને તેમનું ખૂબ સન્માન કરી તેમને વિદાય કરે છે.

તેમના નાનપણના મિત્ર તેમના રાજ્યાભિષેકની વાત સાંભળી તેમને મળવા આવે છે. તે પાંચ-દસના ઝુંડમાં હોય છે, તો રામ ખૂબ આદર સાથે મીઠી વાણીથી તેમના કુશલમગળ પૂછે છે.

પ્રભુ આદરહિ પ્રેમ પહિચાની । પૂંછહિ કુસલ ખેમ મૃદુ બાની ॥

(બાલકાન્ડ)

આ રીતે નાનપણથી મિત્રોને તરજીહ આપતા હતા. અને તેમના એક સાચા મિત્ર હોવાને નાતે પૂરો આદર કરે છે.

સાચો મિત્ર મળવો બહુ મુશ્કેલ છે. થાય છે એમ કે લોકો પોતાના સ્વાર્થને સાધવા સીધા કરવા માટે બીજાની સાથે મિત્રતા કરે છે. મતલબ પતી જાય છે પછી તેમના માટે મિત્રતાની માન્યતા બદલાઈ જાય છે. સાચ્ચી મિત્રતાનો દાવો કરવાવાળા પોતાના મિત્ર પર વિપત્તી આવી હોય તો તેની ઉપેક્ષા, તિરસ્કાર અને પીઠ પાછળ ખરું ખોટું કરે છે. એવા લોકો સમય આવે પોતાના મિત્રનું અપમાન કરવાનું પણ નથી ચૂકતા. સાચો મિત્ર તે છે. જો સંકટ સમયે તમારી સંભવિત સહાયતા કરે.

રામે પોતાના જીવન-કાળમાં સાચ્ચા મિત્ર-ધર્મ નિભાવ્યો. તેમણે પદ-પ્રતિષ્ઠાને મહત્વ નહીં આપી વ્યક્તિને મહત્વ આપ્યું અને સંકટસમયે તેમને ખભાથી ખભા મિલાવી સાથ આપ્યો. તે સાચ્ચા અર્થમાં તે મિત્ર હતા.

આપણે તેમની પાસેથી પ્રેરણા લઈ મિત્ર-ધર્મ નિભાવવું જોઈએ અને આપણા મિત્રની દરેક સંભવ સહાયતા કરવા માટે હંમેશા તત્પર રહેવું જોઈએ.

અધ્યાય-૬

બધાને યથાયોગ્ય માન દેવા વાળા

શ્રીરામ બધાને યથાયોગ્ય માન આપે છે. તેમના જીવનમાં એક પણ પ્રસંગ એવો નહિ હોય, જેમાં તેમણે કોઈનું અપમાન કર્યું હોય. માતા-પિતા ગુરુ પરિવારીજન, સંબંધી-નાતવાળા, મિત્ર, મંત્રી દૂત, શત્રુ, સેવક, સામાન્ય જનતા, તે બધાનું સમ્માન કરે છે. તેમના વિષયમાં 'બાલકાણ્ડ'માં લખ્યું છે.

સુનિ સનમાનહિ સબહિસુબાની । ભનિતિ ભગતિ નતિ ગતિ પહિચાની ।
યહ પ્રાકૃત મહિપાલ સુભાઉ । જાન સિરોમનિ કોસલરાઉ ॥

(બધાનું સાંભળી અને તેમની વાણી, ભક્તિ, વિનય અને ચાલને સમજી મીઠી વાણીથી બધાનું જરૂરી સમ્માન કરે છે. આ સ્વભાવ તો સંન્યાસી રાજાઓના છે. (યથાયોગ્ય) કોસલનાથ શ્રીરામચંદ્રજી તો ચતુર શિરોમણી છે.

તે આ રીતે પોતાના આચરણથી બધાનું દીલ જીતી લે છે. અજાણી વ્યક્તિ પણ આ ગુણને કારણ તેમને સહજ ભાવથી પ્રેમ કરવા લાગે છે. કોઈની સાથે વાત કરતા સમયે તેમના ચહેરા પર હંમેશા હસી તર્સા કરે છે.

શ્રી રામ શિવજીનું ધનુષને તોડી દે છે. સીતાજી સાથે તેમના વિવાહ થઈ જાય છે. પરંતુ વિવાહની બધી પારંપરીક રીવાજ થવો જરૂરી છે. રાજા જનક, રાજા દશરથની પાસે પોતાના દૂતના દ્વારા ચિઠ્ઠી મોકલે છે. દશરથજી જનકપુર જાન લઈને આવે છે. રામ ને દશરથજી ને જનકપુર આવવાની ખબર પડે છે. તો તે ગુરુ વિશ્વામિત્રની આજ્ઞા લઈ તેમને મળવા જાનીવાસે જાય છે.

તે લક્ષ્મણ સહિત પોતાના પિતાને દંડવત પ્રણામ કરે છે. ત્યાર પછી ગુરુ વશિષ્ટના ચરણોમાં માથું નમાવે છે. બ્રાહ્મણોને પ્રણામ કરે છે. જ્યારે ભરતજી તેમને પ્રણામ કરે છે. તો તેમને ઉભા કરી પોતાની છાતીએ લગાવે છે. બધાને માન દેવાનું વર્ણન આગળ આ રીતે કર્યું છે -

પુરજન પરિજન જાતિજન જાચક મંત્રી મીત ।

મિલે જથાવિધિ સબહિ પ્રભુ પરમ કૃપાલ બિનીત ॥

(બાલકાંડ)

(અયોધ્યાવાસિયો, કુટુંબના લોકો, જાતિના લોકો, માંગવાવાળા મંત્રી અને મિત્રો-બધાને પરમકૃપાળુ અને વિનીત શ્રીરામચંદ્રજી યથાયોગ્ય મળ્યા)

જે રીતે શ્રીરામ બધા પરિચિતો -અપરિચિતોને યથાયોગ્ય અભિવાદન અને સમ્માન કરે છે એ રીતે ભગવાન શ્રીકૃષ્ણના જીવનકાળના એવા અનેક પ્રસંગ છે. જ્યારે તેમણે બધાને યથાયોગ્ય માન આપ્યું. અહીં કૌરવોની રાજસભામાં પાંડવોની બાજુથી શાંતિ -પ્રસ્તાવ લઈને જવા પર તેમના માનદા વ્યક્તિત્વની ઝલક બતાવી છે.

ભગવાન શ્રીકૃષ્ણ પાંડવોના દૂતના રુપમાં શાંત-પ્રસ્તાવ લઈ હસ્તિનાપુર ગયા. તેમના આગમનની સૂચના મહારાજ ધૃતરાષ્ટ્ર ને પહેલા મળી ગઈ હતી. ધૃતરાષ્ટ્ર દ્વારા શ્રીકૃષ્ણના આવવાના માર્ગ પર બધી જ સુખ-સુવિધાઓ કરાવડાવી દીધી.

શ્રીકૃષ્ણ હસ્તિનાપુર પહોંચ્યા, તો તેમનું ભવ્ય સ્વાગત કરવામાં આવ્યું. તેમનું સ્વાગત ભીષ્મ, દ્રોણાચાર્ય કૃપાચાર્ય વગેરેએ કર્યું.

શ્રીકૃષ્ણ પહેલા મહેલમાં જઈ મહારાજ ધૃતરાષ્ટ્ર ને મળ્યા. ધૃતરાષ્ટ્રને તેમણે સ્નેહથી આલિંગનમાં બાંધી દીધા.

ત્યાંથી શ્રીકૃષ્ણ સીધા વિદુરના ઘરે પહોંચ્યા. જ્યાં પાંડવોની માતા કુન્તી રહેતી હતી.કુન્તી શ્રીકૃષ્ણને પોતાની પાસે જોઈ બહુજ ખુશ થઈ. શ્રીકૃષ્ણને કુન્તી ને તેમના પુત્રો અને બહુના કુશળ સમાચાર આપ્યા.

તેના પછી તે દુર્યોધનને મળ્યા. તેણે તેમને ભોજન માટે આમંત્રણ આપ્યું. પરંતુ તેમણે ભોજનનો અસ્વીકાર કર્યો. દુર્યોધન તેમના આ રુખથી બહુજ પરેશાન થઈ ગયો. તેમણે તેની સાથે ભોજન લેવાનો એટલા માટે ઈન્કાર કરી દીધો હતો, કારણ કે તેમનામાં પરસ્પર પ્રેમ હતો નહીં. અને બીજુ કારણ હતુ. શ્રીકૃષ્ણ ભૂખ્યા અને દરિદ્ર ન હતા તે બે કારણોથી કોઈ મનુષ્ય બીજા સાથે ભોજન કરવા માટે તૈયાર થાય. શ્રીકૃષ્ણએ વિદુરના ત્યાં જઈ ભોજન કર્યું.

બીજા દિવસે સભાનું આયોજન કરવામાં આવ્યું. સમ્માનિત ઋષિ-મુનિયો આ સિવાય ભિષ્મ, દ્રોણાચાર્ય, કૃપાચાર્ય જેવા વયોવૃદ્ધ પણ બેઠા હતા.

ભગવાન શ્રીકૃષ્ણે બધા વડીલો અને ઋષિ-મુનિયોને ઉભા થઈ હાથ જોડી અભિવાદન કર્યું. સમાન લોકોની સાથે હાથ પણ મિલાવ્યો. અને સામાન્ય લોકોને બંને હાથ હવામાં ઉઠાવી હસીને તેમને કુશળ મંગળ પૂછ્યા. તેના પછી તેમણે એક શાંતિ દૂતની હેસિયતમાં રાજસભામાં પોતાને શાંતિ પ્રસ્તાવ મૂક્યો.

જ્યારે ભરતજી પોતાની માતાઓ, ગુરુજન ભાઈ અને પ્રજાની સાથે શ્રીરામ ને વનમાં પાછા લાવવા માટે ચિત્રકૂટ જાય છે તો ત્યાં શ્રીરામ ને અયોધ્યા પાછા આવવાના વિષે ગહન મંત્રણા થાય છે. અંતમાં નિર્ણય થાય છે કે ભરતજી શ્રીરામની ચરણ-

પાદુકાઓ ને રાજસિંહાસન પર રાખી અયોધ્યાનું રાજકાજ સંભાળશે. આ અવસર પર રાજા જનકની પત્ની સુનયના પણ હાજર હોય છે.

જ્યારે બધા લોકો પાછા જાય છે, તો સૌથી પહેલા શ્રીરામ પોતાના સસરા જનકજીને માથુ નમાવી તેમની પ્રશંસા કરી વિદાય કરે છે. તેના પછી તે મુનિ, બ્રાહ્મણ અને સાધુઓ ને ભગવાનના સમાન માની સન્માન સાથે વિદાય કરે છે. તે પોતાના સાસુ સુનયનાજીના ચરણોમાં વંદના કરી તેમના આશીર્વાદ મેળવે છે, પછી વિશ્વામિત્ર, વામદેવ, જાબાલિ અને શુભ આચરણવાળા કુટુંબી, નગરવાસી તથા મંત્રી બધાનો યથાયોગ્ય આદર તેમ જ પ્રણામ કરીને વિદાય કરે છે. શ્રીરામ, લક્ષ્મણજી સહિત નાના વચ્ચેના અને મોટા બધા વર્ગના સ્ત્રી-પુરુષો ને સન્માન કરી તેમને વનમાંથી પાછા મોકલે છે. તેના પછી માતાઓમાં સૌથી પહેલા માતા કૈકેયીના ચરણોની વંદના કરી તેમને પાલખીમાં બેસાડીને વિદાય કરે છે.

ભરત માતુ પદ બંદિ પ્રભુ સુચિ સનેહેં મિલિ ભેંટિ ।
બિદા કીન્હ સજિ પાલકી સકુચ સોચ સબ મેંટિ ॥

(અયોધ્યા કાંડ)

ત્યાર પછી, તે પોતાની બીજી માતાઓ જેમ કે;કૌશલ્યા તેમ જ સુમિત્રાને પ્રેમથી વારંવાર મળીને વિદાય કરે છે.

આ રીતે આપણે જીવનમાં કઈ વ્યક્તિને કયા ક્રમમાં અને કયા પ્રકારે સન્માન આપવું જોઈએ, તેના સાચા દર્શન શ્રીરામ-ચરિત્રમાંથી પ્રાપ્ત થાય છે.

'ઉત્તરાકાંડ'માં એક અન્ય ઉદાહરણ પણ ઉલ્લેખનીય છે. જ્યારે શ્રીરામ અયોધ્યા પાછા ફરે છે તો પુષ્પક વિમાનમાંથી ઉતરતા જ ગુરુ ચરણોમાં દોડીને પ્રણામ કરવા જમીન સરસા સૂઈ જાય છે. જ્યારે ગુરુ વસિષ્ઠ તેમને ક્ષેમકુશળ પૂછે છે, તો શ્રીરામ કહે છે, : 'તમારી દયામાં જ અમારી કુશળતા છે, પછી બધા બ્રાહ્મણોને મળી તેમના ચરણોમાં માથુ નમાવે છે. ભરતજીને હૃદયથી લગાવી લે છે. તે સમય તેમની આંખોમાંથી આંસુઓની ધારા વહેવા લાગે છે. ત્યાર પછી તે શત્રુઘ્નને ગળે લગાવે છે. અત્યંત પ્રેમથી માતાઓને મળે છે.પોતાની સાથે આવેલાં વિભિષણ, સુગ્રીવ, જામ્બવાન, અંગદ, નલ-નીલ, નિષાદરાજ ગુહ, હનુમાનજી વગેરે મિત્રોનો પરિચય ગુરુ વસિષ્ઠજીને કરાવતા તે બધાને વસિષ્ઠજીના ચરણ સ્પર્શ કરવાનું કહે છે.'

ત્યાર પછી તેમણે વિચાર્યું કે, માતા કૈકેયી અતીતમાં પોતે કરેલાં કૃત્યના પ્રત્યે બહુ લજ્જિત છે. એટલા માટે તે સૌથી પહેલા તેમના મહેલમાં જાય છે. તેમને અલગ-અલગ રીતે સાંત્વના આપે છે અને પછી પોતાના મહેલમાં પ્રસ્થાન કરે છે.

રામના રાજ્યાભિષેક પછી તેમને શૌનક વગેરે મુનિ મળવા આવે છે ત્યારે તે દંડવત પ્રણામ કરે છે.

દેખ રામ મુનિ આવત હરષિ દંડવત કીન્હા ।

સ્વાગત પૅંછિ પીત પટ પ્રભુ બૈઠન કહઁ દીન્હ ॥

(ઉત્તરકાંડ)

(શૌનક આદિ મુનિયોને આવતા જોઇ શ્રીરામચંદ્રે ખુશીથી દંડવત પ્રણામ કર્યા અને તેમના ક્ષેમકુશળ પૂછ્યા. તેમને બેસવા માટે પોતાનું પિતાંબર પાથરી દીધું.)

મુનિયોને બેસવા માટે એક રાજા દ્વારા પોતાનુ પિતાંબર પાથરી દેવું સમ્માન આપવામાં આવતી સૌથી ઉંચી બાબત છે.

તે બહુ જ વ્યવહાર કુશળ છે. સંત ડોંગરેજી મહારાજે પોતાની રામ કથામાં એક વાર કહ્યું હતું કે, વ્યવહારમાં ચૂક થાય તો ભગવાન તો માફ કરે છે, પરંતુ મનુષ્ય ક્યારે તેને માફ નથી કરતા. રામના રાજ્યાભિષેકની વાત સાંભળી કૌશલ્યાએ બધાને ઉપહાર આપ્યા. પરંતુ તે સમય તે કૈકેયીની દાસી મંથરાને ભૂલથી ઉપહાર આપવાનું ભૂલી ગઇ. વ્યવહારમાં ચૂક થવાથી તેણે પોતાનું અપમાન સમજી અને કૈકેયીની બુદ્ધિ ફેરવી રંગમાં ભંગ પાડ્યો.

શ્રીરામ બહુ જ વ્યવહાર કુશળ છે. જ્યારે સુગ્રીવની સેનાના વાનર રીંછ સીતાની શોધખોળમાં જઈ રહ્યા છે ત્યારે વાનરસેનામાં એક પણ વાંદરા એવા હતા નહીં કે, જેનાથી રામને મુલાકાત કરીને તેમના કુશળ મંગલ ના પૂછ્યા હોય.

અસ કપિ એક ન સેના માહી । રામ કુસલ જેહિ પૂંછી નાહી ॥

(સુંદરકાંડ)

જ્યારે બધા વાનર સીતાનો પત્તો મેળવવાના કામથી પાછા આવી જાય છે ત્યારે પણ રામ બધા વાનરોને પ્રેમથી ભેટે છે.

પ્રીતિ સહિત ભેંટે રઘુપતિ કરુનાપુંજા ॥

(સુંદરકાંડ)

જ્યારે વિભિષણ તેમની પાસે આવી રક્ષા કરો, રક્ષા કરો કહે છે તો તેમને દંડવત પ્રણામ કરતા જોઇને રામ તરત પ્રસન્ન થાય છે અને તેમનું સ્વાગત કરે છે.

અસ કહિ કરત દંડવત દેખા । તુરત ઉઠે પ્રભુ હરષ વિશેષ ॥

.....ભુજ બિસાલ ગહિ હૃદય લગાવા ॥

અનુજ સહિત મિલિ ઢિંગ બૈઠારી ।......॥

(સુંદરકાંડ)

(એમ કહીને જ્યારે તેમણે વિભિષણને દંડવત કરતા જોઇ તેઓ વિશેષ હર્ષની સાથે તરત ઉભા થાય છે... પોતાની વિશાળ બાજુઓમાં જકડીને તેમને ગળે લગાવ્યા. લક્ષ્મણ સહિત તેમને મળી પોતાની પાસે બેસાડ્યા.)

આ રીતે તે બધાને યથાયોગ્ય માન આપે છે.

અયોધ્યા રાજયના મંત્રી સુમન્ત્રને રામ બહુ જ આદર આપે છે. તે તેમને પિતાતુલ્ય માને છે અને તેમની સામે કંઈ પણ કહેતા સંકોચ અનુભવે છે. રામના

રાજ્યાભિષેકની ઘોષણા થયા પછી કૈકેયી દ્વારા બતાવ્યા પ્રમાણે ત્રિયા-ચરિત્રની સૂચના લઈ સુમન્ત્ર રામના બોલાવાથી તેમના મહેલમાં જાય છે ત્યારે રામ તેમનો બહુ આદર સત્કાર કરે છે.

રામ સુમંત્રહિ આવત દેખા । આદર કીન્હ પિતા સમલેખા ॥

(અયોધ્યાકાંડ)

(શ્રી રામચંદ્રએ સુમંત્રને આવતા જોયા ત્યારે તેમને પિતાસમાન સમજી તેમનો આદર કર્યો)

સુમંત્ર વનમાં રામ સાથે જાય છે. શ્રૃંગવેરપુરના પછી રામ જ્યારે ધતૂરાના દૂધથી પોતાની જટાઓ બનાવવા માગે છે, તો સુમન્ત્ર તેમને રાજા દશરથે કહેલા વચન સંભળાવે છે,: ' રામ, લક્ષ્મણ અને સીતાને વન બતાવી અને ગંગા સ્નાન કરાવી પાછા લઈને આવ્યા. ત્યારે રામ તેમને પોતાના દ્રઢ નિશ્ચયની જાણ કરાવે છે અને તેમને હાથ જોડી વિનંતી કરે છે.'

તુમ્હ પુનિ પિતુ સમ અતિ હિત મોરે । બિનતી કરઉં તાત કર જોરે ॥
સબ વિધિ સોઈ કરતલ્ય તુમ્હારે । દુખ ન પાવ પિતુ સોચ હમારે ॥

(અયોધ્યાકાંડ)

(તમે પણ પિતાના સમાન જ મારા હિતેચ્છુ છો. હે તાત ! હું હાથ જોડી તમને વિનંતી કરું છું કે, તમારું પણ બધી રીતે એ કર્તવ્ય છે, જેમાં પિતાજી અમારા લોકોના વિચારમાં દુઃખ ના પામે.

તુમ્હ સન તાત બહુત કા કહઉં । દિએ ઉતરુ ફિરિ પાતક લહઉં ॥

(હે તાત ! હૂં તમને આનાથી વધારે શું કહું. પાછા વળી જવાબ આપવામાં પણ પાપનો ભાગીદાર થવું છું.)

આજે 'હાય' અને 'બાય'ની ઈન્ટરનેટ સંસ્કૃતિએ આપણું આપણાથી જીવન મૂલ્ય છીનવી લીધું છે. બધા સગા-સંબંધી 'અંકલ' અને 'આન્ટી' સુંધી સમાઈને રહી ગયું છે. કોઈની સામે મસ્તક નમાવીને કે પછી તેમના ચરણ-સ્પર્શ કરવામાં આપણને શરમ અને પોતાની હેઠી મહેસૂસ થાય છે. પછી કોઈને દંડવત કરવું તો બિલકુલ નામુમકિન છે. આપણે મોટા વયોવૃદ્ધને 'આઉટડેટેડ' માનીએ છીએ. એવું કરવામાં આપણો અહંકાર આડે આવે છે. હોં આપણા સ્વાર્થ માટે આપણે કોઈપણની સામે આપણું ઈમાન ગિરવે મૂકી શકીએ છીએ.

આપણે બધાને યથાયોગ્ય માન આપવું જોઈએ. આ બધી વાતો આપણે રામ પાસેથી શીખી શકીએ છે. સમ્માન ને યોગ્ય વ્યક્તિ તથા વયોવૃદ્ધ આપણા સામે આવતા પોતાને અપમાનિત મહેસૂસ ના કરો. તિરસ્કૃત ના રહો તેનો ખ્યાલ આપણે રાખવો પડશે. આખરે એક દિવસ આપણે પણ તેમના આ પડાવ પર આવવાનું છે. જો આપણે રામથી થોડી બહુ પ્રેરણા લઈ શકીએ. તો આપણે ભૂલી રહેલા જીવન મૂલ્યોને બીજીવાર પામી શકીએ.

અયોધ્યા -૭

શરણાર્થીના રક્ષક

શ્રીરામનું ચરિત્ર એટલું ઉતમ છે કે તે પોતાની શરણમાં આવેલાનો ત્યાગ કોઈપણ સંજોગોમાં નથી કરતાં, ભલે પછી તેણે કોઈ મોટો અપરાધ કેમ ના કર્યો હોય ! શરણાગતની રક્ષા કરવા વાળાને ભલે તેમના પ્રાણોની બાજી કેમ ના લગાવી પડે, પરંતુ તે તેને પોતાનાથી અલગ નથી કરતા.

'માનસ'નાં 'અરણ્યકાંડ'માં એક પ્રસંગ આવે છે. તેના અનુસાર ઈન્દ્રપુત્ર જયન્ત (કાગડો) શ્રીરામના બળની પરીક્ષા કરવા સીતાજીના પગ પર ચાંચ મારી ભાગ જાય છે. સીતાજીના પગમાંથી લોહી નીકળે છે. તે સમયે શ્રીરામ પોતાના હાથથી બનાવેલા પુષ્પોના આભૂષણ સીતાજીને પહેરાવી રહ્યા હતા. શ્રીરામને બહુ ગુસ્સો આવે છે. તે પોતાના ધનુષ પર બાણ ચઢાવી જયન્તને નિશાન બનાવી તેની તરફ છોડે છે. પોતાની રક્ષા માટે તે બધાની પાસે જાય છે. પરંતુ તેને ક્યાંય શરણુ મળતુ નથી. તેના પિતા પણ તેની અવગણના કરે છે. અંતમાં, નારદજીની સલાહ માની તે શ્રીરામની શરણમાં આવી તે તેમની પાસે પોતાના પ્રાણોની ભીખ માંગે છે. ત્યારે શ્રીરામ તેમને ક્ષમા આપે છે.

સુનિ કૃપાલ અતિ આરત બાની । એક નયન એક તજા ભવાની ॥
કીન્હ મોહ બસ દ્રોહ જદ્યપિ તેહિ કર બધ ઉચિત ।
પ્રભુ છાઁડેહુ કરિ છોહ કો કૃપાલ રઘુબીર સમ ॥

(અરણ્યકાંડ)

(કૃપાળુ શ્રીરામે જયન્તને મોટેથી અવાજ કરતો સાંભળી એક આંખ એટલે કાંણો કરી છોડી દીધો. જયંતે મોહ વશ શ્રીરામથી દ્રોહ કર્યો નહોતો. તેને જાનથી મારવાનું ઉચિત હતું. પરંતુ તેમણે કૃપા કરી તેને છોડી દીધો. શ્રી રઘુવીર જેવા કૃપાળુ કોણ છે ? એટલે કે તેમના જેવું કોઈ નથી.)

લંકાના રાજા રાવણ પોતાના ભાઈ વિભિષણને લાત મારી અપમાનિત કરે

છે અને તેમને દેશનિકાલ કરે છે. વિભિષણનો અપરાધ માત્ર એટલો હતો કે તેણે રાવણને સીતાજીને સન્માન સાથે શ્રીરામ પાસે પહોચાડવાની અને તેમની શરણમાં જવાની સલાહ આપી હતી.

વિભિષણ આકાશ માર્ગથી શ્રીરામના શરણમાં આવે છે. વનરાજ સુગ્રીવ કહે છે કે આ રાક્ષસ છે અને રાક્ષસોની માયા જાણી શકાતી નથી. આ મૂર્ખ આપણી જાસૂસી કરવા આવ્યો છે. સુગ્રીવ તેને બાંધવાની સલાહ આપે છે ત્યારે શ્રીરામ તેમની નીતિની પ્રશંસા કરતા કહે છે, :

મમ પન શરનાગત જાય હારી ॥

(સુંદરકાંડ)

(શરણમાં આવેલા વ્યક્તિનો ભય દૂર કરવો મારો નિયમ છે.) આગળ કહે છે, :

સરનાગત કહુઁ જે તજહિં નિજ અનહિત અનુમાનિ ।
તે નર પાઁવર પાપમય તિન્હહિં બિલોકત હાનિ ॥
કોટિ બિપ્ર બધ લાગહિ જાહુઁ । આએઁ સરન તજહિ નહિં તાહૂ ॥

(સુંદરકાંડ)

(જો મનુષ્ય પોતાના હિતને ધ્યાનમાં રાખી શરણઁમાં આવેલાનો ત્યાગ કરે છે, તે ક્ષુદ્ર છે, પાપમય છે, તેમને જોવામાં પણ નુકસાન છે. એટલે પાપ લાગે છે. જેને કરોડો બ્રાહ્મણોની હત્યા લાગી હોય, શરણમાં આવ્યા પછી હું તેને પણ નથી ત્યજતો.)

શ્રીરામ શરણે આવેલાની બધી જ રીતે રક્ષા કરનારા છે. શરણે આવેલાં દેવ સ્વરૂપ હોય છે. જીવ આપીને પણ તેમની સેવા કરવી બધાનું કર્તવ્ય છે. એક કપોત-કપોતીના આ આખ્યાનથી એ વાત મળે છે. કપોતીના સમજાવ્યા પછી પોતાના શત્રુ બહેલિયાના પ્રાણોની રક્ષા પોતાના પ્રાણો પૂરી તેમના પતિ કપોતે કરી હતી.

કોઈ વનમાં એક બહુ જ ક્રૂર શિકારી બહેલિયા રહેતો હતો. તે હંમેશા પક્ષીયોને મારવા વનમાં ફર્યા કરતો હતો. તે એટલો ક્રૂર હતો કે તેના સગા સંબંધીઓએ પણ તેને છોડી દીધો હતો. જાળ અને લાકડી લઈ તે વનમાં જતો હતો. આ રીતે એક દિવસ વનમાં ફરતા તેના હાથમાં એક કબૂતરી આવી ગઈ. તેને તેણે પિંજરામાં બંધ કરી દીધી.

એક કબૂતરીથી શું થઈ શકે? તે વિચારી તે બીજા કોઈ પક્ષીની શોધમાં વનમાં ફરતો રહ્યો. થોડીવાર પછી વનમાં બહુ ભયંકર વયોળિયો ફૂંકાયો. જોત જોતામાં ચારે બાજુ પૃથ્વી જળબંબાકાર થઈ ગઈ. સુરક્ષિત સ્થાનની શોધ કરતા તે શિકારી (બહેલિયા) એક વૃક્ષના નીચે આવી ઉભો રહી ગયો.

જ્યારે તોફાન બંધ થયું તો તે સમય અડધી રાત થઈ ગઈ હતી. ડરના માર્યા બહેલિયા (શિકારી)ના પ્રાણ સૂકાઈ રહ્યા હતા તેની સાથે તે ભૂખ્યો-તરસ્યો વ્યાકુળ થઈ

ગયો હતો. ત્યારે તેણે પ્રાર્થના કરતા કહ્યું કે, : 'આ વૃક્ષ પર જે કોઈ નિવાસ કરે છે, હું તેમની શરણમાં આવ્યો છું. તે મારી રક્ષા કરે. આ સમયે હું ઠંડીથી ત્રસ્ત છું અને ભૂખથી વ્યાકુળ થઈ રહ્યો છું.'

તે વૃક્ષની શાખા પર પોતાની પત્નીને પાછા આવવાની પ્રતીક્ષા કરતા એક કબૂતર બેઠું હતું. રાત વીતી જવા છતાં પણ તેની કબૂતરી પાછી નહીં આવી, ત્યારે તે વિલાપ કરવા લાગ્યો. તે કહેવા લાગ્યો, જે ઘરમાં ગૃહિણી નથી હોતી તે ઘર વાસ્તવમાં ઘર નથી કહેવાતું. તેના વગર ઘરની શોભા નથી હોતી. તે તો સ્મશાન જેવું બની જાય છે.

કબૂતરીએ તે સ્થળને ઓળખી તો લીધું હતું પરંતુ તે વિવશ હતી. પોતાના પતિના વિલાપને સાંભળી એક રીતથી તેને સંતોષ થયો. તેણે કહ્યું 'જે સ્ત્રીનો પતિ તેના વ્યવહારથી સંતુષ્ટ ના હોય. તેને સ્ત્રી કહેવાનો અધિકાર નથી. પતિ જ સ્ત્રીનો પરમેશ્વર હોય છે. હે કાન્ત ! જે કંઈ હું તમારા હિત માટે કરી રહી છું. કૃપયા તેને ધ્યાનથી સાંભળો. આ શિકારી તમારા ઘરે શરણાર્થી બનીને આવ્યો છે. એ ભૂખથી વ્યાકુળ અને ઠંડીથી ત્રાહીમામ પોકારી ગયો છે અને એટલે તેને ઉંઘ નથી આવતી. તમારું એ કર્તવ્ય છે કે તમે બધા વતી તેનુ આતિથ્ય કરો! સૂર્યાસ્તના સમયે આવેલા અતિથિની પૂજાથી ગૃહસ્થને મહાન પુણ્યલાભ થાય છે.'

'આ દુષ્ટ આત્માએ મારી પ્રિયજનને બંધનમાં નાખી દીધી છે, તે વિચારી તમે તેના પ્રત્યે દ્વેષભાવ ના રાખો. મને તેણે નથી બાંધી. આ તો મારા પૂર્વજન્મના કર્મનું ફળના કારણે આવું થયું છે.'

પોતાની પત્નીની વાત સાંભળી એ કબૂતર ડાળી પરથી ઉતરી નીચે આવ્યું અને બોલ્યું કે, હે 'સજ્જન' આપનું સ્વાગત છે. બોલો, હું આપની શું સેવા કરું ? બસ તમે એ સમજો કે તમે પોતાના જ ઘરમાં છો.

આ સાંભળી શિકારી બોલ્યો, : 'હું ઠંડીથી મરી રહ્યો છું. કોઈપણ પ્રકારે ભયંકર ઠંડીથી મારી રક્ષા કરો.'

કબૂતર તે જ સમયે જઈ ક્યાંકથી આગનો એક અંગારો લઈ આવ્યો. પછી તેણે ક્યાંકથી સૂકા પાન ભેગા કર્યા અને થોડી લાકડીઓ પણ લઈ આવ્યો. તેણે આગ પ્રગટાવી દીધી, તેણે પોતાના અતિથિ તે શિકારીને કહ્યું, 'લો, અગ્નિ તૈયાર છે. આનાથી તમે તમારી ઠંડી દૂર કરો. મારા ઘરમાં કંઈ ખાવાનું નથી. આજની જેમ ફરી કોઈ દિવસ એવો અવસર ના આવે કે મારે એ કહેવું પડે કે મારા ઘરમાં કંઈ ખાવાનું નથી. એટલે કે, આજે હું મારા શરીરથી કંઈક કરવા માંગુ છું કે જેનાથી મારું આ કલંક હંમેશા ધોવાઈ જાય, બસ, એક ક્ષણ વધારે પ્રતિક્ષા કરી લો. હું તમારી ભૂખ મટાડવા પ્રયત્ન કરી રહ્યો છું.'

એમ કહી કબૂતરને એ અગ્નિની પ્રદક્ષિણા કરી અને પછી તેમાં એવી રીતે ઘુસી ગયું, જાણે તે પોતાના ઘરમાં ઘુસી જતો હોય ! આ દ્રશ્ય જોઈ શિકારીનું હૃદય પીગળી ગયું. તે કબૂતરના માટે વિલાપ કરવા લાગ્યો. તેણે વિચાર્યું કે તે પણ કેવો પાપી છે. તેને વિશ્વાસ થઈ ગયો કે ઘોર પાપી હશે. તેણે નિશ્ચય કર્યો કે તે પોતાના પાપોનું પ્રાયશ્ચિત કરશે.

વિભિષણને શ્રીરામના શરણમાં આવવાથી તે તેની બધી પ્રકારની રક્ષા કરવાનો ભાર પોતાના શિરે લઈ લે છે. રામ અને રાવણ વચ્ચેના યુદ્ધ દરમિયાન વિભિષણ સાથે દ્વન્દ્વ યુદ્ધના સમય રાવણ તેના પર કાળદંડ જેવી શક્તિ છોડે છે. શ્રીરામ અનુમાન લગાવી લે છે. આનાથી વિભિષણનું પ્રાણ-પંખેરું નિશ્ચિત ઉડી જશે. તો તે તેમની રક્ષા કરવા તે ભીષણ શક્તિનો પ્રહાર આગળ આવીને પોતાની છાતી પર ઝીલી લે છે.

આવત દેખ શક્તિ અતિ ઘોરા । પ્રનતારત ભંજન પર મોરા ॥
તુરત વિભિષણ પાછે મેલા । સન્મુખ રામ સહેઉ સોઈ સેલા ॥

(લંકાકાંડ)

(અત્યંત ભયંકર શક્તિને આવતા જોઈ શ્રીરામે વિચાર કર્યો કે શરણાગતના દુઃખનો નાશ કરવો મારો સિદ્ધાંત છે, વિભિષણને પોતાની પાછળ કરી અને સામે તે શક્તિ પોતે સહી લીધી.)

આ રીતે શરણાગતની રક્ષા માટે તે પોતાનો જીવ પણ તેઓ સંકટમાં નાખે છે. શ્રીરામ અને તેમની સેના વિશાળ સમુદ્રના કિનારે તૈનાત છે. સમુદ્રને પાર કરવાનો કોઈ ઉપાય તેમને નથી સૂઝતો. તે સમુદ્ર ને રસ્તો આપવા વિનવે છે. ત્રણ દિવસ વીતી જતા પણ સમુદ્ર પર તેમના વિનયની કોઈ અસર નથી પડતી ત્યારે તે તેમના પર ક્રોધ કરે છે. સમુદ્રને સૂકવી નાખવા લક્ષ્મણને અગ્નિબાણ લાવવા કહે છે. સમુદ્ર ત્રાહીમામ-ત્રાહીમામ કહેતા શ્રીરામના શરણમાં આવે છે અને તેમની સમક્ષ યાચના કરતાં તેને ક્ષમાદાન મળે છે.

સમય સિંધુ ગહિ પ્રભુ પદ કેરે । છમહુ નાથ સબ અવગુન મેરે ॥

(સુંદરકાંડ)

(ભયથી સમુદ્રએ શ્રીરામના પગ પકડી કહ્યું કે, : હે નાથ ! મારા અવગુણોને ક્ષમા કરી દો)

શ્રીરામ તેને વિલંબ કર્યા વગર ક્ષમા કરે છે અને પછી તેમને જ સમુદ્ર પાર કરવાનો ઉપાય પૂછે છે.

ભારત વર્ષમાં એવા અનેક લોકો થઈ ગયા, જેમણે પોતાની શરણમાં આવનારાની રક્ષાનો ભાર પોતાના ઉપર લઈ તેમને સહારો આપ્યો હોય. તેમણે પોતે કષ્ટ વેઠીને શરણાગતની રક્ષા કરી. એક મહાન પુરુષે કહ્યું છે કે, 'જેણે તમારી સામે હાથ ફેલાવી દીધો, તેમને શક્તિ પ્રમાણે કંઈ ને કંઈ જરૂર આપો, પરંતુ તેમનું અપમાન ના કરો. જે હાથ જોડી તમારી પાસે શરણ માંગે, દુઃખ સહન કરીને તેમની મદદ કરો. પ્રકૃતિની બધી શક્તિઓ તમારાથી ખુશ થઈ જશે.'

આજે વ્યક્તિ સ્વકેન્દ્રિત થઈ ગયો છે. જાનવરની જેમ પોતાના માટે જીવવા વાળા પૂંછડી વગરનો જીવ ! તેનો વિચાર હું અને મારો પરિવાર સુધી સિમીત રહી ગયો છે. તે પોતાના સામે હાથ ફેલાવવા વાળા વ્યક્તિનો તિરસ્કાર અને અપમાન કરે છે. તો તેમની શરણમાં આવનારાની તો વાત જ ક્યાં ? શરણાગતિ કહે છે કે, : 'મેં અનાથાલય નથી ખોલી રાખ્યું કે જ્યાં જઈએ ત્યારે કોઈપણ મારા ઘરે ચાલ્યા આવે !'

રામની જેમ આપણે પણ શરણાગતની રક્ષા કરીએ. દીન-દુઃખીઓના કામ આવીએ, ત્યારે આપણા જીવનને સાર્થક બનાવીએ.

અધ્યાય -૮

સહુને પ્રેમ કરનારા તથા પ્રેમના વશમાં રહેનારા

શ્રીરામ બધાને પ્રેમ કરે છે, ભલે કોઈ તેમનો મિત્ર હોય કે શત્રુ ! તેમને પ્રેમ પ્રિય છે અને તેમને પ્રેમથી પોતાના બનાવાય છે. 'માનસ' માં કહ્યું છે-

રામંહિ કેવલ પ્રેમ પિઆરા । જાનિ લેહુ સો જાનનિહારા ॥

(અયોધ્યાકાંડ)

(રાંમ ને માત્ર પ્રેમ વ્હાલો છે. જે જાણવા માંગે છે તે આવા તેને તે જાણી લે !)

રામ પોતાના ભાઈઓને, મિત્રોને, પત્નીને, પરિવારને, પ્રજાને-બધાને પ્રેમ કરે છે. તે પ્રેમમાં છળ અને કપટ બિલકુલ નથી. તે છલ વગરનો પ્રેમ કરે છે. અને બીજા પાસેથી બદલામાં કઈ પામવાની આશા પણ નથી રાખતા, કારણ કે તે પ્રેમમાં પ્રતિદાન નથી માંગતા. પ્રતિદાન વાળો પ્રેમ સ્વાર્થનો હોય છે. અને રામ નિઃસ્વાર્થ પ્રેમ કરે છે તે પારદર્શી મનવાળા વ્યક્તિને પસંદ કરે છે, :

નિર્મલ મન જન સો મોહિ પાવા । મોહિ કપટ છલ છિદ્ર ન ન ભાવા ॥

(નિર્મળ મનવાળી વ્યક્તિ જ મને મેળવી શકે છે. મને કપટ અને છળ-પસંદ નથી.)

માત્ર સાફ- સુધરે મનવાળા વ્યક્તિ જ રામની નિકટતા પ્રાપ્ત કરી શકે છે.

આ વાર્તાના પુરુષ પાત્ર પણ ધૃણા અને અપશબ્દોની કોઈ અસર નથી થતી. પરંતુ તે પ્રેમના બે મીઠા શબ્દોની આગ મિણબત્તીની જેમ પીગળી જાય છે. એક મહિલાને એકલી જોઈને તેના ઘરમાં એક ચોર ઘુસી આવ્યો અને તેને ડરાવી-ધમકાવીને કહેવા લાગ્યો જો તે બૂમ પાડી હું તને મારી નાંખીશ. મહિલા નેકદિલ વ્યક્તિ હતી. તેણે તરત જ કહ્યું, 'ના ભાઈ !'હું બિલકુલ અવાજ નહીં કરું. 'તારે જે વસ્તુ જે જોઈએ, મને બતાવ, હું તેને ભેગું કરવાનું અને બાંધવામાં તને મદદ કરીશ.'

તેણે તેમ કહીને પોતાનું કબાટ ખોલી દીધું.' અને તેમાંથી એક એક વસ્તુ કાઢવા લાગી. અને ચોરને કહ્યું 'મારે તો આ કોઈ કામની નથી. આ વસ્તુ તું લઈ જા.

તારે કામ આવશે. ચોર મહિલાની ઉદારતા અને નેકદિલી જોઈને હતપ્રભ ઉભો રહી ગયો.'

મહિલાએ જ્યારે તેને હતપ્રભ ઉભો જોયો ત્યારે તેણે તેના ચહેરાની સામું ધ્યાનથી જોયું. ચોરની આંખોમાં આંસુનો વરસાદ વરસી રહ્યો હતો. તે ત્યાંથી ચૂપચાપ ચાલ્યો ગયો. મહિલાના ટપાલમાં ત્રીજા દિવસે તેને એક અજીબ પત્ર મળ્યો. જેમાં લખ્યું હતું મારી વ્હાલી બહેન ! હું જીવનમાં પ્રેમ મેળવ્યા વગર રહી ગયો એટલે જ્યારે મને કોઈ પ્રેમથી બોલાવે છે તે મારું હૃદય મિણબત્તીની જેમ પીગળી જાય છે. જ્યારે કોઈની ગાળ અને ઘૃણાની મારા પર કોઈ અસર નથી પડતી. હું તારા પ્રેમને જીવનભર નહીં ભૂલી શકું. હું તો બસ પ્રેમના વશમાં જ છું.

રામને વન જવાના સમયે અયોધ્યાના લોકો તેમની સાથે સાથે ચાલે છે. રામ તેમને પ્રેમથી પોતાના વચન કહે છે પરંતુ, તે પાછા ફરવા નથી માંગતા. રામ તેમના પ્રેમનો આદર કરતા. તેમને પોતાની સાથે લઈ લે છે. તે નિશાદ રાજા ગૃહના પ્રેમમાં સારો વ્યવહાર જોઈ તેમના મહેમાન બને છે. તેમની સેવા સ્વીકાર કરે છે. અને તેમના પ્રતિ અંત સમય સુધી પોતાનો પ્રેમ નિભાવે છે. નાવિક (કેવટ)નો પ્રેમ જોઈને તેમને સંકોચના કારણે કોઈ જવાબ નથી આપતા કે નથી બતાવતા. તેમની ઈચ્છાને માની લઈ તે ખુશીથી પગ ધોવડાવવા તૈયાર થઈ જાય છે.

(અયોધ્યાકાંડ)

રામ પ્રકૃતિ માત્રને પ્રેમ કરવાવાળા છે જ્યારે તે ચિત્રકૂટ આવી વાસ કરે છે. ત્યારે તેમનો પ્રેમ જોઈ ભયંકર પશુ-પક્ષી પણ તેમના પ્રેમના વશમાં થઈ જાય છે અને પોતાના સ્વાભાવિક વેર ભૂલી જઈ પરસ્પર પ્રેમ કરવા લાગે છે. સીતાજી અને લક્ષ્મણજી વનના કષ્ટ લઈ દુ:ખી ના થાય તેટલા માટે રામ તેમના પ્રેમના વશીભૂત થઈ તેવો ઉપાય કરે છે. જેનાથી તે સુખી થાય તે તેમને ખુશ કરવા અલગ અલગ વાર્તાઓ કરી તેમનું મન બહેલાવે છે. અને તેમને પોતાની પલકો આંખોના કોળાની જેમ સંભળાવી રાખે છે.

જોગવહિ પ્રભુ સિપ લખનહિ કૈસે । પલક બિલોચન ગોલક જૈસે ॥

(અયોધ્યાકાંડ)

(શ્રીરામ સીતાજી અને લક્ષ્મણની કેવી રીતે સંભાળ રાખે છે, જેવી રીતે પાંપણ આપણા નેત્રોના મણિને સંભાળી રાખે છે.)

ચિત્રકૂટના વનમાં કાગડો કિરાત અને ભીલ રામની સેવા કરે છે. તે રામને બહુ જ પ્રેમ કરે છે. રામ પણ તેમને મનથી મળે છે. તેમને મનથી પ્રેમ કરે છે. જ્યારે

વનવાસી રામને પોતાના મનની વાત કરે છે તો તેમની વાતોને એટલા ધ્યાનથી સાંભળે છે જેવી રીતે એક પિતા પોતાના બાળકોની કાલીઘેલી વાતોને પ્રેમથી સાંભળી ખુશ થાય છે.

વચન કિરાતન્હ કે સુનત જિમિ પિતુ બાલક બેન ।

(અયોધ્યાકાંડ)

નિષાદરાજ ગુહ સમક્ષ જ્યારે તે શ્રૃંગવરપુરથી વિદાય માંગે છે તો ગુહ બે-ચાર દિવસની સેવા વધારે કરવા માંગે છે જેનાથી તે તેમનો પ્રેમ જોઈ માની લે છે પછી તેમને નિઃસહાય અવસ્થામાં યમુના નદીના કિનારે તે પાછા મોકલે છે.

ગીધરાજ જટાયુને સીતાજી વિશે બધી જ વાત સાંભળી તે તેના પર પ્રેમથી હાથ ફેરવે છે. અને તેનો ક્રિયાકર્મ પોતાના હસ્તે જ કરે છે.

વનમાં રહેનારી ભીલડી શબરીનો પોતાના પ્રત્યેનો પ્રેમ જોઈને તે તેના હાથના એઠાં બોર ખાય છે અને તેને નવધા ભક્તિનું રહસ્ય બતાવે છે. કહ્યું પણ છે -

રીઝત રામ સનેહ નિસોતે

(વિશુદ્ધ પ્રેમથી જ રામ રીઝાય છે)

સંગત પર પોતાના સ્નેહથી વર્ષા કરી તેમને કિષ્કિન્ધાના યુવરાજ પદ અપાવે છે. જો કે તેમના પિતા વાલીના અનૈતિક કાર્યો માટે તેમને દંડ આપી મારી નાખે છે. અંગદને પ્રત્યે પોતાનો પ્રેમ બતાવી તેમને પોતાની સેવામાં લઈ લે છે. હનુમાનજીને તો તે વિશેષ પ્રેમ કરે છે. ઘણીવાર હનુમાનજી તેનો અસંભવ અને કઠિન કાર્યો કરતાં હોય છે તે પણ ઘણાં અવસર પર તેમને પોતાના પ્રતિનિધિ બનાવીને મોકલે છે. તેમના અને હનુમાનજી વચ્ચે કોઈ ઔપચારિક સંબંધ નથી. અયોધ્યાથી વિદાય થતાં સમયે તે પોતાના મિત્રોને વસ્ત્ર, આભૂષણ આપે છે પરંતુ હનુમાનજીને તો તે નથી વિદાય આપતા કે નથી કોઈ ઉપહાર આપતા તે તેમને પોતાના હૃદયમાં સ્થાન આપે છે. તે સુગ્રીવ, જામ્બવાન નલ-નીલ વગેરેને મિત્ર હોવાના લીધે પ્રેમ કરે છે. વિભિષણને પણ બહુ જ પ્રેમ કરે છે. અને તેમણે તેને પોતાના દ્વારા જીતેલી લંકા નગરી દાનમાં આપે છે. એક જગ્યાએ તે વિભિષણના પ્રેમની પરીક્ષા પણ લે છે. જેમાં લંકાધિરાજ તેમના પ્રેમ પ્રતિ ખરા ઉતરે છે. રાવણ જ્યારે કોઈ પ્રકારે મરી નહતો રહ્યો, ત્યારે રામ ત્રાંસી નજર કરીને પાસે ઉભેલા વિભિષણને જુએ છે. વિભિષણ તેમની જવાબદારી સમજી તેમને પોતાના ભાઈની નાભિકુંડનું રહસ્ય બતાવે છે અને રામ વિભિષણથી ખુશ થઈ જાય છે. આ રીતે રાવણ માર્યો જાય છે.

પ્રેમમાં ક્યારેક ક્યારેક પરીક્ષા સારી થાય છે તેનાથી પ્રેમ કરવાવાળાની

પ્રેમની ઊંડાઈ અને તેમના વિશ્વાસની ખબર પડી જાય છે.

રામ રાજ્યમાં તે પોતાની પ્રજાને બાળકોની જેમ રાખે છે. અને તેમને બધી જ રીતે સુખી કરવા માંગે છે.

આજે મનુષ્યોની વચ્ચે વહી રહેલી સંબંધોની નદી સૂકાતી જઈ રહી છે. માણસ માણસના લોહીનો તરસ્યો થઈ ગયો છે. આપણો અવિશ્વાસ એકબીજા પર એટલી હદે વધી રહ્યો છે કે, આપણે આપણા પડછાયાને પણ શકની નજરથી જોઈએ છે. આતંકવાદનો પડછાયો આપણા બધાના માથા પર મંડાયેલો છે. આવી ખરાબ પરિસ્થિતિથી ત્યારે નિજાદ મળી શકે છે. જ્યારે આપણે એકબીજા સાથે રામ જેવા નિશ્ચલ અને નિઃસ્વાર્થ પ્રેમ કરીએ અંદરો-અંદરના વિશ્વાસની દોરી તૂટવા ન દે અને સંકટના સમયે બધાને મદદ કરવા તૈયાર રહીએ, કોઈની પાસે અપેક્ષા ન રાખે, બધાને દેવા તૈયાર રહીએ, તેમની પાસેથી લેવાનું ના વિચારીએ.

અધ્યાય-૯

પ્રતિજ્ઞા અને વચનપાલક

પ્રતિજ્ઞા અને આપેલા વચનનું પાલન કરવાવાળા શ્રીરામ રઘુકુળમાં જન્મ લે છે અને રઘુકુળની એ પરંપરા રહી છે કે ભલે જીવ જાય, પણ કોઈ પણ કિંમતે વચનભંગ ન થવો જોઈએ તે રઘુકુળમાં સાચા ઉત્તરાધિકારી છે.

પોતાના પિતા અયોધ્યાના રાજા દશરથ અને માતા કૈકેયીના વચનોનું પાલન કરવા જ તે ચૌદ વર્ષનો વનવાસ ભોગવે છે. રાજા દશરથ તો પોતાના પ્રિય પુત્ર રામ માટે પોતાનું વચન પણ તોડવા તૈયાર થઈ જાય છે. પરંતુ શ્રીરામ એ કહીને આનાથી તમે અને હું બંને અપયશના ભાગીદારી હોઈશું. તેમને ચૂપ રહેવા માટે વિવશ કરી દે છે. રાજા દશરથ તેમની દૃઢનિશ્ચયતાને જાણીને મૌન ધારણ કરી લે છે.

હનુમાનજીના માધ્યમથી જ્યારે તેમને સુગ્રીવ સાથે ભેટો થાય છે ત્યારે તેમને કિષ્કિન્ધાના રાજા બનવાનું વચન આપે છે. સુગ્રીવના મનમાં કંઈક શંકા છે, જેને તેઓ આ રીતે દૂર કરે છે.

જો કછુ કહેઉ સત્ય સબ હોઈ । સખા બચન મમ મૃષા ન હોઈ ॥

(કિષ્કિન્ધાકાંડ)

(હે મિત્ર સુગ્રીવ ! મારું વચન મિથ્યા નથી હોતું એટલે વાલીને હું એક જ બાણથી મારી નાંખીશ અને તને કિષ્કિન્ધા રાજ્ય પ્રાપ્ત થશે.)

શ્રીરામ પાપાચારી વાલીને મારી નાખીને સુગ્રીવને કિષ્કિન્ધાના રાજા બનાવી પોતાના વચનનું પાલન કરે છે.

તેના પહેલા ચિત્રકૂટમાં મળવા આવેલા ભરતને તેઓ વચન આપે છે. તે ચૌદ વર્ષની અવધિ (સમય) વીતતા ભરત અયોધ્યા આવી જશે, કારણ કે ભરતજી તેમને કહે છે કે, જો તમે વનવાસની આ અવધિ પછી ના આવ્યા, તો મને જીવતાં નહિ જુઓ.

રાવણને માર્યા પછી શ્રીરામ વિભિષણનો રાજ્યાભિષેક કરાવે છે, જ્યારે

વિભિષણ તેમને લંકામાં આવી પોતાનું ઘર પવિત્ર કરવાની વાત કરે છે, તો શ્રી રામ કહે છે, :

તાપસ બેષ ગાત કૃસ જપત નિરન્તર મોહિ ॥
દેખૌં બેગિ સો જતનુ કરુ સખા નિહોરઉં તોહિ ॥

(લંકાકાંડ)

(તપસ્વીના વેશમાં દુબળા શરીરથી ભરત હંમેશા મારું નામ જપે છે. હે મિત્ર ! એવો ઉપાય કરો, જેનાથી હું જલ્દીમાં જલ્દી તેને જોઈ શકું. હું તમને અનુરોધ કરું છું.)

શ્રી રામ ફરી આગળ કહે છે કે, :

બીતેં અવધિ જાઉઁ જૌ જિઅત ન પાવઉઁ બીર ।
સુમિરત અનુજ પ્રીતિ પ્રભુ પુનિ-પુનિ પુલક શરીર ॥

(લંકાકાંડ)

(જો અવધિ પૂરી થઈ જતા હું પાછે નહીં જઈશ, તો ભાઈને જીવતો નહીં જોવું. નાના ભાઈ ભરતના પ્રેમનું સ્મરણ કરતા શ્રીરામનું શરીર વારંવાર પ્રફુલિત થઈ જાય છે.)

આ રીતે પોતાના ભાઈને આપેલા વચનની રક્ષા કરવા તે વિભિષણને કાકલૂદી સુધ્ધાં (અનુરોધ) કરે છે. અને સમય પર પહોંચી પોતાનું વચન અને ભરતના પ્રાણોની રક્ષા કરે છે.

શ્રીરામ પોતાના ભાઈ ભરત અને મિત્રોને આપેલા વચન નિભાવે છે. એક હરણ જેવા નિર્દોષ (અબોધ) પશુને શિકારીને તેને પાછા આવવાનું વચન નિભાવ્યું અને તે આખું પરિવાર મૃત્યુના મોંમાથી હેમખેમ પાછું આવ્યું તેમનો 'પશુ પ્રેમ' પણ ધન્ય છે.

એક વાર એક હરણીને બહુ તરસ લાગી હતી. તે તરસથી વ્યાકુળ બની ઝરણા પર ગઈ. તે સમયે શિકારી ત્યાંથી પસાર થઈ રહ્યો હતો. તેણે હરણીને જોતા જ પોતાના ધનુષ્ય પર બાણ ચઢાવી દીધું. બાણ તે છોડવા જ જતો હતો કે હરણીએ દુઃખી અવાજમાં કહ્યું કે, : 'ઉભા રહો'

'કેમ ? ખરેખર વાત શું છે ?' શિકારી બોલ્યો

હરણીએ કહ્યું : 'મને બહુ જ તરસ લાગી છે. હું પહેલા પાણી પી લઉં. ત્યાર પછી મારા ઘરે જઈને મારા બાળકોને પ્રેમ કરી લઉં અને તેમને મારા પતિને સોંપી દઉં, ત્યારે હું તારી પાસે પાછી આવી જઈશ. તે પછી મને મારી નાખી તારી ઈચ્છા પૂરી કરજે'

શિકારી બોલ્યો કે, : 'હાથમાં આવેલો શિકાર હું કેવી રીતે છોડી દઉં ? તું પાછી ના આવી, તો શું થશે ? હું તારો ભરોસો કેવી રીતે કરું ?'

હરણીએ દઢનિશ્ચયતાથી કહ્યું કે, : 'આદમી તો પોતાનું વચન આપી ફરી જાય છે. પરંતુ અમે લોકો વચનના પાક્કા છીએ.' શિકારી તેની વાતેન માની ગયો. પાણી પી હરણી ચાલી ગઈ. તેણે ઘરે જઈ પોતાના પતિને બધી વાત કરી. જેવી તે પોતાના બાળકોને પ્યાર કરી દૂધ પીવડાવવા લાગી કે તેના બાળકોએ કહી દીધું કે દૂધ નહીં પીએ, કારણ કે, તેનું દૂધ બંધનયુક્ત છે.

હરણીએ કહ્યું , 'વચન મેં આપ્યું છે. તમે નહીં. એટલે હું જ જઈશ, તમે નહીં.'

બંને પોત-પોતાની વાત પર અટલ હતા. જ્યારે બંને શિકારીની પાસે જવા લાગ્યા, તો બાળકોએ પોતાને અનાથ થઈ જવાની કસમ આપી તેમને પણ સાથે લઈ જવાની પ્રાર્થના કરી.

આખરે નક્કી થયું કે, બધા શિકારી પાસે જઈશું.

હરણી બોલી : 'હું મારા વચનના અનુસાર તારી પાસે આવી ગઈ છું અને મારી સાથે મારા પૂરા પરિવારને પણ સાથે લઈ આવી છું. અમને બધાને મારી નાખી તું તારું કામ પૂરું કર.'

પોતાન વચનબદ્ધતાને કારણે તેની આંખો ચમકી રહી હતી. બીજા ત્રણ પ્રાણીયોના ચહેરા ઉપર પણ પ્રેમની કરુણા ફેલાઈ રહી હતી.

શિકારીએ જ્યારે એ બધાને જોયું, તે બહુ શરમાયો. તેના હાથ કાંપવા લાગ્યા. અને ધનુષ તેના હાથમાંથી છૂટીને નીચે પડી ગયું. હરણીના પરિવારને ત્યાં છોડી જઈ તે મસ્તક નીચું કરીને પોતાના રસ્તે ચાલતો થયો.

રાવણનો નાનો ભાઈ વિભિષણ અપમાનિત થઈ રામના શરણમાં આવે છે. રામ તેમનું સ્વાગત કરી ગળે લગાવે છે. વિભિષણને રામની કૃપા જોઈએ છે. તેમને રાક્ષસકુળના હોવાની બહુ આત્માગ્લાનિ છે. રામ કહે છે કે, : 'વાસ્તવમાં તારા જેવા સજ્જનનું ખરાબ જગ્યાએ વાસ હતો' તે તેમને લંકાના રાજા બનાવવાનો સંકલ્પ મનમાં મનમાં કરી ચુક્યા છે.

એવમસ્તુ કહી પ્રભુ રનધીરા । માંગા તુરત સિંધુ કર નીરા ॥

જદપિ સખા તવ ઈચ્છા નાહીં ।.......।

ઉસ કહિ રામ તિલક તેહિ સારા ।........॥

(વિભિષણે તેમની કૃપા માંગી. રણધીર શ્રીરામે 'એવમસ્તુ' કહીને તરત સમુદ્રનું પાણી માંગ્યું)

(શ્રીરામે કહ્યું કે મિત્ર ! છતાં તારી ઈચ્છા નથી તો પણ... એમ કહી તેમને રાજતિલક કરી દીધું.)

તે રાવણના મૃત્યુ પહેલા જ વિભિષણને રાજતિલક કરે છે. એટલે તેમને

લંકાના રાજા બનાવવાનું વચન આપે છે અને એ રીતે તેઓ પોતાના વચનનું પાલન કરે છે. તે વિભિષણને રાજતિલક કરતા પહેલા 'લંકેશ' કહીને બોલાવે છે. અને રાવણને મારીને લંકાનું રાજ્ય વિભિષણને સોંપે છે. પોતાના વચનની રક્ષા માટે શ્રીરામ પોતાના જીવની પણ પરવા નથી કરતા. રામ-રાવણ યુદ્ધ દરમ્યાન એક વાર રાવણ કુળદ્રોહી વિભિષણને જોઈ તેની પર ભયંકર શક્તિ ચલાવે છે. એ શક્તિથી વિભિષણ નિશ્ચિત જ સ્વર્ગવાસી થઈ જાત. એવામાં શ્રીરામનું વચન ભંગ થઈ જાત. એટલે તે એ શક્તિને પ્રહાર પોતાની છાતી પર ઝીલી લઈને વિભિષણના પ્રાણની રક્ષા કરવાની સાથે પોતાની વચનરક્ષા પણ કરે છે.

શ્રીરામ વનમાં શરભંગ ઋષિને પોતાની સામે પ્રાણ ત્યાજતા જુએ છે. તે પછી તે આગળ આવે છે. બહુ વધારે મુનિ તેમના સાથે સાથે ચાલવા લાગે છે. રસ્તામાં હાડકાનો ઢગલો જોઈ તેમને બહુ દયા આવે છે. તે ઢગલા વિષે મુનિઓને પૂછે છે, તો મુનિ કહે છે કે રાક્ષસો એ બધાને મુનિયોનું ભક્ષણ કરી ગયા છે, આ બધાં તેમના હાડકાનો ઢગલો છે, ત્યારે પોતાની ભુજા (ખભા) ઉઠાવી શ્રીરામ કહે છે :

નિસિચર હીન કરઉં મહિ ભુજ ઉઠાઈ પન કીન્હા ।
સકલ મુનિન્હ કે આશ્રમન્હિ જાઈ-જાઈ સુખ દીન્હા ॥

(અરણ્યકાંડ)

(શ્રીરામે બંને હાથ ઉઠાવી પ્રતિજ્ઞા લીધી કે પૃથ્વીને રાક્ષસો વગરની કરી દઈશ. પછી તેમણે સમસ્ત મુનિયોના આશ્રમોમાં ફરીને તેમને સુખ આપ્યું.)

શ્રીરામ સંકલ્પબદ્ધ છે. એક પાણીના જહાજ પર કામ કરતો એક ખલાસી (નાવિક)ના છોકરાએ પણ શરાબથી થયેલા પોતાના પિતાનું મૃત્યુને જોઈ જીવનમાં શરાબ નહીં પીવાની પ્રતિજ્ઞા કરી લીધી. જહાજના કેપ્ટન દ્વારા શરાબ પીવાના આદેશ આપ્યા છતાં પણ તેમણે પોતાનો સંકલ્પ ના તોડ્યો.

એક નાવિકનો છોકરો પાણીના જહાજમાં નોકરી કરતો હતો. છોકરો મહેનતુ હતો. એટલે બધા લોકો તેનાથી ખુશ રહેતા હતા. એક વાર જહાજના કપ્તાનને તેનાથી ખુશ થઈ તેને સારામાં સારી શરાબ પીવા આપી. છોકરાએ કપ્તાનની વાત માનવાનો ઈનકાર કરી દીધો. કપ્તાન બહુ નારાજ થયો. તેણે વારંવાર કહ્યું પણ છોકરો માન્યો નહીં. કપ્તાને તેને કહ્યું : 'જાણે છે, હું કોણ છું, આ જહાજનો કપ્તાન ! હું મારી વાત ના માને તેને અપરાધમાં જેલ મોકલી શકું છું.'

છોકરાએ કહ્યું કે, : 'તમારી મરજી. તમે સાહેબ છો, દંડ આપી શકો છો, પરંતુ શરાબ હું કોઈ કિંમતે નહિ પીવું.' એટલું કહેતા છોકરાની આંખમાં આંસુ વહેવા લાગ્યા. કપ્તાન તેના આંસુ જોઈ પીગળી ગયા. બોલ્યા : 'આખરે શું વાત છે, તું શરાબ કેમ પીવા નથી માંગતો. ?'

ત્યારે તે છોકરાએ કહ્યું કે, : 'મારા પિતા બહુ શરાબ પીતા હતા. તેમનું મૃત્યુ આ વ્યસનના કારણે થયું. તે સમયે મારી માએ મારી પાસેથી વચન લીધું હતું કે હું જિન્દગીમાં ક્યારેય શરાબ નહીં પીઉં. મેં મારી માને આપેલું વચન નહીં તોડી શકું. મેં તમારી આજ્ઞાનું ઉલ્લંઘન કર્યું, તેને માટે હું ક્ષમા માંગુ છું.'

કપ્તાને તેના વચન પાલનની ભાવના જોઈ તેને પોતાના છાતી સરસો ચાંપ્યો અને ખુશ થઈને કહ્યું : 'બેટા ! મારી વાતનું ખરાબ ના લગાડતો પોતાના વચનને પૂરેપૂરું નિભાવજે.'

સમુદ્ર પર સેતુ બંધ બંધાઈ જવાથી તે ત્યાં શિવલિંગની સ્થાપના કરી. જેનાથી સેતુબન્ધ રામેશ્વરમના નામે ઓળખાય છે. તે શિવલિંગની સ્થાપના કર્યા પછી પોતાના સંકલ્પની વાત કરે છે :

પરમ રમ્ય ઉત્તમ યહ ધરની । મહિમા અમિત જાઈ નહિં બરની ॥
કરિહઉં ઇહાં સંભુ થાપના । મોરે હૃદયં પરમ કલ્પના ॥

(લંકાકાન્ડ)

(આ ધરતી પરમ રમણિય અને ઉત્તમ છે. તેની અસીમ મહિમાનું વર્ણન નથી કરી શકાતું. હું અહીં શિવજીની સ્થાપના કરીશ. મારા હૃદયમાં આ મહાન સંકલ્પ છે.)

પહેલાંના લોકોમાં વચન પર ભરોસો હતો. લોકો બીજાની વાત પર ભરોસો કરતા હતા. ઈતિહાસમાં એવા ઉદાહરણ છે કે લોકો પોતાની મૂંછના વાળ ગિરવે મૂકી સોદો નક્કી કરી આવે. બીજા પક્ષે તેના પર થોડો વિશ્વાસ કર્યો અને પછી રકમ ચુકવી તે પોતાની મૂંછનો વાળ પાછા લઈ આવે ! આજકાલના લોકોને આ વાત અટપટી જરૂર લાગશે. પરંતુ એ છે સોળ આના સાચી ! એટલે કે સોએ સો ટકા સાચી છે. આજકાલ લોકોની વાત પર ભરોસો કોણ કરે ? અહીં થૂકવું અને આ બાજુ ચાટી લીધું . તેમની કોઈ વાત પર થોડો વિશ્વાસ કરવો કઠિન છે. આ રીતે તે સંકલ્પ તો કરી લે છે. પરંતુ તેને પૂરા નથી કરી શકાતા.

તેમની ધીરજ ખૂટી જાય છે.

રામ પાસે આપણે આપણા સંકલ્પ પૂરા કરવા અને વચન નિભાવવાનું શિખવું પડશે. કોઈને વચન આપી તેને તોડી અને સંકલ્પ લઈ પૂરું ના કરવું. કમજોર ચરિત્રની નિશાની છે. પોતાનુ વચન નિભાવે છે તે જ સાચા અર્થોમાં મનુષ્ય છે.

અધ્યાય-૧૦

સંકટના સમયે ઉચિત પ્રબન્ધ કરનારા

શ્રીરામ પોતાની અનુપસ્થિતિમાં દરેક કાર્યને વિધિવત અને સુચારુ રૂપથી પૂરુ કરવા માટે દરેક વસ્તુનો જરૂરી પ્રબંધ કરે છે. તે કેન્દ્રીકરણ નહીં, બલ્કે, વિકેન્દ્રીકરણના હિમાયતી છે, એટલે પોતાના હાથમાં બધી શક્તિ ન રાખી તેમને યોગ્યતાનુસાર બીજી વ્યક્તિઓમાં વહેંચી તેમની જવાબદારી નક્કી કરે છે.

જ્યારે સુમન્ત્રજી તેમને વનમાં છોડીને પાછા અયોધ્યા આવે છે તો તે રાજા દશરથને તેમના 'અયોધ્યા-પ્રબન્ધ'ની બધી જાણકારી આપે છે. તે પોતાની અનુપસ્થિતિમાં અને રાજા દશરથની લાચારીની સ્થિતિમાં અયોધ્યાવાસિયો. પરિવારના લોકો, ભાઈ ભરત વગેરેની જવાબદારી નક્કી કરીને અયોધ્યામાં અપ્રત્યક્ષ પ્રબંધ કરે છે. અયોધ્યાવાસિયો અને પોતાના ઘરવાળાઓને કહેવડાવે છે કે, મારા એ સૌથી વધારે હિતકારી છે કે જેઓ રાજા દશરથને સુખી રાખે. ભરતને કહેવડાવે છે,

કહબ સંદેસુ ભરત કે આએ। નીતિ ન તજિઅ રાજપદુ પાસે।
પાલેહુ પ્રજહિ કરમ મન બાની। સેએ હુ માતુ સકલ સમ મની॥
(અયોધ્યાકાંડ)

(ભરત જ્યારે આવી જાય, ત્યારે તેમને એ સંદેશ કહેજે કે, રાજપદ મેળવી તે નીતિના ત્યાગે પ્રજાનું પાલન કર્મ, મન અને વાણીની કરે અને બધી માતાઓની સેવા સમાન માનીને કરે.)

શ્રીરામ આપત્તીકાલીન સમયને મહાન કાર્યો કરવામાં કુશળ છે. કુરુક્ષેત્રના યુદ્ધમાં પણ જ્યારે યુદ્ધ શરૂ થતાં પહેલા કૌરવોના પક્ષમાં ઉભા રહેલા દ્રોણાચાર્ય જેવા પરમવીર યોદ્ધા પાંડવોના યુદ્ધ પ્રબન્ધ દેખે છે ત્યારે દાંત નીચે આંગળીઓ દબાવે છે. અર્જુન પોતાના સગાસંબંધીઓને યુદ્ધ માટે ઉત્સુક જોઈ વિષાદ-શોકગ્રસ્ત થઈ જાય છે. ત્યારે શ્રીકૃષ્ણ ગીતાનો ઉપદેશ આપી તેને યુદ્ધ લડવા માટે તૈયાર કરે છે. તેમનો પણ આપત્તિકાલિન વ્યવસ્થા પણ સુઝબુઝ ખૂબ જ સંપત્તિ છે.

પાંડવો અને કૌરવોએ ઝબકુ માર્યા વગર આખી રાત વીતાવી હતી. સૂર્યોદય થયો અને બંને પક્ષની સેનાઓ આમને સામને આવીને ઉભી રહી. બંને સેનાઓના આગળ મહત્વપૂર્ણ યોદ્ધા સંપૂર્ણપણે શસ્ત્ર સજ્જ હતા. એકબાજુ હતી કૌરવોની અગિયાર અક્ષૌહિણી સેના, તો બીજી બાજુ ઉભી હતી પાંડવોની સાત અક્ષૌહિણી સેના !

પાંડવોની સેના ભલે ઓછી હતી પરંતુ તેમનો જુસ્સો બુલંદ હતો. તેના સિવાય યુધિષ્ઠિરે જોકે સઘન ચક્રવ્યૂહ ગોઠવ્યો હતો. યુદ્ધ કલાના હિસાબથી અદ્વિતિય તે હતી. દૂરથી કૌરવોને એમ લાગતું હતું કે, પાંડવોની સાથે મુઠ્ઠીભર સૈનિક જ લડવા આવે છે. પરંતુ ગુરુદેવ દ્રોણાચાર્યથી પાંડવોનો કુશળ ચક્રવ્યૂહ છૂરે ના રહી શકયો. તેમણે મનમાં મનમાં યુધિષ્ઠિરની પ્રશંસા કરી. પાંડવોની સેનાને કૌરવો ચારે બાજુથી ઘેરી લીધી હતી.

પાંડવો તરફથી યુદ્ધ પ્રારંભ થવાની ઘોષણા કરી દેવામો આની હતી. શંખની તેજ ધ્વનિથી દસેય દિશાઓ ગૂંજી ઉઠી. ચારે બાજુ યુદ્ધ ધ્વજ લઇ નાની-નાની સૈન્ય ટુકડીયોં મોરચો સંભાળવા આગળ વધવા લાગી. આખા વાતાવરણમાં શોરબકોર થઇ ગયો.

અર્જુન પોતાના રથમાં સવાર થઇ આગળ વધી રહ્યો હતો. તેમના સારથી સ્વંય શ્રીકૃષ્ણ હતા. ભીષ્મના શંખના જવાબમાં શ્રીકૃષ્ણે પોતાનો પાંચજન્ય શંખ વગાડ્યો ત્યારે અર્જુને પોતાના શંખ દેવદત્તથી જોરથી અવાજ કર્યો.

અર્જુન શ્રીકૃષ્ણને કહ્યું કે, : 'હે પાર્થ ! જરા રથને રણમેદાનની વચ્ચો વચ્ચ લઇ લો. હું પણ જોવું કે બન્ને સેનાઓમાં કોણ કોણ લડવા આવ્યું છે અને કયો વીર કયા વીર સાથે લડી શકશે.'

શ્રીકૃષ્ણ એ રથની દિશા ફેરવી અને બંને સેનાઓ વચ્ચે રથ ઉભો રાખ્યો. અર્જુને બંને બાજુ ઉમડતી-ઘુમડતી યુદ્ધ માટે આતુર સેનાઓને જોઇ. કૌરવપક્ષની સેનાની આગળની હરોળમાં બધાં સ્વજન, પરિવારજન, ગુરુજન અને વડીલ આત્મીયજનને ઉભા છે. તેમને જોઇ અર્જુનનું હૃદય ભરાઇ આવ્યું. તે બોલ્યો, :

'અહીં તો મોટા-મોટા યોદ્ધા યુદ્ધમાં ભાગ લેવા આવ્યા છે. હું જોઇ રહ્યો છું કે ભીષ્મ પિતામહના સિવાય ગુરુદેવ દ્રોણાચાર્ય કૃપાચાર્ય વગેરે પણ મોજૂદ છે.'

શ્રીકૃષ્ણ બોલ્યા, : 'આ લોકો અત્યારના સમયે તમારા સ્વજન નહીં પણ શત્રુ છે. તેમની સાથે ગમે તે વ્યવહાર યોગ્ય છે.'

પરંતુ, અર્જુનને શ્રીકૃષ્ણની વાતોથી સંતોષ ના થયો. તે બોલ્યો, : 'હે પ્રભુ ! આપણો રથ પાછો લઇ લો. સગાસંબંધીઓને મારી નાખી પ્રાપ્ત કરેલું રાજ્ય મારે ના જોઇએ.'

તેણે શોકમગ્ન થઇ પોતાના હથિયાર રથના એક ખૂણામાં ફેંકી દીધા.

અર્જુનને પોતાના હાથોથી ઉઠાવતા શ્રીકૃષ્ણ એ તેને ક્ષત્રિયધર્મના પાઠ ભણાવ્યો અને મોહમાયા ત્યાગ કરી કર્મ કરવાનું કહ્યું.

અર્જુનને કર્મમાં પ્રવૃત્ત કરવા માટે તેમણે ગીતાનો ઉપદેશ આપ્યો ત્યારે તે ધનુષબાણ ઉઠાવતા બોલ્યો કે, : 'હે પ્રભુ ! આજે મેં એક નવા દર્શનને આત્મસાત કરી લીધાં છે હું હવે મોહ-માયાનો ત્યાગ કરી યુદ્ધ માટે સુસજ્જ છું.'

જે સમયે રામ અયોધ્યાથી વનમાં ચાલવા તૈયાર છે. ત્યારે ગુરુ વસિષ્ઠના દરવાજા પર આવે છે. અને બ્રાહ્મણોને આખા વર્ષનું ભોજન આપે છે. તે સમયે પોતાના દાસ-દાસિયોને બોલાવી પોતાના ગુરુકુળને સોંપી તેમને વિનંતી કરે છે. 'હે ઈશ્વર ! આ બધાના માતા-પિતાના સમાન સાર-સંભાળ એટલે દેખ-રેખ કરતા રહેજો.'

દાસી દાસ બોલાઈ બહોરી । ગુરહિ સૌંપિ બોલે કર જોરી ॥
સબ કૈ સાર સેંભાર ગોસાઈ । કરબિ જનક જનની કી નાઈ ॥

(અયોધ્યાકાંડ)

(પછી દાસ-દાસિયો ને બોલાવી તેમને ગુરુજીને સોંપી હાથ જોડી બોલ્યા - હે ઈશ્વર ! બધાના માતા-પિતાના સમાન સાર-સંભાર એટલે દેખ-રેખ કરતા રહેજો.)

પછી બધા નગરવાસીઓને કહે છે

માતા સકલ મોરે બિરહૈ જેહિં ન હોહિં દુખદીન ।
સોઈ ઉપાય તુમ્હ કરે હુ સબ પુરજન પરમ પ્રબીન ॥

(અયોધ્યાકાંડ)

(હે પરમ ચતુર નગરવાસી સજ્જનો ! તમે લોકો બધા એવો ઉપાય કરજો કે, જેનાથી મારી બધી માતાઓ મારા વિરહના દુઃખથી દુઃખી ન થાય.)

લક્ષ્મણ જ્યારે શૂરપંખાના નાક-કાન કાપી દે છે. તો તે ખર, દૂષણ અને ત્રિશિરા ને રામ-લક્ષ્મણ સાથે યુદ્ધ કરવા મોકલે છે. રામ રાક્ષસોની સેના જોઈ લક્ષ્મણને કહે છે :

લૈ જાનિકિહિ જાહુ ગિરિ કંદરા । આવા નિસિચર કટકુ જાપંકર ॥
રહેહુ સજગ સુનિ પ્રભુ કૈ બાની । ચલે સહિત શ્રીસર ધુનુપાની ॥

(અરણ્યકાંડ)

(ત્યારે શ્રીરામચંદ્રજી એ લક્ષ્મણને બોલાવી તેમને કહ્યું, : રાક્ષસોની ભયાનક સેના આવી ગઈ છે. જાનકીજીને લઈને તું પર્વતની કન્દરામાં ચાલ્યો જા. સજાગ રહેજે ! શ્રીરામજીનું વચન સાંભળી લક્ષ્મણજી હાથમાં ધનુષબાણ લઈને સીતાજી સહિત ચાલ્યા.)

આ રીતે ચૌદ હજાર રાક્ષસો સાથે યુદ્ધ કરતા પહેલા રામ, સીતાજી અને લક્ષ્મણનો પ્રબંધ કરી દે છે. જો યુદ્ધના સમય સીતાજી ત્યાં રહેતી, તો તેમને બહુ જ

પરેશાની થઈ જતી.

સોનાનું હરણ જોઈ સીતાજી રામને તેનું ચામડું લાવવાનો આગ્રહ કરે છે. રામ તેમની વાત ટાળી નથી શકતા. હરણના શિકાર માટે જતા પહેલાં તે લક્ષ્મણજીને કહે છે-

પ્રભુ લછમનહિ કહા સમુઝાઇ । ફિરત લિપિન નિસિચર બહુ ભાઈ ॥
સીતા કેરિ કરહુ રખવારી । બુધિ બિબેક બલ સમય બિચારી ॥

(અરણ્યકાંડ)

(પછી રામે લક્ષ્મણને સમજાવીને કહ્યું કે, હે ભાઈ વનમાં બહુ જ રાક્ષસ ફરે છે. તુ બુદ્ધિ અને વિવેક દ્વારા બળ અને સમયનો વિચાર કરી સીતાજીની રખવાળી કરજે.)

આ રીતે જતા પહેલા તે પોતાની અનુપસ્થિતિમાં સીતાજીની સુરક્ષાની વ્યવસ્થા કરતા જાય છે.

બાલી મરી જાય છે અને રામ સુગ્રીવનેપોતે આપેલ વચન નિભાવે છે. તે સ્વયં તો કિષ્કિન્ધામાં પ્રવેશ ના કરી શકે. એટલે સુગ્રીવનું રાજતિલક માટે લક્ષ્મણજીને કહે છે -

રામ કહા અનુજહિ સમુઝાઇ । રાજ દેહુ સુગ્રીવહિ જાઇ ॥

(કિષ્કન્ધાકાંડ)

(ત્યારે શ્રીરામજીએ નાના ભાઈ લક્ષ્મણને સમજાવી કહ્યું કે તુ જઈ સુગ્રીવને રાજ્ય આપી દે)

આ રીતે રાવણના મૃત્યુ પર તે વિભિષણનો રાજ્યાભિષેકના માટે પોતાના મંત્રીયો સહિત લક્ષ્મણને મોકલે છે. અને વિભિષણને રાજસિંહાસન પર બેસાડવાની વ્યવસ્થા કરે છે.

ભરતને જ્યારે પોતાની ચરણ-પાદુકાઓ આપી તેને અયોધ્યા પાછા મોકલે છે તો ભરતજીને કહે છે-

દેસુ કોસુ પરિજન પરિવારુ । ગુરુ પદ રજહિ લાગ છરભારુ ॥
તુમ મુનિ માત સચિવ સિખ માની । પાલેહુ પુહુમિ પ્રજા રજધાની ॥

(અયોધ્યાકાંડ)

(દેશ, ખજાનો, કુટુમ્બ, પરિવાર વગેરે બધાની જવાબદારી તો ગુરુજીની ચરણ રજ પર છે. તુ મુનિ વસિષ્ટજી, માતાઓ અને મંત્રીઓની શિક્ષા માની, તદાનુસાર પૃથ્વી, પ્રજા અને રાજધાનીનું પાલન એટલે રક્ષા કરતા રહેવાનું.)

આ રીતે ભરતને શિખામણ આપીને તેઓ અયોધ્યાની વ્યવસ્થા કરીને તેમને સાધુવેશ ધારણ કરવાની દશામાં એક રીતે રાજકાજથી કાર્યમુક્ત કરી દે છે.

સમજી વિચારી વ્યવસ્થા કરવી તે ગુણ છે. જેનાથી કોઈપણ કાર્યને સુવ્યવસ્થિત રીતે સમય પર કરી શકાય છે. તેનાથી વ્યક્તિનો અહંકાર મટે છે અને તેમાં વિકેન્દ્રીકરણની ભાવનાનો વિકાસ થાય છે.

રામની વ્યવસ્થા -કૌશલ્ય વખાણવાને લાયક છે. તે પોતાની સામે અને પોતાની અનુપસ્થિતિમાં પણ કોઈપણ વ્યક્તિ પાસે તેની ક્ષમતાઓ પ્રમાણે કાર્ય કરાવવામાં નિપુર્ણ છે. તેમના વ્યવસ્થા-કૌશલ્યને જો આપણે આપણા જીવનમાં અપનાવીએ, તો આપણું કોઈપણ કાર્ય અધૂરું ના રહી સમય પર પૂરૂં થશે.

અધ્યાય-૧૧

બીજાને તેમના કામ માટે શ્રેય આપી તેમનો આભાર માનનારા

શ્રીરામની સહાયતા જે-જે વ્યક્તિ કરી, તેમણે ખુલ્લા દિલથી તેમના કાર્ય પ્રત્યે આભાર વ્યક્ત કરતા તેમને શ્રેય આપ્યો. આ તેમના ચરિત્રની બહુ જ મોટી વિશેષતા છે.

ચિત્રકૂટમાં જ્યારે શ્રીરામના અયોધ્યા પાછા જવાનો પ્રસંગ આવે છે તો ભરતજી તેમને વિનવે છે કે જેમાં બધાની ભલાઈ હોય. તે કામ કરો. તમે જે ઉચિત સમજો, તેવી આજ્ઞા મને આપો- હું તે કાર્ય કરીશ. ત્યારે શ્રીરામ પોતાના પિતા રાજા દશરથના મૃત્યુ પછી અયોધ્યાની 'બગડેલી વાત બનાવવી' નો શ્રેય ગુરુજન ને આપે છે.

તાત તાત બિનુ બાત હમારી। કેવલ ગુરુકુલ કૃર્પા સંભારી॥
નતરુ પ્રજા પરિજન પરિવારુ। હમહિ સહિત સબુ હોત ખુઆરુ॥

(ભરત ! પિતાજી વગર આપણી બગડેલી વાત માત્ર કુલગુરુ -કુલગુરુ વશિષ્ઠ, વામદેવ, જાબાલિ, ગુરુ વિશ્વામિત્ર વગેરેની કૃપાથી જ બની છે, નહીં તો આપણી પ્રજા, રિશ્તેદાર, પરિવાર અને હું સહિત બધાની ખુવારી થતી.)

આ અવસર પર તે વનગમન કર્યા પછી અયોધ્યા ને સંભાળવાનો શ્રેય મુનિ વિશ્વામિત્ર અને આપણા સસરા રાજા જનકને આપીએ છીએ.

....મુનિ મિથિલેસ રાખુ સબ બીન્હા॥

(અયોધ્યાકાંડ)

ભરતને પોતાની ચરણ પાદુકા આપી ભવિષ્યમાં ગુરુજન અને રાજા જનકના આદેશ અનુસાર કાર્ય કરવાની વાત કહીને તે તેમને વાસ્તવિક હિત બતાવે છે અને

તેમની કૃપા માટે પૂર્વમાં જ શ્રેય આપે છે.

રાજકાજ સબ લાજ પતિ ધરમ ધરનિ ધન ધામ ।
ગુરુ પ્રભાઉં પાલિહિ સબહિ ભલ હોઈહિ પરિનામ ॥

(અયોધ્યાકાંડ)

તાત તુમ્હારી મોર પરિજન કી । ચિંતા ગુરહિ નૃપહિ ઘર બન કી ॥
માથે પર ગુરુ મુનિ મિથિલેસ । હમહિં તુમ્હહિં સપનેરું ન કલેસૂ ॥

(અયોધ્યાકાંડ)

(રાજકાજ, લાજ, પ્રતિષ્ઠા, ધર્મ, પૃથ્વી, ધન, મહેલ બધા ગુરુ પ્રભાવથી વશ કરી લેવામાં આવશે. અને તેનું પરિણામ સારું જ હશે.)

(હે તાત ! તમારી, મારી પરિવારજનો, ધન અને વની ચિંતા ગુર અને જનકજીને છે. જ્યારે અમારા ઉપર ગુરુ વસિષ્ટ મુનિ, વિશ્વામિત્ર અને જનકજીનો વરદ હસ્ત છે ત્યાં સુધી અમને તમને સપનામાં પણ કલેશ ના થઈ શકે.)

શ્રીરામ જ્યારે પણ કોઈ નીતિપરક વચન બોલે છે, તો તેમનો શ્રેય વેદો અને સંત-મુનિજનને આપે છે. વાત પોતે કરે છે, પરંતુ શ્રેય બીજાને આપે છે. વાનરરાજ સુગ્રીવ ને મિત્ર ધર્મ બતાવતા કહે છે.

દેત લેત મન સંક ન ધરઈ । બલ અનુમતિ સદા હિત કરઈ ॥
વિપત્તિ કાલ કર સતગુણ નેહા । શ્રુત કહ સંતમિત્ર ગુન એહા ॥

(કિષ્કિન્ધાકાન્ડ)

(આપતી અને લેતી વખતે મનમાં શંકા નથી કરતા. પોતાના બળનું અનુમાન કરીને હંમેશા પોતાના મિત્રનું હિત કરે છે. વિપત્તીમાં પોતાના મિત્રથી સાત ગણો પ્રેમ કરે છે. વેદ અને સન્ત કહે છે કે મિત્રના આ ગુણ છે.)

આવા અનેક ઉદાહરણ છે. જેમાં શ્રીરામે પોતાના નીતિ વચનો તો શ્રેય વેદ તેમ જ સંતજનને આપ્યો છે.

એક બાજુ શ્રીરામ છે. બીજી બાજુ આજકાલના લોકો, જો કોઈ લેખકની રચનાનો અંશના અંશ પોતાની 'રચના'માં સામેલ કરી લે છે અથવા તોડી મરોડી પ્રસ્તુત કરી દે છે. પરંતુ વાસ્તવિક રચનાકારનો ઉલ્લેખ પણ કરવો ઉચિત નથી સમજતા. આ પ્રવૃત્તિ ખતરનાક અને નિંદનીય છે. આપણે શ્રેય આપવામાં સંકોચ ના કરવો. જોઈએ.

શ્રીરામ રાવણવધ પછી પોતાના મિત્ર વિભિષણનો રાજ્યાભિષેક કરવાનો આદેશ વાનરરાજ સુગ્રીવ, અંગદ, નલ-નીલ, જામ્બવાન, તેમ જ હનુમાનજીને આપે

છે. ત્યાર પછી તે બધા વાનર, રીંછ વગેરેને પોતાની બોલાવે છે અને બધાને પ્રિય વચન કહે છે તથા તેમના સહયોગ માટે તેમને શ્રેય આપે છે.

કિએ સુખી કહિ બાની સુધારામ બલ તુમ્હારે રિપુ હયો ।
પાયો વિભીષન રાજ તિહુ પુર જસુ તુમ્હારો નિત નયો ॥

(લંકાકાંડ)

(તેમણે અમૃત જેવી વાણી બોલી બધાને ખુશ કરી દીધા અને કહ્યું કે, તમારા બળથી જ મેં શત્રુઓને માર્યા અને વિભિષણને લંકાનું રાજ્ય મળ્યું. તેનાથી ત્રણેય લોકમાં તમારો નીત-નવો યશ થઈ રહ્યો છે.)

શ્રીરામ પોતાના બધા સાથીયોંને તેમના સહયોગ માટે નિઃસંકોચ શ્રેય આપે છે. વિજયનગર સામ્રાજ્યના રાજા કૃષ્ણદેવ રાયે પણ પોતાના અનેક શત્રુઓને જીત્યા અને વિજયનો શ્રેય રાજ્યના બધા સાથિયો અને સહયોગીઓને આપી તેમને સન્માનિત કર્યા.

એક લડાઈ જીતી રાજા કૃષ્ણદેવરાય ને વિજયનો ઉત્સવ મનાવ્યો. ઉત્સવની સમાપ્તિ પર રાજાએ કહ્યું કે, : 'લડાઈની જીત એકલી મારી નથી- મારા બધા સાથિયો અને સહયોગીઓની જીત છે. હું ઈચ્છુ છું કે મારા મિત્રમંડળના બધા સભ્ય આ અવસર પર પુરસ્કૃત પ્રાપ્ત કરે. તમે બધા લોકો પોતપોતાની પસંદના પુરસ્કારનું વર્ણન કરી લે. પરંતુ એક શરત છે અને તે છે કે બધાને અલગ અલગ પુરસ્કાર લેવો પડશે. એક જ વસ્તુ ઉપહાર સ્વરૂપ બે વ્યક્તિને નહીં મળે.' એમ ઘોષણા કર્યા પછી રાજાએ તે મંડપનો પડદો ખેંચી લેવડાવ્યો. જે મંડપમાં બધા પુરસ્કાર સજાવીને રાખ્યા હતા.

પછી તો શું, બધા લોકો સારામાં સારો પુરસ્કાર લેવા પહેલ કરવા લાગ્યા.

પુરસ્કાર બધા માટે ગણીને હિસાબથી રાખી હતી. અર્થાત, થોડીવારની ધક્કા-મુક્કી અને છીનવું-લૂંટફાટ પછી બધાને એક-એક ભેટ મળી ગઈ. બધી ભેટ કિંમતી હતી. પોતપોતાની ભેટ મેળવી બધા સંતોષી થઈ ગયા.

છેલ્લે બધી સૌથી ઓછી કિંમતની ભેટ-એક ચાંદીની થાળી !

આ ભેટ એ આદમીને મળી હતી જે દરબારમાં બધા પછી સૌથા છેલ્લે પહોંચ્યો હતો. એટલે હંમેશા મોડા આવવાની સજા !

બધાએ જ્યારે હિસાબ લગાવ્યો. તે ખબર પડી કે શ્રીમાન તેનાલીરામા હજી સુધી નથી પહોંચ્યા. એ જાણી બધા ખુશી હતા. બધાએ વિચાર્યું કે આ બેવકૂફ, કઢંગ અને સસ્તી ભેટ આપતા આપણે બધા તેનાલીરામને ખૂબ ચિડાવીશું. બહુ મજા આવશે.

તેનાલીરામ ને બધા દરબારિયો પર નજર નાખી. બધાના હાથમાં પોતપોતાની

ભેટ હતી. કોઈના ગળામાં સોનાની માળા હતી, તો કોઈના હાથોમાં સોનાના ભાલા, તો કોઈના માથામાં સોનાના કાપની રેશમની પાઘડી, તો કોઈના હાથમાં હીરાની વિંટી !

તેનાલીરામ એ બધી વસ્તુઓ જોઈ બધી વાત સમજી ગયો. તેણે ચુપચાપ ચાંદીની થાળી ઉઠાવી. તેણે ચાંદીની તે થાળીને માથાને લગાડ્યું અને તેના પર દુપટ્ટો ઢાંકી દીધો. તેય એવી રીતે કે જાણે થાળીમાં કંઈક રાખ્યું હોય.

રાજા કૃષ્ણદેવ રાયે થાળીને દુપટ્ટાથી ઢાંકતા તેનાલીરામને જોઈ લીધો. તો બોલ્યા કે, 'તેનાલીરામ ! થાળીને આ રીતે દુપટ્ટાથી કેમ ઢાંકી છે '

'શું કરું મહારાજ ! આજ સુધી મને તમારા દરબારમાંથી હંમેશા અશર્ફિયોથી ભરેલા થાળ મળતા રહ્યા છે. આ પહેલો અવસર છે કે મને ચાંદીની થાળી મળી છે. હું આ થાળને એટલા માટે ઢાંકુ છું. કેમ કે તમારી વાત કાયમ રહે. બધા એવું સમજે કે તેનાલીરામ ને આ વખતે પણ મહારાજે થાળી ભરીને અશર્ફિયા પુરસ્કારમાં આપી છે.'

મહારાજ તેનાલીરામની ચતુરાઈથી પ્રસન્ન થઈને બોલ્યા : 'તેનાલીરામ આજે પણ તારી થાળી ખાલી નહીં રહે. આજ તેમાં સૌથી વધારે મૂલ્ય ભેટ હશે. થાળી આગળ લાવો તેનાલીરામ'

બધા લોકો તેનાલીરામની બુદ્ધિના બળને માની લીધું.

રાવણ માર્યો જાય છે. હનુમાન, વિભિષણ આદિ લંકાથી સીતાજી ને માનથી શ્રીરામ સુધી લાવે છે. શ્રીરામ તેમની અગ્નિ પરીક્ષા કરે છે. સીતાજીની અગ્નિ પરીક્ષાના સમયે રાજા દશરથ સ્વર્ગમાંથી પૃથ્વી પર શ્રીરામને આશીર્વાદ આપવા આવે છે. ત્યારે શ્રીરામ પોતાના પિતાને પ્રણામ કરતા કહે છે.

તાત સકલ તવ પુન્ય પ્રભાઉ । જીત્યો અજય નિસાચર રાઉ ॥

(લંકાકાંડ)

(હે પિતાજી ! તમારા બધા પુણ્યોના પ્રભાવથી મેં રાક્ષસોના ક્યારેય નહીં ભરેલા રાજા રાવણને જીતી લીધો.)

આ રીતે લંકાના રાજા રાવણને મારવાનો શ્રેય પોતાના પિતા દશરથ દ્વારા કરેલા પુણ્યોને આપે છે.

લંકાના રાજા વિભિષણ ત્યારે શ્રીરામના આદેશથી પુષ્પક વિમાન લાવે છે, તો તેમાં અલગ-અલગ પ્રકારના વસ્ત્ર અને આભૂષણ પણ ભરેલા હોય છે. શ્રીરામ આકાશમાર્ગથી તે વસ્તુઓની વર્ષા કરવાનો આદેશ વિભિષણને આપે છે. તેથી વાનર, રીંછ પોત-પોતાની પસંદની વસ્તુઓ લઈ શકે. તે સમયે પણ તે બધા દ્વારા કરેલી સહાયતાની

પ્રશંસા કરે છે.

ચિતઈ સબન્હ પર કીન્હી દાયા । બોલે મૃદુલ બચન રઘુરાય ॥
તુમ્હરે બલ મેં રાવ મારયો । તિલક વિભીષન કહ મુનિ ધારયો ॥

(લંકાકાન્ડ)

બધાને જોતા શ્રીરામે તેમની ઉપર દયા કરી અને મીઠા વચન બોલ્યા- તમારા બળ પર મેં રાવણને મારી નાખ્યો અને વિભિષણનું પુનઃ રાજતિલક થયું)

આ રીતે બે વાર શ્રીરામ રાવણને મારવા અને વિભિષણ ને રાજતિલક કરવાનો શ્રેય વાનરો અને રીંછોને આપે છે.

શ્રીરામ પોતાના વાનરરાજ સુગ્રીવ, વિભીષણ, જામ્બવાન, અંગદ, નલ-નીલ નિષાદરાજ ગુહ અને હનુમાન જેવા મિત્રો તથા સેવકોના સાથે જ્યારે ચૌદ વર્ષ પછી અયોધ્યા પાછા ફરે છે ત્યારે પોતાના મિત્રોને કહે છે.

ગુરુ વશિષ્ઠ કુલ પૂજ્ય હમારે । ઈનકી કૃર્પા હનુજ રન મારે ॥

(ઉત્તરકાંડ)

(મિત્રો ! ગુરુ વસિષ્ઠ અમારા કુળમાં પૂજ્ય છે. મેં તેમની કૃપાથી યુદ્ધમાં રાક્ષસોને માર્યા છે.)

જે-જે વ્યક્તિઓને તેમની સહાયતા કરી સહયોગ આપ્યો, તેમના પ્રત્યે તે પોતાનો હાર્દિક આભાર પ્રગટ કરવામાં ચૂક નથી કરતા. તે તેમના આજીવન ઋણી રહેવાની વાત કરે છે. તે ઋણને વ્યક્ત કરવામાં તેમને શબ્દ નથી સૂઝતો. તેમને એ પણ નથી સૂઝતું કે આ લોકો પ્રત્યે ઉપકાર કેવી રીતે વ્યક્ત કરાય.

હનુમાનજી સીતા માતાની શોધ કરવા લંકા જાય છે અને સફળતાપૂર્વક પોતાનુ ંકાર્યસિદ્ધ કરીને પાછા ફરે છે. જ્યારે સીતાજીના બધા સમાચાર તે શ્રીરામને સંભળાવે છે. તો તે પ્રસન્ન થઈ જાય છે અને હનુમાનજીના પ્રત્યે કૃતજ્ઞતા વ્યક્ત કરે છે.

સુનુ કપિ તોહિ સમાન ઉપકારી । નહિં કોઉ સુર નર મુનિ તનુધારી ॥
પ્રતિ ઉપકાર કરૌં કા તોરા । સન્મુખ હોઈ ન સકત મન મોરા ॥

(સુન્દરકાંડ)

(હે કપિ ! સાંભળો, દેવતા, મનુષ્ય અને મુનિનું શરીર ધારણ કરેલ કોઈપણ તારા સમાન ઉપકાર કરવાવાળું નથી. હું તારા બદલામાં શું ઉપકાર કરું ? મારું મન તારા સન્મુખ ના હોઈ શકે એટલે કે હું તારો સામનો નથી કરી શકતો.)

તે આગળ કહે છે.

સુનુ સુત તોહિ ઉરિન મૈં નાહીં । દેખેઉં કર બિચારિ મન માહીં ॥

(સુંદરકાંડ)

(શ્રીરામ કહે છે કે પુત્ર સાંભળ ! હું તારાથી વિમુખ નથી થઈ શકતો. એ મેં પોતાના મનમાં ખૂબ વિચાર કરીને જોઈ લીધું છે.

આ રીતે તે હનુમાનજી ને પ્રેમપૂર્વક જોવે છે અને તેમની આંખોમાં આંસુ આવી જાય છે. તથા તેમનું શરીર પ્રફુલ્લિત થઈ જાય છે.

રાવણનો પુત્ર મેઘનાથ લક્ષ્મણજી સાથે ભયંકર યુદ્ધ કરી રહ્યો છે. લક્ષ્મણજી દરેક પ્રકારે તેના પર ભારે પડી રહ્યા છે ત્યારે તે તેમના પર વીરઘાતિની શક્તિ છોડી દે છે, જેનાથી તેમના પ્રાણ સંકટમાં પડી જાય છે.

હનુમાનજી લંકાથી સુષૈણ વૈદ્યને લઈને આવે છે. વૈદ્યજી હિમાલય પર્વત પર ઉગતી સંજીવની જડીબુટી વિષે બતાવે છે. હનુમાનજી રાત્રેને રાત્રે સંજીવની લાવી લક્ષ્મણજીની પ્રાણ-રક્ષા કરે છે. હનુમાનના પાછા આવ્યા પછી રામ તેમને મળે છે-

હરષિ રામ ભટેઉ હનુમાના । અતિ કૃતગ્ય પ્રભુ પરમ સુજાના ॥

(લંકાકાંડ)

(શ્રીરામ પ્રસન્ન થઈ હનુમાનજીને મળ્યા . અતિ ચતુર શ્રીરામ હનુમાનજીના બહુ જ આભારી હતા.)

શ્રીરામચંદ્રજી પોતાના પ્રત્યે કરેલા ઉપકારને ભૂલતા નથી. હનુમાનજીને તેમના દૂતના રૂપમાં તેમની બહુ જ સેવા કરી. એટલે તે તેમના આભારી છે. આ વાત જૂજન ના બાદશાહના નેકદિલ વજીરને બન્દી બનાવ્યા છતાં પણ પડોશી રાજાના ષડયંત્રકારી પ્રસ્તાવને ઠુકરાવી દીધો અને પોતાના બાદશાહ દ્વારા પહેલા કરેલા ઉપકારોના પ્રત્યે આભાર વ્યક્ત કર્યો. બાદશાહે પોતાના વજીરની માફી માગી તેને પુરસ્કાર આપ્યો.

યૂનાનના બાદશાહના દરબારમાં એક વજીર હતો, તે નેકદિલ અને ખુદાની ઈબાદત કરવાવાળો હતો. તે બધાને મદદ કરતો હતો. અને બધાને પ્રેમથી વ્યવહાર કરતો હતો. એકવાર એવી પરિસ્થિતિઓ પેદા થઈ ગઈ કે બાદશાહ કોઈ કારણથી તેનાથી નારાજ થઈ ગયા. તેમણે તેને કેદખાનામાં નાંખી દીધો. ચૂંકિ વજીરે બધા પર ઉપકાર કરેલો, એટલે બધા રાજકર્મચારી તેની સાથે સારો વર્તાવ કરતા હતા. તેને કોઈ પ્રકારની પરેશાની થવા નહતા દેતા અને ન તો તેને સતાવતા હતા.

પડોશી બાદશાહને જ્યારે સમાચાર મળ્યા તો તેમણે પોતાના જાસૂસ પાસે એક સંદેશ વજીર પાસે મોકલ્યો. તારો બાદશાહ માણસના ગુણોની કદર કરવાનું નથી જાણતો, તેટલે તેણે તારી બેઈજ્જતી કરી છે. જો તું અમારી શરણમાં આવી જાય, તો તને પૂરા મન સન્માન આપવામાં આવશે. અમે તારા પત્રની રાહ જોઈશું.

વજીરે તે પત્રનો સંક્ષિપ્ત જવાબ મોકલ્યો. યૂનાનના બાદશાહને આ વાતની જાણકારી પોતાના જાસૂસથી મળી ગઈ.

તેમનો તે પત્ર જપ્ત કરી બાદશાહની પાસે લઈ જવાયો. પત્રને વાંચવામાં આવ્યો. જેમાં લખ્યું હતું તમે મારી પ્રશંસા કરી, તેને યોગ્ય હું મારી જાતને નથી સમજતો. તમે તમારા ત્યાં બોલાવી મારા સન્માન કરવાની વાત લખી છે. એ મારા માટે ક્યારેય અશક્ય છે. મારા બાદશાહે મારી પરવરિશ પ્રખ્યાત ગિરામી ઘરમાં કરાવી છે. કદાચ તે મારી કોઈ વાત પર ગુસ્સે થયા તો તો શું થયું ! પ્યાર કરવાવાળાને તો ગુસ્સો કરવાનો પણ હક છે તો શું હું આટલી નાની વાત માટે તેમના પ્રત્યે બેવફાઈ કરું. એક કહેવત છે. જેણે તમારી સાથે પગલે-પગલે ઉપકાર કર્યો. તેનાથી ભૂલ પણ થઈ જાય, તો તેમને માફ કરી દો.

બાદશાહે પત્ર વાંચી વજીરની પ્રશંસા કરી તેને બહુ જ ઈજ્જત આપતા તેની માફી માંગી, કહ્યું, 'મારાથી મોટી ભૂલ થઈ, જો મેં તારા જેવા બેગુનાહ ને બહુ તકલીફ આપી.'

વજીરે કહ્યું, 'હુજુર મારી પરેશાની માટે તમે ગુનેગાર નથી. અલ્લાહતાલાને એમ જ મંજૂર હતું. કેટલું સારું થયું કે આ કષ્ટ મને એવી વ્યક્તિના માધ્યમથી પ્રાપ્ત થઈ. જેણે મારી પર બહુ અહેસાન કર્યું છે.'

રામ વનવાસના ચૌદ વર્ષની અવધિ પૂરી કરી અયોધ્યા પાછા આવે છે. પુષ્પક વિમાનમાં તેમની સાથે તેમની પત્ની સીતા અને ભાઈ લક્ષ્મણની સાથે વૃક્ષરાજ જામ્બવાન, વાનરરાજ સુગ્રીવ, વિભિષણ, નલ-નીલ, અંગદ, નિષાદરાજ ગુહ અને હનુમાન પણ આવે છે. ગુરુ વસિષ્ઠ સાથે તે બધા મિત્રોને પરિચય કરાવતા કહે છે.

એ સબ સખા સુનહુ મુનિ મેરે । ભાએ સમર સાગર કહેં બેરે ॥
મમ હિત લાગિ જનમ ઈન્હ હારે । ભરત હું તે મોહિ અધિક પિઆરે ॥

(ઉત્તરકાંડ)

(હે મુનિરાજ સાંભળો, આ બધા મારા મિત્ર છે. જો યુદ્ધરુપી સમુદ્રમાં જહાજ સિદ્ધ થયા. તેમણે મારા માટે પોતાનો જન્મ હારી ગયા એટલે પોતાના પ્રાણ ન્યોછાવર કરી દીધા. તેથી આ લોકો મને જાતથી પણ વધારે પ્રિય છે.)

રામ પોતાનો ઉપકાર કરવા વાળા પ્રત્યે આભાર પ્રકટ કરતા તેમને પૂરું સન્માન આપે છે અને તેમને પોતાના પ્રિય ભાઈ ભરતથી પણ વધારે અધિક માને છે.

જ્યારે અયોધ્યામાં રહેતા પોતાના કર્તવ્ય પથ પર આગળ વધવાની વાત કહી. તેમને સન્માન સાથે વિદાય કરે છે. રામ કહે છે :

અનુજ, રાજ, સંપત્તિ, વૈદેહી। દેહ, ગેહ પરિવાર, સનેહી ॥
સબ મમ પ્રિય નહિં તુમ્હહિં સમાના। મૃષા કહઉ મોર પટબાના ॥

(ઉત્તરકાંડ)

(મારા નાના ભાઈ, રાજ્ય, સંપત્તિ, પત્ની, સીતા, મારુ શરીર, ઘર, પરિવાર અને સ્નેહી સ્વજન બધા તમારા સમાન પ્રિય નથી. મારું આ વચન મિથ્યા નથી. તે કહે છે કે તમે લોકોએ મારી બહુ સેવા કરી છે. હું તમારા સામે પર કઈ પ્રકારની તમારી લડાઈ કરું? પોતાના ઘરોનું સુખ તમે મારા માટે ત્યાગ કર્યો, એટલે તમે લોકો મને અધિક પ્રિય છો.

આજકાલ લોકો બીજાનું શોષણ કરી તેને દૂધમાંથી માખીની જેમ કાઢી ફેંકી દે છે. '.યૂઝ એન્ડ થ્રો' (ઉપયોગ કરી ફેંકી દો) વાળી પ્રવૃત્તિ તેમની આદતમાં વધતી જઈ રહી છે. બીજાને મૂર્ખ બનાવી પોતાના ઉલ્લૂ સીધા કરવામાં તેમને હોંશિયારી મેળવી લીધી છે. કોઈપણ વ્યક્તિ દ્વારા કરેલો ઉપકારનો તેમને અસર નથી થતી. તેમની આંખોમાં ભૂંડના વાળ આવી ગયા છે. અહેસાન ફરામોશ તેમના લોહીમાં વહી રહી છે. લોકો એટલી ક્ષુદ્ર માનસિકતા વાળા અને અહંકારી થઈ ગયા છે. કોઈપણ કાર્યનું શ્રેય જે તેનો વાસ્તવિક હકદારને નથી દેવા માંગતા, કારણ કે તે પોતાનાથી મહાન અને સમજદાર કોઈને નથી માનતા. મહેનત બીજા કરે, તેનો શ્રેય લૂંટવા પોતે આવી જાય છે. રામને પોતાના કાર્યોથી આપણને શિક્ષા આપી છે. પ્રકૃતિના નાનામાં નાનો કણ પણ કદાચ કોઈ રુપમાં તમારા કામમાં આવે છે. તો આપણે તેમના અહેસાનમંદ હોવું જોઈએ. અને તેમના દ્વારા કરેલી સહાયતાનો શ્રેય તેને અવશ્ય આપવો જોઈએ.

અધ્યાય-૧૨

ધર્મ અને સત્યના માર્ગ પર ચાલનારા

શ્રીરામ રાજધર્મનું પાલન કરનારા છે અને તે માર્ગ પર દઢતાથી ચાલે છે. તે સત્યનું આચરણ કરે છે. તેમના પૂરા જીવનને જોયા પછી આ તથ્ય ઉભરાય છે કે સત્યનું પાલન કરવામાં જ તેમણે પોતાનું આખું જીવન સમર્પિત કરી દીધું છે. તેના તો અધર્મ કરતા અને નથી બીજાને કરવા દેતા. અધર્મનો નાશ કરવો જ તેમના જીવનનો ઉદ્દેશ્ય છે. તેમના કુલગુરુ વસિષ્ટ ધર્મદુરીન ભાનુકુલ ભાનૂ (સૂર્યવંશના સૂર્ય રામ ધર્મધુરીણ છે.) અને સત્યસંઘ પાલક શ્રુતિ સેતુ (સત્યસન્દ્ર પાલક અને વેટોના સેતુ) કહીને તેમની પ્રશંસા કરે છે.

તેમના પિતા રાજા દશરથ તેમને ચૌદ વર્ષનો વનવાસ આપે છે. રામ પોતાની માતા કૌશલ્યા પાસે વન જવા માટે ન વિદાય માંગે છે. તે સમયે તે કહે છે

ધરમધુરીન ધરમ ગતિ જાની । કહેઉ માતુ સન અતિ મૃદુ બાની ॥
પિતા દીન્હિ મોહિ કાનન રાજૂ । જહં સબ ભાંતિ મોર લડ કાજૂ ॥
(અયોધ્યાકાંડ)

(ધર્મધુરંધર રામે ધર્મની સમયની ગતિને જાણી માતાને અત્યંત કોમળ વાણીથી કહ્યું - હે માતા ! પિતાએ મને વનનું રાજ્ય આપ્યું છે. જ્યાં બધી જ રીતે મારું કામ થવાનું છે.)

તે પિતાની આજ્ઞાનું પાલન કરવા તેમ જ વનમાં જવા તૈયાર થઈ જાય છે. છેલ્લે વિદાય લેતી વખતે જ્યારે રાજા દશરથ તેમને વન જતા રોકવાની ચેષ્ટા કરે છે તે તેમને કહે છે : 'પોતાના પ્રિય ના પ્રત્યે પ્રમાદ કરીશ તો અપયશ થશે.' એમ કહી તે રાજા દશરથને સત્યના માર્ગ પર દ્રઢતાપૂર્વક ચાલવાની સહાલ આપે છે. અને પોતે વનમાં જઈ સત્યના પ્રતિ પોતાની દ્રઢ આશા પ્રગટ કરે છે.

તો પણ રાજા દશરથ મોહવશ પોતાના મંત્રી સુમન્ત્ર ને રથ લઈ રામની પાછળ પાછળ વનમાં મોકલે છે. અને તેમને આજ્ઞા આપે છે કે બધા લોકોને વનમાં ફેરવી પાછા લઈ આવજો. જ્યારે સુમન્ત્ર રામને તે વાત બતાવે છે તો તે સુમન્ત્રને કહે

છે -

ધરમ ન દૂસર સત્ય સમાન । આગમન નિગમ પુરાન બખાના ॥
મૈં સોઈ ધરમ સુલભ કરિ પાવા । તજે તિહૂં પુર અપજસુ છાવા ॥

(અયોધ્યાકાંડ)

(ધર્મના સમાન બીજુ સત્ય નથી, આ વાત વેદશાસ્ત્ર અને પુરાણોમાં કહી છે. મેં તે ધર્મને આસાનીથી મેળવી લીધો છે. આ સત્યરૂપી ધર્મનો ત્યાગ કરવાથી ત્રણેય લોકોમાં અપયશ છાઈ જશે.

શ્રીરામ પોતાના જીવનમાં પગલે પગલે સત્યનું દઢતાથી પાલન કરે છે. રાષ્ટ્રપિતા મહાત્મા ગાંધી પણ સત્યવ્રતી હતા. દેશવિદેશ બધી જગ્યા પર તેમણે સત્યનું દ્રઢતાથી પાલન કર્યું. તે સત્યના અનુસંધાન કર્તા હતા. તે ઘટના તેમના સત્ય આગ્રહના ઉદાહરણ છે. જેમાં તેમણે છદમ સત્ય પાલનનનો પ્રતિરોધ કર્યો છે. અને એવું કરવાવાળાને સત્યનો આશ્રય લેવા પર વિવશ કરી દીધા.

ગાંધીજીની સત્યનિષ્ઠા પ્રસિદ્ધ છે. તે સત્યની રક્ષા માટે કષ્ટો ને સહન કરવા હંમેશા તૈયાર રહે છે. એ દિવસોમાં દક્ષિણ આફ્રિકામાં માનવાધિકારો માટે ગાંધીજીનો સંઘર્ષચાલુ હતો. તેમના ફીનીક્સ આશ્રમમાં થોડા યુવક મીઠા વગરનુ ભોજન કરવાની પ્રતીક્ષા કરી ભર્તી થયા. થોડા જ દિવસોમાં તે આ 'લૂખા-સુકા'ભોજનથી અશક્ત થઈ ગયા. તેમણે બહારથી સ્વાદિષ્ટ વસ્તુ મંગાવી ભરપેટ ખાઈ લીધી અને ઠગભગત બની રહ્યા. તેમાંથી એકને પાછળથી અપરાધનો ભાર વધતો ગયો અને તેમણે બધી વાત ગાંધીજીને બતાવી દીધી.

સાંજની પ્રાર્થનામાં ગાંધીજીએ બધા પાસે સાચુ જાણવાની કોશિષ કરી. તો બધાએ ઈનકાર કરી દીધો અને સૂચના આપનારને તમાચો મારતા કહેવા લાગ્યા, 'સાચુ છુપાવવાનો દોષ મારો છે. તારો નથી, કારણ કે આટલા વર્ષો પછી પણ એ સત્યના ગુણ પ્રાપ્ત નથી કર્યા. સત્ય હજી પણ મારાથી દૂર ભાગે છે.'

ત્યાર પછી બધા યુવકોએ પોતાનો અપરાધ સ્વીકાર કરી તેમને ક્ષમા માગી.

ગાંધીજીએ તેમને સમજાવતા કહ્યું 'સત્ય જ પરમ ધર્મ છે. જો આ ધર્મ ને અપનાવો છો તો તેના પર આજીવન દ્રઢ રહો. ભલે કેટલીયે મુસીબત કેમ ના આવે. તેનાથી ડગો નહીં.'

આ રીતે તે પોતાના પિતાની આજ્ઞાને ધર્મ માને છે. અને વન જવાનું વચન પિતાને આપે છે અને તે ધર્મરૂપી સત્ય તે જૂઠ સાબિત કરવા તેમજ અપયશના ભાગીદાર બનવા તે પાછા અયોધ્યા નથી જવા માંગતા અને સુમન્ત્રજીને સમજાવી બુઝાવી પાછા મોકલે છે.

તે રાજાશિવિ, દધીચિ, હરિચન્દ્ર, રન્તિદેવ અને બલિનું ઉદાહરણ આપતા કહે છે. આ મહાપુરુષોને સત્યની રક્ષા માટે બહુ જ કષ્ટ સહન કર્યું, પરંતુ તેને કોઈ કિંમત પર ના છોડ્યા.

તેમનું માનવું છે કે સત્યને છોડવાથી અપયશ થાય છે. અને અપયશ જીવતે જીવ મૃત્યુ સમાન છે.

સંભાવિત કહુ અપજસ લાહૂ । મરન કોટિ સમ દારુન દાહુ ॥
(અયોધ્યાકાંડ)

(પ્રતિષ્ઠિત પુરુષ ના માટે અપયશની પ્રાપ્તિ કરોડો મૃત્યુના સમાન ભીષણ સન્તાપ દેવાવાળી હોય છે.)

આ રીતે તેમના જેવા સમાજમાં પ્રતિષ્ઠિત પુરુષ ધર્મનો ત્યાગ કરી અપયશનો ભાગી નથી બનવા માંગતા, ભલે તેમના માટે કષ્ટ કેમ ના સહન કરવું પડે ! તે સત્યના માટે અપાર કષ્ટ રહે છે. છતાં પણ તેમનો સાથ નથી છોડતો.

ભરત તેમને વનમાં મળવા જાય છે. તે તેમને આગ્રહ કરે છે કે તે અયોધ્યા પાછા આવી રાજ્ય સંભાળે. પરંતુ તે પિતાની આજ્ઞામાં જ બંને લોકોની ભલાઈની વાત કરી. ભરતને સમજાવી મનાવીને અયોધ્યા પરત મોકલે છે. તે સમય તેમના સસરા રાજા જનક તેમના માટે કહે છે

રામ સત્યવ્રત ધરમ રત સબ કર સીલુ સહે ।
સંકટ ટ સહત સકોચ બસ કહિઅ જો આપસુ દેહ ॥
(અયોધ્યાકાંડ)

(રામ સત્યવચની અને ધર્મરત છે અને બધા પર શીલ અને સ્નેહ રાખવાવાળા છે. તે સંકોચવશ સંકટ સહી રહ્યા છે. તમે જો આજ્ઞા આપો. તે વાત હું કરું.)

તે ભરતને પણ ધર્મ-માર્ગ પર ચાલી ગુરુ મંત્રી અને માતાઓની આજ્ઞાથી રાજ કરવાની સલાહ આપે છે એમ કરવાથી તેમના પર આ સન્માનિત લોકોનું અંકુશ રહેશે અને તે ધર્મના માર્ગથી ક્યારેય વિચલિત નહીં થાય. ભરત પણ તેમની આજ્ઞા અનુસાર રાજ્ય કરે છે.

તે ધર્મની રક્ષા કરવા અને અધર્મનો નાશ માટે હંમેશા તૈયાર રહે છે . તેમની સુગ્રીવ સાથે ભેટો થાય છે. સુગ્રીવના મોટાભાઈ વાલિ એ અધર્મથી તેમનું રાજ્ય છીનવી લીધું હતુ. અને બાલિના ડરના કારણ વનમાં અજ્ઞાતવાસ કરી રહ્યા હતા. રામ બાલિ-સુગ્રીવનો પૂરો ઈતિહાસ જાણી બાલીનો વધ કરી દે છે. અને કિષ્કિન્ધામાં ધર્મ-રાજ્યની સ્થાપના કરે છે. વાલી જ્યારે પૂછે છે કે આપને મને શા માટે માર્યો ? મેં તો તમારું કશું બગાડ્યું ન હતું. તો તે વાલિ દ્વારા અતીતમાં કરેલા અધર્મની ચર્ચા કરી તેમનો વધ ઉચિત ગણાવે છે.

મુનિરાજ વિશ્વામિત્ર અને અન્ય મુનિગણોનો યક્ષ રાક્ષસ નષ્ટ કરી દે છે. રાક્ષસ જાતિ અધર્મનું પાલન કરી ધર્મ માર્ગ પર ચાલવા વાળા સાધુ સંતો પર અત્યાચાર કરતી હતી. તેમને મારી નાખતી હતી. વિશ્વામિત્ર પોતાના યક્ષની રક્ષા માટે રામ-લક્ષ્મણને પોતાની સાથે લે છે. રામ મુનિયોનો યજ્ઞ ભંગ કરવાવાળા સુબાહુ નામનો રાક્ષસનો વધ કરે છે અને મારીચને ફળ વગરનું બાણથી સો જોજન દૂર સમુદ્રની પાસે ફેંકી દે છે. આ રીતે તે યક્ષની રક્ષા કરે છે. અને મુનિયોને નિર્ભય કરી વનમાં ફરીથી ધર્મથી સ્થાપના કરે છે.

રામ સત્યની પ્રતિષ્ઠા કરવાવાળા છે તે સુગ્રીવને વચન આપે છે કે તે વાલિને મારી નાખી તેમનું ગુમાવેલું રાજ્ય પાછું અપાવે છે. સુગ્રીવ તેમની વાત પર શંકા કરે છે

ત્યારે તે પોતાને સત્યનિષ્ઠ હોવાની વાત કરે છે -

જો કછુ કહેહુ સત્ય સબ સોઈ । સખા બચન મમ મૃષા ન હોઈ ॥

(કિષ્કિન્ધકાંડ)

(મેં જે કાંઈ કહ્યું છે, બધું સત્ય છે, પરંતુ હે મિત્ર ! મારું વચન મિથ્યા નથી થતું અર્થાત વાલિ માર્યો જશે અને તને રાજ્ય મારશે.)

વિભિષણ તેમની શરણમાં આવે છે. તે તેને લંકાના રાજા ઘોષિત કરે છે. તેમનો ભાઈ રાવણ અધર્મની નીતિનું પાલન કરીને સીતાનું અપહરણ કરી લાવે છે તેને દંડ આપી ધર્મની સ્થાપના કરવા તે તેનો વધ કરે છે. તે જાણે છે કે લંકામાં નિવાસ કરવાવાળા વિભિષણ એક ધર્મપરાયણ વ્યક્તિ છે. એટલે તે તેમને રાજા બનાવે છે. અને સત્યની મર્યાદા સ્થાપિત કરે છે. તે યુદ્ધમાં અધર્મના માર્ગ પર ચાલવાવાળા લોકોનો જ વધ કરે છે.

તેમનું રાજ્ય 'રામરાજ્ય' માં પણ બધા લોકો ધર્મ પર ચાલવાવાળા છે.

સબ નરકરહિં પરસ્પર પ્રીતી । ચલહિં સ્વધર્મ નિરતશ્રલિ નીતિ ॥
સબ નિર્દભ ધર્મરત પુની । નર અરુ નારિ ચતુરા સબ ગુની ॥

(ઉત્તરકાંડ)

(બધા મનુષ્ય એકબીજા પ્રત્યે પ્રેમ કરે છે અને વેદોમાં બતાવેલી નીતિ એટલે કે મર્યાદામાં તત્પર રહી પોત-પોતાના ધર્મનું પાલન કરે છે.)

(બધા દંભ વગરના છે. ધર્મ પરાયણ છે. અને પણ્યાત્મા છે. નર અને નારી ચતુર અને ગુણવાન છે.

આ રીતે અયોધ્યાના રાજા બનતા તે ધર્મ રાજ્યની સ્થાપના કરે છે તે ધર્મયુદ્ધ લડવામાં વિશ્વાસ કરે છે. જ્યારે ખર, દૂષણ અને ત્રિશિરા શૂરપંખાનું અપમાન થવાથી તેમની સાથે યુદ્ધ કરવા માટે સજ્જ થાય છે. તે સંદેશ આપે છે.

જાદ્યપિ મનુજ દનુજ કુલઘાલક । મુનિ પાલક બલ ચાલક બાલક ॥
જોં ન હોઈ બલ ઘર ફિરિ જાહૂ । સમર બિમુખ મૈં હતઉં ન કાહૂ ॥

(અરણ્યકાંડ)

(જો આપણે મનુષ્ય છીએ, પરંતુ દૈત્યકુળનો નાશ કરવાવાળા અને મુનિયોંની રક્ષા કરવાવાળા છે. પરંતુ હે દુષ્ટોને દંડ આપવા વાળા. જુઓ બળ ના હોય તો ઘરે પાછા જાઓ. સંગ્રામમાં પીઠ દેખાડવવાળા હું કોઈને નથી મારતો.)

આ રીતે તે કોઈ રણઁછોડ ને નથી મારતા, કેમ કે તેમની નજરમાં આ વાત ધર્મ વિરુદ્ધ છે.

રામ વનમાં ઋષિ મુનિયોં નો હાડકાનો ઢગલો જુએ છે. મુનિયોને પૂછવાથી ખબર પડે છે કે રાક્ષસો એ બધાને પોતાનું ભોજન બનાવી દીધું છે. તે સમયે પોતાના હાથ ઉઠાવી આખી પૃથ્વીને રાક્ષસો વગરની કરવાની પ્રતિજ્ઞા કરે છે. અને પછી રાવણ સહિત બધા રાક્ષસ કુળનો નાશ કરી પોતાના વચનને સત્ય સિદ્ધ કરે છે.

આ યુગમાં મનુષ્ય અસત્યના માર્ગ પર ચાલી અધર્મી બનતા જઈ રહ્યા છે. તેમના નૈતિક મૂલ્યોનું ઝડપથી પતન થઈ રહ્યું છે.આમ કરી તેમને આત્મગ્લાની પણ

નથી થતી. તેને લોક-પરલોક કોઈની ચિંતા નથી. રામના સત્ય અને ધર્મ જેવા જીવન મૂલ્યોને અપનાવી આપણે પોતાનું જીવન સુધારીને સાથે જ બીજાની સામે પણ આદર્શ પ્રસ્તુત કરી શકીએ છે. જો કે આ માર્ગ પર ચાલવાથી બહુ જ કઠિન અને કષ્ટ આવશે. અને જો આપણે ધૈર્ય ખોયા વગર લગાતાર આગળ વધતા રહીશું તો આખરમાં જીત સત્યની જ થાય છે. 'સત્યમેવ જયતે'

જદ્યપિ મનુજ દનુજ કુલઘાલકા। મુનિ પાલક ખલ સાલક બાલક ॥
જૌં ન હોઈ બાલ ઘરફિરિ ભાહૂ। સમર બિમુખ મૈં હતઉં ન કાહૂ ॥

(અરણ્યકાંડ)

(જો આપણે મનુષ્ય છીએ. પરંતુ દૈત્યકુળનો નાશ કરવાવાળા અને મુનિઓની રક્ષા કરવાવાળા છીએ. પરંતુ છીએ દુષ્ટોને દંડ આપવા વાળા ! જો બળ ના હોય તો પાછા જાઓ. સંગ્રામમાં પીઠ બતાવવાવાળા કોઈને નથી મારતા.

આ રીતે તે કોઈ રણછોડ ને નથી મારતા. કારણ કે તેમની નજરમાં આવતા ધર્મવિરુદ્ધ છે.

રામ વનમાં ઋષિ મુનિયોના હાડકાનો ઢગલો જુએ છે. મુનિયોને પૂછવાથી તેમને ખબર પડે છે કે રાક્ષસો એ તે લોકોને પોતાનો આહાર બનાવી દીધો છે. તે સમય તે પોતાના હાથ ઉઠાવી આખી પૃથ્વીને રાક્ષસો વગરની કરવાની પ્રતિજ્ઞા કરે છે. અને પછી રાવણ સહિત બધા રાક્ષસ કુલનો નાશ કરી પોતાના વચનને સાચો સાબિત કરે છે.

આયુગમાં મનુષ્ય અસત્યના માર્ગ પર ચાલી અધર્મી થઈ રહ્યો છે. તેમના નૈતિક મૂલ્યોનું તેજીથી પતન થઈ રહ્યું છે. એમ કરી તેમને આત્મગ્લાનિ પણ નથી થતી. તેને લોક-પરલોક કશીય ચિંતા નથી. રામના રામ ના સત્ય અને ધર્મ જેવા જીવન-મૂલ્યો ને અપનાવી આપણે આપણું જીવન સુધારવાની સાથે બીજાના સામે પણ આદર્શ પ્રસ્તુત કરીએ. જો કે આ માર્ગ પર ચાલવાથી બહુ જ કઠિનાઈ અને કષ્ટો આવશે. જો આપણે ધૈર્ય ગુમાવ્યા વગર કાયમ આગળ વધતા વધતા રહીશું તો છેલ્લે જીત સત્યની થશે. 'સત્યમેવ જયતે'

અધ્યાય -૧૩

અતિ સંવેદનશીલ અને ભાવુક

રામના ચરિત્રમાં ઘણા સ્થાનો પર સંવેદનશીલ અને ભાવુકતા જોવા મળશે. તે કોઈના દુઃખને નથી જોઈ શકતા જ્યારે તેમના પર ઘોર વિપત્તિ આવે છે તો તે રોવા લાગે છે. કારણ કે તેમનું હૃદય કોમળ છે. તેમનામાં માનવીય સંવેદના કૂટ-કૂટકર ભરી છે.

રામ ચિત્રકૂટમાં નિવાસ કરે છે. એક દિવસ તેમને અયોધ્યાની યાદ આવે છે. તો તેમની આંખોમાં આંસુઓનો વરસાદ થવા લાગે છે.

જબ જબ રામ અવધ સુધિ કરહીં। તબ તબ વારિ બિલોચન જારહીં ॥

સુમિર માતુપિતુ પરિજન ભાઈ। ભરત સનેહુ સીલુ સેવકાઈ ॥

(અયોધ્યાકાંડ)

(જ્યારે જ્યારે રામને અયોધ્યાની યાદ આવે છે ત્યારે ત્યારે તેમની આંખોમાં આંસૂ આવી જાય છે અને માતા-પિતા, પરિવારજનો અને ભાઈ ભરતનો સ્નેહ શીલ અને સેવકાઈને યાદ કરી કૃપાસિન્ધુ રામચંદ્ર બહુજ દુઃખી થાય છે, પરંતુ પોતાના ખરાબ સમયનો વિચાર કરી ધૈર્ય ધારણ કરી લે છે.)

ભરત તેમને મળવા ચિત્રકૂટ આવે છે. તેમને પાસે આવતા અને પ્રણામ કરતા જોઈ લક્ષ્મણ રામને કહે છે કે ભરત ભાઈ આપને પ્રણામ કરે છે. ભરતના પ્રેમની તરસ ભાવુક રામની મનોદશા તે સમય જોવા જેવી છે.

ઉઠે રામ સુનિ પેમ અધારી કરું પટ કહું નિષંગ ધનુ તીરા ॥

(અયોધ્યાકાંડ)

(તે સાંભળી શ્રી રામ પ્રેમમાં અધીરા થઈ રહ્યા. ક્યાંય તેમનું વસ્ત્ર પડ્યું. ક્યાંક પણછ, ભાથુ અને ક્યાંક ધનુષ બાણ)

શ્રીરામજી પ્રેમના વશીભૂત છે. તે ભાવુક હૃદય છે. અને પોતાના સમક્ષ પોતાના પ્રિયપાત્રને જોઈ પોતાનું સાનભાન ગુમાવી બેસે છે. ભારત વર્ષના પહેલા પ્રધાન મંત્રી પં. જવાહરલાલ નેહરુ પણ નાઝી જર્મન દ્વારા ઈંગ્લેન્ડ પર બોમ્બબારી કરી

પચ્ચીસ લોકોને મારી નાખ્યા પછી લાગણીવશ બનીને રોવા લાગ્યા. તેમણે આ ઘાતકી કૃત્ય અંગે 'નેશનલ હેરાલ્ડ'માં કડક વિરોધ કરી પોતાના માનવીય મૂલ્યોનો પરિચય આપ્યો.

પં. જવાહરલાલ નેહરુ એ દિવસોમાં અંગ્રેજી અખભાર 'નેશનલ હેરાલ્ડ'ના પ્રધાન સંપાદક હતા. સંપાદકનું કામ ચેલાપતિ રાવ કરતા હતા. નેહરુ પોતાના વ્યસ્ત સમયમાંથી થોડો સમય અખબાર માટે અવશ્ય કાઢતા હતા.

એકવાર તેમણે અખબારની ઓફિસે પહોંચી ચેલાપતિ રાવને પૂછ્યું. આજના મુખ્ય સમાચાર શું છે ? ચેલાપતિ રાવ બોલ્યા - જર્મનીએ લંડન પર બોમ વરસાવ્યો છે. જેમાં માત્ર પચ્ચીસ લોકો માર્યા ગયા છે. પચ્ચીસ લોકો માટે માત્રનો પ્રયોગ કરી તમે તમારા અસંવેદનશીલ છો તેનું પ્રમાણ આપી દીધું. ભાવુકતાવશ તેમની આંખોમાં આંસુ આવી ગયા. તેમણે આગળ કહ્યું, મારા ભાઈ, જીવતા એક આદમીના જાનની પણ કિંમત હોય છે. જર્મનીની આ એક ઘોર ક્રૂરતા છે.

તેમણે સંપાદનને નિર્દેશ કરતાં કહ્યું, સંપાદકીયમાં પચ્ચીસ નિર્દોષ લોકોના મૃત્યુ પર કડક પ્રતિરોધ વ્યક્ત કરો. એમ કહી તે રૂમની બહાર નીકળી ગયા.

તે સમય જ્યારે વસિષ્ઠજી રાજા દશરથના સ્વર્ગવાસની વાત તેમને બતાવે છે. તો રામ દુઃખી થઈ જાય છે.

નૃપ કર સુરપુર ગવનુ સુનાવા. સુનિ રઘુનાથ દુસહ દખુ પાવ ।
મરન હેતુ નિજ નેહુ બિચારી । ભે અતિ બિકલ ધીરદુરધારી ॥

(અયોધ્યાકાંડ)

(સદગુરુ વસિષ્ટજીએ રાજાના સ્વર્ગ સમાનની વાત સંભળાવી, જે સાંભળી રઘુનાથજી એ દુઃસહ દુઃખ થયું. અને પોતાના પ્રતિ તેમના સ્નેહને તેમના મરવાનું કારણ વિચારી કરી. ધર્મધુરંધર રામચન્દ્રજી અત્યન્ત વ્યાકુળ થઈ ગયા)

જયા તે ભરત સહિત બધા લોકોને ચિત્રકૂટથી વિદાય કરે છે. તો તેમના મનમાં હર્ષ અને દુઃખ બને છે. હર્ષ એટલે છે કે ભરત તેમની વાત માની અપ્રત્યક્ષ રુપથી અયોધ્યા પર શાસન કરવાનું સ્વીકારી લીધું અને વિષાદી એટલા માટે કે બધા સમાજ સાથે વનમાં રહેવાનું કેટલું સારું લાગતું હતું. હું હવે એકલો થઈ ગયો અને બધા પ્રિયજન ફરી છૂટા પડી ગયા.

ફિરે હરષ વિસમય સહિત આએ પરમ નિકેતા ॥

(અયોધ્યાકાડ)

(......લૌટકર પર્ણકુટી પર આયે.)

રાવણ સીતાનુ હરણ કરી લઈ જાય છે. રામ મારીચને મારી નાંખી પંચવટી પાછા ફરે છે. તો ત્યાં સીતાને ના જોઈ બહુ જ વ્યાકુળ થઈ જાય છે.

હા ગુન ખાનિ જાનકી સીતા । રુપ સીલ બ્રત નેત પુનીતા ॥

(અયોધ્યાકાંડ)

(તે વિલાપ કરવા લાગ્યા - હે ગુણોની ખાણ જાનકી । હે રુપ, શીલ વ્રત અને નિયમોમાં પવિત્ર સીતે !)

તે પક્ષી, પશુ અને ભમરા સુધી સીતાની પૂછપરછ કરે છે, અને આંખોમાં આંસુ ભરી રડવા લાગે છે.

રસ્તામાં પોતાના કાપેલી પાંખોની સાથે જટાયુ મળે છે. તે તેમને સીતાનું ઠેકાણું બતાવે છે. અને પ્રાણ ત્યાગી દે છે તેના મૃત્યુ પર રામ રડતા કહે છે :

જલભરિ નયન કહહિં । તાત કર્મ નિજ તેં ગતિ થાઈ ॥

(અરણ્યકાંડ)

(આંખોમાં પાણી ભરી રઘુનાથજી કહેવા લાગ્યા - હે તાત ! તમે તમારા શ્રેષ્ઠ કર્મોથી દુર્લભ ગતિ મેળવી છે.)

જેને બીજાનું દુઃખ-દર્દ પોતાનું લાગે છે. તે સંવેદનશીલ થાય છે. અને બીજાને સહાનુભૂતિપૂર્વક વ્યવહાર કરે છે. નેપોલિયન જેવા મહાન યોદ્ધા અને શાસક સાધારણ મજદૂરોના કષ્ટોથી દ્રવિત થઈ તેમની નિઃસંકોચ સહાયતા કરે છે. દેખીએ કેવી રીતે ?

એક વાર એક આદમી કોઈ કામથી શહેર જઈ રહ્યો હતો. રસ્તામાં તેણે થોડા મજદૂરોને મોટા મોટા થાંભલા ઉઠાવતા જોયા. વધારે ભારે હોવાના કારણે મજદૂર તેને ઉઠાવી શકતા ન હતા. તેમના શરીરથી માથાથી લઈ પગ સુધી પરસેવો વહી રહ્યો હતો તે આદમીને મજૂરો પાસે કામ કરાવવાવાળાને વ્યક્તિને કહ્યું- ભાઈ ! આ લોકો પર આટલો બારે થાંભલો નથી ઉઠાવી શકતા. તમે તેમની થોડી સહાયતા કરી દો. તો કામ આસાન થઈ જાય.

વ્યક્તિ પહેલેથી ખીજાયેલો હતો. આદમીના વાક્યથી તે ચિડાઈને બોલ્યો- 'તારે મતલબ જાઓ પોતાનો રસ્તો પકડો' હું થાંભલો ઉઠાવીશ. તૂ નથી જાણતો, હું તેનો માલિક છું.આ વિસ્તારનો ઠેકેદાર !

તે આદમી પોતાના ઘોડા પરથી નીચે ઉતર્યો અને મજદૂરોની સહાયતા કરવા લાગ્યો. તેની સહાયતાથી થાંભલો તેની જગ્યા (સ્થાન) પર મૂકી દેવામાં આવ્યો.

આખરે ઠેકેદારથી રહેવાયું નહીં, તો તે આદમીને બોલ્યો પણ તૂ છે કોણ, તેમની સહાયતા કરવાવાળો ?

આદમીએ હસતા કહ્યું, તમે મને નથી જાણતા ? લોકો મને નેપોલિયન કહે

છે.

ફ્રાંસના સમ્રાટ નેપોલિયનનું નામ સાંભળતા જ ઠેકેદારની આંખોની આગળ અંધારુ થઇ ગયું. તે જમીન પર સૂઇ નેપોલિયનની માફી માંગવા લાગ્યો. નેપોલિયને તેને માફ કરી દીધો.

જ્યારે સુગ્રીવ તેમને સીતા દ્વારા નીચે પડેલું વસ્ત્ર બતાવે છે, તો તેને સ્પર્શ વારંવાર કરી વિચારે છે. હનુમાનજી સીતાની ભાળ લગાવી શ્રી રામ પાસે પાછા આવે છે. અને રામના પૂછવા પર તેમના વિષે બતાવે છે. અશોકવાટિકામાં રહેતી સીતાનું દુઃખ સાંભળી તેમની આંખોમાં આંસુ આવી જાય છે. જ્યારે હનુમાનજી સીતા દ્વારા આપેલી ચૂડામણિ તેમને આપે છે તો તે તેમના હૃદયને લગાવી દે છે.

મેઘનાથ, લક્ષ્મણ સાથે યુદ્ધ કરતા સમયે વીરઘાતિની શક્તિ ચલાવે છે. અને તે મૂર્છિત થઇ જમીન પર પડી જાય છે. હનુમાન લંકાથી સુષેણ વૈદ્યને લઇ આવે છે. વૈદ્યરાજ તેમને હિમાલય પર્વતથી સંજીવની જડીબૂટી લાવવાનું કહે છે. તે જાય છે. પરંતુ તેમને આવતા મોડું થઇ જાય છે. રામ વ્યાકુળ થઇ રોવા લાગે છે. અને લક્ષ્મણ ને પોતાના હૃદયથી લગાવી કહે છે :

જૈહઉ અવધ કવન મુહુ લાઇ । નારિ હેતુ પ્રિય ભાઇ ગંવાઇ ।
નિજ જનની કે એક કુમારા । તાત તાસુ તુમ્હ પણ અધારા ॥
ઉતરુ કાહ દૈહઉ તેહિ જાઇ । ઉઠિ કિન મોહિ સિખાવહુ ભાઇ ॥

(સ્ત્રીના માટે પ્યારા ભાઇને ખોઇ, હું કયું મો લઇને અવધ જાઇશ.)

(હે તાત, તું પોતાની માતાનો એક જ પુત્ર અને તેનો જીવનનો આધાર થાય)

(હું હવે જઇને શું જવાબ આપીશ ? હે ભાઇ, તું ઉઠીને મને સમજાવતા કેમ નથી ?)

તે રોઇ રોઇને અનેક વાતો કરે છે. વધારે ભાવુકતામાં તે કહી જાય છે. જો હું જાણતો કે વનમાં ભાઇનો વિયોગ થશે તો હું પિતાનું વચન, જેને માનવું મારા માટે પરમ કર્તવ્ય હતું, તે પણ ના માનત.

તેમની આંખોમાંથી એમ કહી લગાતાર આંસુઓની ધારા વહે છે અને તેમને દુઃખી જોઇ સમગ્ર વાનર સમાજ પણ આકુળ વ્યાકુળ થઇ જાય છે.

જ્યારે રાવણનો વધ થઇ જાય છે. તો વિભિષણ પોતાના ભાઇની દશા જોઇ બહુ જ દુઃખી થઇ જાય છે. તેમની દશાને જોઇ રામ પણ મનમાંને મનમાં શોક મનાવે છે. અને લક્ષ્મણની પાસે તેને હિંમત રાખવાનું કહેવડાવે છે.

સીતાજી ફરીથી શ્રીરામ પાસે આવી જાય છે. રામ બધા વાનર રીંછ ને પ્રેમથી વિદાય કરે છે. પરંતુ સુગ્રીવ, જામ્બવાન, અંગદ, નલ-નીલ, વિભિષણ અને હનુમાન વારંવાર રામની બાજુ નિહાળે છે. તેમની આંખોમાં આંસુઓની ધારા વહી રહી છે.

સંવેદનશીલ અને ભાવુક રામ તેમની દશાને જોઈને તેમને પોતાની સાથે અયોધ્યા લઈ જવા માટે પુષ્પક વિમાનમા સવાર થાય છે.

વિભિષણના રાજ્યાભિષેક પછી રામ તેમને કહે છે કે, ભરતની મનોદશા યાદ કરી એક એક પળ અક્લપનીય કલ્પના સમાન બની રહ્યો છે

ભરત દશા સુમિરત મોહિ નિમિષ કલપ સમજાત ॥

(લંકાકાંડ)

જે વ્યક્તિમાં સંવેદના નથી, તે જીવતે જીવત મરેલા જેવો છે. જે બીજાના દુઃખ કષ્ટ અને હૃદયથી અનુભવ નથી કરી શકતા. તેમનામાં ભળી નથી શકતા. તેને મનુષ્ય કહેવાને અધિકારી નથી. તે એક ચાલતું ફરતા યંત્ર સમાન છે. કવિવર બલવીર સિંહ રંગ કહે છે.

જો પરાયી પીર પર એક આહ ભર સકતા નહીં ।
એસા વ્યક્તિ વાસ્તવ મે પત્થર દિલ હૈ ॥

રામ સંવેદનાના સ્તર પર સાચા મનુષ્ય છે. જેને પારકી પીડા પોતાની લાગે છે. તે બીજાના દુઃખોથી દ્રવી ઉઠે છે. તેમની આંખોમાંથી આંસુ વહેવા લાગે છે. તે તેમના દુઃખોને દૂર કરવા માટે પોતાની બધી જ શક્તિ વાપરે છે. પોતાના માટે તો દરેક જણ જીવી લે છે. રામની જેમ આપણે બીજાના માટે જીવીએ, ત્યારે આપણું જીવન સાર્થક થાય છે.

અધ્યાય -૧૪

વિનમ્રતાની પ્રતિમા અને નિરાભિમાન

શ્રીરામ વિનમ્રતાની ટોચ છે. પોતાની વિનયશીલતા અને બીજાને માન આપવાની ભાવનાના કારણે જ તે બધા લોકોના માનીતા છે. તે આ નીતિ વાક્ય પર વિશ્વાસ કરે છે.

પ્રિય વાક્ય પ્રદાનેન સર્વે તુષ્યન્ત જન્તવા : ।
તસ્માદ તદૈવ વક્તવ્યં વચને કા દરિદ્રતા ॥

(પ્રિય બોલવાથી બધા પ્રાણી સંતુષ્ટ થઈ જાય છે. ત્યારે તો તેવું જ બોલવું જોઈએ, વચનોમાં ક્યાં દરિદ્રતા)

નાનપણથી જ તે નિરાભિમાની છે કે પોતાના માતા-પિતા અને અહીં સુધી કે નગરજનોનું ધ્યાન રાખતા તે પોતાના વિનમ્ર સ્વભાવથી મનાવે.

જેહિં બિધિહોઈ સુખી સબ લોગા - કરહિં કૃપાનિધિ સોઈ સંજોગા ॥
(બાલકાંડ)

(જે વિધિથી બધા લોકો સુખી હોય, કૃપાળુ રામ તે સંયોગ અર્થાત ઉપાય કરે છે.

શ્રીરામનિરાભિમાનની હદ છે. નિરાભિમાન વ્યક્તિના હાલ આ કથાથી તે વ્યાકરણાચાર્યની જેમ હોય છે, જેને પોતાની વિદ્યા પર બહુ ઘમંડ હતું.

વ્યાકરણના એક આચાર્ય ને પોતાના જ્ઞાન પર બહુ જ અહંકાર હતો. એકવાર તે નાવમાં બેસી શહેર જઈ રહ્યા હતા. મલ્લાહ ને તેમને વ્યાકરણની પ્રશસા કરતાં પૂછ્યું

'કેમ ભાઈ, તમે વ્યાકરણ વાંચ્યું છે શું ?'

અભણ મલ્લાહએ તો વાંચવાની વાત તો દૂર, વ્યાકરણનું નામ પણ નહોતું સાંભળ્યું, તેમણે ઈનકાર કરતાં કહ્યું, 'મહારાજ અમે અંગૂઠાછાપ વ્યાકરણ શું જાણીએ ?'

પંડિતજીએ ગર્વભેર કહ્યું કે અફસોસ તે આખી જિંદગી નકામી વાતોમાં ગુમાવી દીધી છે. નાવિકને ખરાબ લાગ્યુ પણ તે પંડિતને કહેશું એવો સવાલ હતો. તે મૌન રહ્યો. આ વાર્તાલાપ ચાલતો હતો બરોબર એ જ ઘડીએ સમુદ્રમાં તોફાન આવી ચડ્યુ. હોડી હાલકડોલક થવા લાગી. આ ઘડીઓ પોતાની સોગઠી મારતા નાવિકે પંડિતજીને સવાલ કર્યો કે તોફાન આવ્યું છે તો શું તમને તરતાં આવડે છે? પંડિતે કહ્યું કે ના ભાઈ, મને

તરતા નથી આવડતુ. નાવિકે વળતો ફટકો માર્યો અને કહ્યું કે પંડિતજી ત્યારે તો તમારુંય આખુ આયખુ બેકાર ગયુ કેમ કે તોફાનને કારણે તો આ નૌકા વમળમાં ફસાઈ ગઈ છે. એટલુ બોલ્યા બાદ નાવિક તો નદીમાં કૂદી પડ્યો. પોતાની આવડત ઉપર કોઈ પણ વ્યક્તિઓ અહંકાર ના કરવો જોઈએ. અભિમાન વિનાશ તરફ દોરી જાય છે. સીતા સ્વયંવરમાં શ્રીરામ શિવજીનું ધનુષ તોડે છે. જમદગ્નિના પુત્ર અને પૃથ્વીને અનેકવાર નક્ષત્રી કરાનારા પરશુરામ રાજા જનકની સભામાં આવીને પૂછે છે કે શિવ ધનુષ કોણે તોડ્યું? હું તેનો વધ કરીશ. આ ઘડીને પામીને શ્રીરામ નમ્રતા પૂર્વક તેમને એમ કહે છે કે શિવધનુષને તોડનારો કોઈ આપનો જ દાસ હશે. મારે માટે શું આજ્ઞા છે તે મને આપ જણાવો. પરંતુ પરશુરામને ક્રોધિત જોઈને લક્ષ્મણ તેમને ના કહેવાના શબ્દો કહે છે. પરિણામે પરશુરામ વધારે ઉશ્કેરાય છે અને કહે છે કે, તને અત્યારે તો હું બાળક સમજીને છોડી દઉં છુ પણ તારી જગાએ બીજું કોઈ હોત તો અત્યારસુધીમાં તેનું શિશ ધડથી અલગ થઈ ચૂક્યું હોત. આથી બે હાથ જોડીને રામ કહે છે કે તેણે (લક્ષ્મણે) કશું જ ખોટુ નથી કર્યું પણ આપનો અપરાધી તો હું છું. મને જે સજા કરવી હોય તે કરો એમ બોલીને રામે ત્રાંસી આંખે વધારે નહીં બોલવાનો ઈશારો પણ લક્ષ્મણને કર્યો. આમ છતાં પરશુરામનો ગુસ્સો શાંત પડતો નથી અને તે બંને ભાઈને યુદ્ધ કરવા માટે વારંવાર પડકાર ફેંકે છે. છેવટે રઘુકૂળ વંશના રામનું ક્ષત્રિયપણુ બોલી ઉઠે છે અને લડતી વખતે જે ક્ષત્રિય ડરી ગયો અને તેનો દેહ જ નહીં પણ આખુ કુળ નીચે પડે છે. રામના ક્રોધ સામે પરશુરામ શાંત થઈ જાય છે. કહેવાય છે કે જેવાની સાથે તેવો વ્યવહાર કરવો જોઈએ એવી ઉક્તિને રામે અહીં સાર્થ કરી બતાવી હતી. છેલ્લી ઘડી સુધી નમ્રતા દાખવો પણ જો તેને કોઈ તમારી નબળાઈ સમજે તો તેને તમારે પાઠ ભણાવવો જ જોઈએ.

સીતાજી સાથેના વિવાહ બાદ રાજા દશરથ રામને અયોધ્યા પાછા ફરવાની આજ્ઞા આપે છે. તેથી તેઓ તેમના સાસુ સુનયના પાસે વિદાય માગવા જાય છે અને કહે છે કે અમને રજા આપો અને અમને પણ તમારા સંતાનની માફક સ્નેહ કરાજો. બંને ભાઈ તેમને સાદર પ્રણામ કરે છે અને વિદાય લે છે. બંને ભાઈએ રાજા જનકને પણ એટલા જ ભાવથી નમન કર્યુ હતું.

લંકા ઉપર જ્યારે આક્રમણ કરવાનું હોય છે ત્યારે દરિયો પાર કરવાની ઘડી આવે છે. શ્રીરામ જગા આપવા માટે સમુદ્રને વારંવાર વિનંતિ કરે છે પણ તેમની વિનંતિ અને વિનમ્રતાને નબળાઈ માની બેઠેલો સમુદ્ર ત્રણ દિવસ સુધી તેમની કોઈ વાત સાંભળતો નથી. પરિણામે રામ ક્રોધિત બને છે અને સમુદ્રને સૂકવી નાખવા માટે પોતાના ભાથામાંથી અગ્નેયાસ્ત્રને લઈ આવવાની આજ્ઞા લક્ષ્મણને આપે છે. આ વાત જાણીને સમુદ્ર હચમચી ઉઠે છે અને તે રામને શરણે આવે છે. આ સમયે રામ લક્ષ્મણને નીતિ વ્ષયક જ્ઞાન આપે છે અને કહે છે કે કુટિલ અને કાયર લોકો નમ્રતાને નબળાઈ ગણે છે. આવા લોકોને જરૂર પડે પાઠ ભણાવવો જ જોઈએ.

આવી જ રીતે, રામ સુગ્રિવને પોતાનો મિત્ર બનાવી છે અને પૂરેપૂરો સાથસહકાર તેને આપે છે. વાલીનો વધ કરીને સુગ્રીવને રાજા બનાવે છે. તેમને આવી આશા હતી કે સુગ્રીવ પણ મિત્રધર્મ નિભાવશે અને સીતાજીને શોધવા માટે ઝડપથી

તેના વાનર સેનાને કામે લગાડશે પરંતુ,. રાજપાટ મળ્યા પછી સુગ્રી પ્રમાદી બની જાય છે અને કર્તવ્ય ભૂલી જાય છે. એક તબક્કે નિરાશ થયેલા રામે લક્ષ્મણને એમ કહ્યું કે રાજપાટ, રાણી અને વૈભવ મળી ગયા પછી સુગ્રીવ પણ મને વિસરી ગયાં છે. જે બાણથી મેં વાલીને માર્યો હતો હવે એ જ અસ્ત્ર વડે હું તે મૂઢમતિને મારીશ.

લક્ષ્મણ આ વાત સુગ્રીવને કહે છે એટલે તે તરત જ દોડતો રામની પાસે આવે છે અને તેમની ક્ષમા માગીને વાનરસેનાને સીતાજીની શોધમાં દોડાવે છે. લંકાના યુદ્ધના વિજયનો શ્રેય પણ રામ પોતાના ગુર, માતાપિતા, મિત્રો અને વાનરસેનાને આપે છે અને આવી ઉદારતા દાખવવા બદલ તેમના મનમાં કોઈ અભિમાન હોતું નથી. રાજા વિનમ્ર હોવાની સાથે અત્યંત સહનશીલ પણ હોવો જોઈએ.

મેઘનાદ સાથેના યુદ્ધમાં પણ રામ કોઈ બિનજરૂરી બકવાસ કર્યા વિના પ્રતિદ્વંદીને પોતાના બાણો વડે જવાબ આપે છે. મેઘનાદે અનેક કિમિયા કરી જોયા પરંતુ તેની સામે રામે પણે એટલી જ ચતુરાઈથી તેના જવાબ આપ્યા હતા. આ કિસ્સામાં રામે પોતાની સહનશીલતા તેમ જ સમય આવે ત્યારે બાહુબળના પ્રયોગને સાર્થક કરી બતાવ્યા હતાં.

લંકાનરેશ રાવણ પણ રામની બેફિકરાઈથી હાંસી ઉડાવે છે અને બેફામ વાણીવિલાસ કરે છે ત્યારે શ્રીરામ તેને કહે છે કે તેમણે યુદ્ધભૂમિમાં પુરુષાર્થ કરવો જોઈએ. વૈભવી મહેલમાં બિરાજીને બકવાસ ના કરવો જોઈએ.

જે કામ,ક્રોધ, ધમકી, બળ અને આંતક વગેરેથી નથી થઈ શકતું તે વિનમ્રતાથી થઈ શકે છે . વિનમ્રતા એક એવો ગુણ છે કે જેના વડે વ્યક્તિ બીજાને માટે પ્રિયપાત્ર અને પ્રશંસાનું સાધન બને છે. તોફાન આવે ત્યારે કૂમળી (નમ્ર) ડાળીઓ ઝૂકી જાય છે પણ જે અડગ (કઠોર) હોય છે એવા વૃક્ષો જડમૂળથી ઉખડી જાય છે અને તે નામશેષ બને છે. વિનમ્રતાના ગુણ દ્વારા રામે આપણને બતાવ્યું કે વ્યક્તિએ નિરાભિમાની બનીને પોતાને પક્ષે રજૂઆત કરવી જોઈએ પરંતુ, વિનમ્રતાની પણ મર્યાદા રાખવી જોઈએ કેમ કે ઘણીવાર તમારી નમ્રતાને બીજાઓ કમજોરી માની બેસે છે. આવા સમયે તેને સબક શીખવાડવો પડે તો તેમાં કશું ખોટું નથી અને એ જ સાચી નીતિ છે.

અધ્યાય ૧૫

ગુણોના ગ્રહણકર્તા

રામના નાના ભાઈ ભરત ચિત્રકૂટમાં તેમની પ્રશંસામાં તેમને ગુણોનો આદર કરનાર અને અવગુણોનો ત્યાગ કરનારા એક પુરુષ તરીકે વર્ણવે છે :

રામત્થ સરનાગત હિતકારી। ગુનગ્રાહકુ અવગુન અઘ હારી ॥
દેખિ દોષુ કબહુઁ ન ઉર આને । સુનિ ગુન સાધુ સમાજ બખાને ॥

(શ્રીરામ સર્મથ, શરણે આવેલાઓનું હિત કરનારા, ગુણોનો આદર કરનારા અને અવગુણો તથા પાપોનો સર્વનાશ કરનારા પુરુષ છે.)

મારા દોષોને જોઈને તમે મને શરણ આપ્યુ નથી અને એવી જ રીતે તમે મને તમારા હૃદયમાં પણ સ્થાન આપ્યુ નથી. રામના આવા ગુણોને સાંભળીને સાધુ સમાજ પણ તેમનાં વખાણ કરે છે.)વ્યક્તિના અવગુણોને જોવાને બદલે તેનામાં રહેલાં સદગુણોને પારખીને તેને આદર આપવો જોઈએ. પ્રભુ શ્રીરામ આ વાત આપણને શીખવે છે.

પ્રદર્શનમાં મૂકવામાં આવેલી બે પૂતળીની કિંમતમાં ઓછુવત્તું અંતર (ભાવની વધઘટ) પણ આવા જ ગુણો પ્રત્યે નિર્દેશ આપે છે.

બજારમાં એકવાર મોટુ પ્રદર્શન યોજાયું હતું. વિવિધ અને ભાત ભાતની વસ્તુઓ સ્ટોલ્સ તેમજ હાટડિયોમાં સજાવવામાં આવી હતી પ્રદર્શન જોવા ગયેલો એક વ્યક્તિ પૂતળીઓના સ્ટોલ પાસે થંભી જાય છે અને ટગર ટગર જુએ છે. તેને તે પૂતળીઓ સજીવ અને આકર્ષક લાગે છે. પૂતળીને પહેરાવવામાં આવેલા સુંદર વસ્ત્રો ઉપર પ્રાઈસ ટેગ એટલે કે કિમતની ટિકડી ચોંટાડવામાં આવી હતી. તે વ્યક્તિએ કૂતહલતાથી તે ભાવ વાંચ્યા અને આશ્ચર્યજનક ચહેરે તેને જોયા કરતો હતો. તેની નજરે નાકનકશો કે દેખાવમાં તો બંને પૂતળી એક સરખી જ હતી પરંતુ, એકનો ભાવ પાંચસો રૂપિયા હતા ત્યારે અદલોઅદ્દલ એવી જ પૂતળીનો ભાવ પાંચ લાખ રૂપિયા હતો! પોતાને કોઈ ભ્રમ તો નથી થઈ રહ્યોને તેની ખાતરી તેણે કરી લીધી.

તે દુકાનદાર પાસે ગયો અને કહ્યું કે ભાઈ તમે ભૂલથી બંને એક સરખી પૂતળી મૂકી છે પરંતુ, તેના ભાવની ટિકડી લગાવવામાં તમે થાપ ખાઈ ગયો છે એમ મને લાગે છે. એકનો ભાવ તમે રૂા. ૫૦૦ ભર્યો છે ત્યારે બીજીનો ભાવ રૂા. પાંચ લાખ લખ્યો છે.

આથી, દુકાનદારને તેને જવાબ આપ્યો કે બંને પૂતળી ઉપર લખવામાં આવેલી કિંમત બિલકુલ યોગ્ય છે અને તેમાં કોઈ જ ભૂલ થઈ નથી.

તે વ્યક્તિ અવાચક થઈ ગયો અને એવો સવાલ કર્યો કે, આવુ બની જ કેવી રીતે શકે?

દુકાનદારે તેનો પણ ખુલાસો કરી બતાવ્યો. તેણે રૂા, ૫૦૦ની કિંતમની એક પૂતળી (ઢિંગલી) લીધી અને તેના કાનમાં એક સોય ઉતારી જે આરપાર નીકળી ગઈ. તે પછી તેણે રૂા. પાંચ લાખ વાળી પૂતળી લીધી અને સોય નાંખવાનો પ્રયત્ન કર્યો પણ તેમાં સોય બટકાઈ ગઈ !

અંતમાં દુકાનદારે કહ્યું કે આ બધો ખેલ ગુણાગુણનો છે. પાંચ લાખવાળી પૂતળી ગુણવાન છે. જો તેને કોઈ ધર્મની વાત કરશો તો તે વાતને બહાર જવા દેતી નથી અને પોતાના મનમાં ઉતારી લે છે ત્યારે પાંચસો વાળી પૂતળી આવી વાતોને એક કાને સાંભળે છે અને બીજા કાને કાઢી નાંખે છે. ગુણોને જાણનારા અને ગ્રહણ કરનારા ગ્રાહકો હંમેશા પાંચ લાખ વાળી જ પૂતળી ખરીદશે તેમ તેણે ઉમેર્યું.

આ કિસ્સો આપણને ગુણ અને અવગુણનો તફાવત સમજાવે છે. ગુણવાન વ્યક્તિ હંમેશા તેને જે ગ્રહણ કરવાનું હોય છે તેને ગ્રહણ કરે છે અને અગ્રાહ્ય વસ્તુઓ તરફ તો તેની નજર સુદ્ધાં જતી નથી.

ભરત તેની સેના અને અન્ય મહાનુભાવો સાથે રામને મળવા માટે ચિત્રકૂટ પહોંચે છે. તે સમયે તેને જોઈને ક્રોધિત બનેલા લક્ષ્મણે અપશબ્દોનો મારો ચલાવ્યો. પરંતુ, ભરતનાં ગુણોની પ્રશંસા તેમ જ તેના વખાણ કરતાં ભગવાન રામ કહે છે કે, :

ભરતહિ હોહી ન રાજમદુ બિધિ હરિ હર પદ પાઈ ।
કબહુઁ કિ કાઁજી સીક રનિ છીર સિંધુ બિન સાઈ ॥

(અયોધ્યાકાંડ)

(અયોધ્યાના રાજ્યની તો વાત જ શું કરવી; બ્રહ્મા, વિષ્ણુ અને મહાદેવનું પદ પામ્યા પછી પણ ભરતને કદી રાજમદ ચડ્યો?, શું કાંજીના ટીપાં નાખવાથી ક્ષીરસાગર કદી નષ્ટ થાય ખરો? અર્થાત શું તે ફાટી શકે છે?)

લક્ષ્મણ એમ કહે છે કે, ભરતને રાજમદ અથવા સત્તાનો નશો ચડ્યો છે એટલે

વનમાં આપને એકલા અટૂલાં જાણીને તે તમને અહીં મારવા આવ્યો છે, તેમની આ વાતના પ્રત્યત્તુર આપતાં તેઓ કહે છે કે તેને સર્વોચ્ચ પદ ભલેને કેમ નથી મળતું પણ તને કદી અભિમાન નહીં થાય. ભરતના આ ગુણની તેઓ દિલ ખોલીને પ્રશંસા કરે છે.

હનુમાનજી લંકાથી પરત આવી સીતાજીની ખબર રામને સંભળાવે છે. હનુમાનજીના આ કાર્યથી રા અત્યંત પ્રસન્ન થાય છે અને તેઓ સજળનેત્રે તેમના ગુણોની પ્રશંસા કરતાં કહે છે, "હે હનુમાન! સાંભળો; મારા માટે તારા જેવો ઉપકારી ઈશ્વર મનુષ્ય કે શરીરધારી કોઈ માનવી નથી." તેમના આવા અદ્‌ભૂત ગુણોથી પ્રભાવિત થઈને તેમને પોતાના હૃદય સરસા ચાંપે છે અને તેમના મસ્તક ઉપર હાથ ફેરવીને આશીર્વાદ આપે છે.

આ પહેલાનાં પ્રસંગમાં વાનરોને વાનરરાજ સુગ્રીવ સીતામાતાને શોધવા માટે વાનરોના વિવિધ જૂથોને અલગ અલગ દિશાઓમાં મોકલે છે, તો હનુમાનજી સીતામાતાની શોધ કરવાની અનુમતિ અને વિદાય માગવા માટે રામ પાસે આવે છે. ગુણવાન વ્યક્તિને રામ સારી રીતે ઓળખે છે. પોતાની વિંટી હનુમાનને આપીને તેઓ કહે છે, "સીતાને બધી જ રીતે સમજાવજો અને મારા વિરહની વેદના તેમ જ શક્તિઓને જણાવીને તમે તરત પાછા આવો."

રામ હનુમાનજી સિવાયના કોઈપણ વાનરને તેમની વિંટી કદીય આપતા નહીં. હનુમાનજીના ગુણોનો તેમને સુપેરે પરિચય હતો. તેઓ પહેલેથી આવી વાતોનુ અનુમાન લગાવી લેતાં હોય છે. રામમાં વ્યક્તિની ગુણોને પારખવાની શક્તિ છે.

યુદ્ધ પહેલા વાલીપુત્ર અંગદને પોતાનો દૂત બનાવીને તેઓ લંકા મોકલે છે. તે સમયે અંગદના ગુણોના વખાણ કરતાં તેઓ કહે છે-

બાલીતનય બુધિ બલ ગુન ધામા । લંકા જાહુ તાત મમઃ કામા ॥
બહુત બુઝાઈ તુમ્હી હિ કા કહઉઁ । પરમ ચતુર મૈં જાનત કહઉઁ ॥

(લંકાકાંડ)

(હે બળ, બુદ્ધિ અને ગુણોના ધામ વાલીપુત્ર! હે તાત ! મારા કામ માટે તુ લંકા જા.)

(તને વધારે સમજાવવા માટે હું શું કહું? મને ખબર છે કે તુ ખૂબ જ ચતુર છે.)

આ પ્રકારે તેઓ વાનરરાજ સુગ્રીવ, વૃક્ષરાજ જાંબવાન, વિભિષણ, હનુમાન એમ બધાં મંત્રીઓ અને મિત્રોની સામે ખુલ્લા મને પ્રશંસા કરે છે.

વિભિષણ જ્યારે રામને શરણે આવે છે ત્યારે તેઓ તેમની સજ્જનતા અને સાધુ જેવા સ્વભાવ પર ઓવારી જાય છે. રામ કહે છે :

કહું લંકેશ સિહત પરિવારા । કુસલ કુઠાહર બાસ તુમ્હારા ॥
મૈં જાનઉ તુમ્હારી સબ રીતી । અતિ નય નિપૂન ન ભાવ અનીતિ ॥

(સુંદરકાંડ)

(હે લંકેશ! પરિવાર સહિત આપના ક્ષેમકુશળ સંભળાવો. તમારો નિવાસ હીન સ્થળે છે અર્થાત તમે સજ્જન હોવા છતાંય રાક્ષસોની ટોળકીમાં ફસાઈ ગયાં છો.)

(હું તમારી બધી રીત એટલે કે આચારણ અને વ્યવહારને જાણું છું. તમે નીતિમાં ચુસ્તપણે માનનારા છો. અનીતિ તમને ગમતી નથી.)

વિભિષણના ગુણોની પ્રશંસામાં તેઓ તેમને સંત કહે છે :

તુમ્હ સાખિરે સંત પ્રિય મોરેં ॥

(લંકાકાંડ)

(તમારા જેવાં સંતો મને પ્રિય છે.)

આ રીતે સહુની સામે વિભિષણની પ્રશંસા કરવાની સાથે ભગવાન રામ સુગ્રીવ જેવા લોકોને એવો સંદેશો આપે છે કે, વિભિષણ રાક્ષસ કુળમાં થયેલા એક સંતપુરુષ છે. તેમના વિષે કોઈ ખોટી માન્યતા બાંધી લેવાનું ઉચિત નથી.

યુદ્ધમાં રામ; રાવણનો વધ કરી નાખે છે. તે તેમનો શત્રુ હતો તેમ છતાં રામ તેના જ્ઞાનથી પ્રભાવિત છે. મૃત્યુશૈયા પર સૂતેલાં રાવણ પાસેથી જ્ઞાન પ્રાપ્ત કરવા માટે પોતાના ભાઈ લક્ષ્મણને તેઓ મોકલે છે. લક્ષ્મણ રાવણના મસ્તક પાસે જઈને ઉભો રહે છે. સૌથી પહેલાં તો રાવણ તેમને એમ કહે છે - "જ્ઞાન જેને જોઈએ છે તેણે હંમેશા ચરણના ભાગે ઉભા રહેવું જોઈએ, નહીં કે મસ્તક પાસે ! બીજું કે હું શત્રુ પક્ષનો છું. નિઃશસ્ત્ર હોઈએ ત્યારે શત્રુની નજીક જઈને તેનાં ઓશિકાના ભાગ જોડે ઉભા રહેવું ના જોઈએ. દુશ્મનનો કોઈ જ ભરોસો નથી હોતો."

રાવણ લક્ષ્મણને અનેક વિદ્યાઓ અને નીતિઓનુ જ્ઞાન આપે છે.

આ પ્રકારે રામ તેમના દુશ્મનના સારા ગુણોના પણ પ્રશંસક છે. કબીરદાસજીના શબ્દોમાં તેઓ, 'સાર સાર કો ગહિ રહે થોથા દેત ઉડાય' જેવી નીતિ ઉપર ચાલનારા મનુષ્ય છે. અર્થાત, અવગુણોને ત્યજીને રામ ભગવાન સદગુણોને વીણીને શોધી કાઢીને સત્યના માર્ગે ચાલનારા વ્યક્તિ છે. રામ હનુમાન અને અંગદના ગુણોને સારી રીતે જાણે છે. રાવણના મૃત્યુ પશ્ચાત તેઓ વિભિષણને રાજતિલક કરે છે. ત્યાર બાદ લંકાથી સીતાજીને લઈ આવવાની આજ્ઞા હનુમાનને તેઓ આપે છે. તેમની સાથે અંગદ અને વિભિષણને પણ સાથે મોકલે છે.

રામ લંકાથી પુષ્પક વિમાનમાં તેમની સાથે આવેલાં વાનરરાજ સુગ્રીવ, લંકાપતિ

વિભિષણ વૃક્ષરાજ જાંબવાન, અંગદ અને નિશાદરાજ ગુહને ભારે સન્માન અને પ્રેમ તથા ભેટસોગાદો આપીને અયોધ્યાથી વિદાય કરે છે. પરંતુ, હનુમાનજીને તેઓ કાયમ માટે પોતાની પાસે રાખી લે છે. તેમના ગુણોથી તેઓ એટલી હદે પ્રભાવિત છે કે તેમના દિલમાં સ્થાન આપીને હનુમાનજીને કદીય પોતાનાથી અલગ નથી કરતાં.

નીતિ કહે છે, જો તમારા શત્રુમાં કોઈ ગુણ છે તો તેની ખુલ્લા દિલે પ્રશંસા કરવી જોઈએ. દરેક વ્યક્તિમાં કોઈક સારો ગુણ અવશ્ય હોય છે, ભલેને પછી તે ગમે તેટલો દુર્ગુણી કેમ નથી હોતો ! થાય છે એમ કે આપણી નજર વ્યક્તિના અવગુણો પર પહેલાં પડે છે અને તેના ગુણોને આપણે આપણાં બોદાં અહંકાર કે ઉપેક્ષાને કારણે જોતાં જ નથી. આપણે આપણી જાત કરતાં વધારે ગુણવાન કોઈ બીજું હોય તેમ માનતા નથી. હકિકતમાં એવું નથી.

આપણે રામની માફક ગુણોને આત્મસાત કરનારા બનવું જોઈએ. અન્યોના સદગુણોની નિખાલસ ભાવે કદર કરવી જોઈએ અને જો શક્ય હોય તો એવાં ગુણોને અપનાવવામાં જરાય ચૂકવુ જોઈએ નહીં. રામ સ્વયંગુણી છે અને તેઓ અન્યોના ગુણોનો આદર કરે છે. સાચો ગુણવાન વ્યક્તિ જ પારકાંઓના ગુણોને મહત્ત્વ આપી શકે છે. રામની માફક જ આપણે પોતાની જિંદાદિલીને બતાવવી જોઈએ.

અધ્યાય ૧૬

અન્યોના ઉત્સાહને પ્રોત્સાહિત કરનારા

રામ સહુ કોના ઉત્સાહમાં ચેતના રેડવાવાળા એક સદગુણી છે. બીજાઓનાં અવગુણોને ઢાંકીને તેમ જ તેમના ગુણોની પ્રશંસા કરીને તેઓ પોતાની ઉદારતાનાં દર્શન કરાવે છે.

ચિત્રકૂટમાં ભરત શ્રીરામનાં આવા ગુણો અંગે વાત કરે છે. શ્રીરામે હંમેશા મારા ઉત્સાહને પોષ્યો હતો. રમતગમતમાં પણ તેમણે કદી વાંક કાઢ્યો નથી. કદાચ જો હું હારી જતો હતો તો પણ, તે મને જ વિજયી ઘોષિત કરતાં હતાં. :

સિસુપન તેં પરિહરેહું ન સંગુ। કબહુઁ ન કિન્હ મોર મન ભંગૂ॥
મૈં પ્રભુ કૃપાઁ રીતિ જિયઁ જોહી। હારેહુઁ ખેલ જિતાવહી મોહી॥

(અયોધ્યાકાંડ)

(મેં બાળપણથી જ તેમને સાથ કદી છોડ્યો નથી. તેમણે મારુ દિલ ક્યારેય દુભાવ્યું નથી. ભાઈ રામની રીતિને મેં મારા હૃદયમાં ખૂબ જ સારી પેઠે અનુભવી છે અને ગ્રહણ કરી છે. રમતમાં હાર્યા પછી પણ તેઓ મને જ વિજયી બનાવતા હતાં.)

શ્રી રામ, લક્ષ્મણની સાથે જનકપુરી જોવા ગયા હતાં. તેઓ ધનુષ્ય યજ્ઞ માટે તૈયાર કરાયેલી રંગભૂમિ જોવા જાય છે. નગરનાં બાળકો તેમની પ્રત્યે મોહિત થઈને તેમની આગળ પાછળ ચાલવા માંડે છે. તેઓ તેમને યજ્ઞશાળાની રચના બતાવે છે. આ બહાનાં હેઠળ રામનાં સુંદર શરીરને સ્પર્શીને તેઓ જુએ છે. રામ પણ તેમની સાથે હળીમળીને બતાવવામાં આવેલી યજ્ઞશાળાની કદર કરે છે. પ્રત્યેક બાળક તેની રુચિ અનુસાર તેમને બોલાવે છે અને તેઓ તેમને પ્રોત્સાહિત કરવા માટે જે તે બાળક સમક્ષ જતા હોય છે -

સિસુ સબ રામ પ્રેમ બસ જાને। પ્રીતિ સમેત નિકેત બખાને॥
નિજ નિજ રુચિ સબ લેંહી બોલાઈ। સહિત સનેહ જાહી દોઉ ભાઈ॥

(બાલકાંડ)

(શ્રીરામચંદ્રે સહુ બાળકોને તેમના પ્રેમને વશ થયા હોવાનું જાણીને યજ્ઞસ્થાનોની હૃદયપૂર્વક સેવાઅર્ચના કરી હતી. પરિણામે બાળકોનો ઉત્સાહ, આનંદ બેવડાયો હતો

અને તેમનો પ્રેમ વધી ગયો હતો. આથી તેઓ તેમને ગમે તે સંબોધન વડે રામને પોકારી લેતાં હતાં અને જે કોઈ બોલાવે તેમની પાસે બંને ભાઈ ખૂબ જ આદરભાવ સાથે પહોંચી જતા હતાં.)

ભગવાન શિવનું ધનુષ્ય તૂટ્યા પછી પરશુરામજી ક્રોધિત બનીને ધનુષ્યને તોડવાવાળાને જાનથી મારી નાંખવાની વાત કરે છે ત્યારે લક્ષ્મણ પરશુરામની સાથે વાદવિવાદમાં ઉતરી પડે છે. પરશુરામજીની શક્તિઓનો તિરસ્કાર કરીને લક્ષ્મણ તો તેમને સતત અપમાનિત કરે છે. આમ છતાં, તે સમયે લક્ષ્મણની સામે ત્રાંસી નજરે રામ એકથી બે વખત જોઈ પણ લે છે. થોડા સમય માટે લક્ષ્મણ ચૂપ પણ થઈ જાય છે. પરંતુ, પરશુરામજી સાથે ફરીથી જીભાજોડીમાં ઉતરી પડે છે. હકિકતમાં રામ તો પરોક્ષપણે લક્ષ્મણના જુસ્સાને પાનો ચડાવતાં હોય છે અને સહુની સામે તેમને કરડી નજરે જુએ છે. આમ કરીને તેઓ પરશુરામને તેમની તાકાતના ઘમંડ બદલ તેમનું સ્થાન બતાવવા માંગતા હોય છે અને તેમાં તેઓ સફળ પણ થાય છે. જો રામ ઈચ્છતા તો તે સમયે તેમની આજ્ઞા વિના લક્ષ્મણજી એક હરફ પણ ઉચ્ચારી શક્યા ના હોત.

હનુમાન અને વાલીપુત્ર અંગદ રાવણના કિલ્લામાં ઘુસીને તેની સામે યુદ્ધ કરવા જાય છે અને અસંખ્ય રાક્ષસોનો સંહાર કરીને રામની પાસે પરત આવે છે ત્યારે તેમને પોરસાવવા માટે રામ તેમને બહુ પ્રેમથી જુએ છે અને તેઓ તેમની કૃપાદૃષ્ટિથી ન્યાલ થઈ જાય છે :

પ્રભુપદ કમલ સિસ તિન્હ નાએ । દેખી સુભટ રઘુપતિ મન ભાએ ॥
રામ કૃપાઁ કર જુગલ નિહારે । ભય બિગતશ્રમ પરમ સુખારે ॥

(લંકાકાંડ)

(તે બંનેએ રામનાં ચરણકમળમાં શિશ નમાવ્યાં. શ્રી રઘુવીરને આ બને વીર યોદ્ધા જોઈને જ પસંદ આવી ગયા. રામે કૃપા દૃષ્ટિથી બંનેને જોયાં. રામની નજર પડતાં તે બંનેનો થાક અલોપ થઈ ગયો અને બંને હંમેશને માટે સુખી થઈ ગયાં.)

શ્રી રામ તેમના સહયોગીઓના ઉત્સાહને વધાહીને તેમનામાં નવી ચેતનાનો સંચાર કરે છે. ઑસ્ટ્રેલિયાના એક જહાજની દુર્ઘટનાનો ભોગ બનેલી સ્ત્રીએ પણ નાવિકોના ઉત્સાહને પોરસાવીને આપદાગ્રસ્ત પ્રવાસીઓને મોતનાં મુખમાં જવાથી બચાવી લીધાં હતાં.

ઑસ્ટ્રેલિયા નામના દેશની એક અતિપ્રસિદ્ધ ઘટના છે. એક સમયે સમુદ્રી જહાજ લાંબી સફર કાપીને પરત આવી રહ્યું હતું. પરંતુ દેશનાં પશ્ચિમ કિનારાની નજીક આવતાં બેદરકારીને કારણે એક શિલા જોડે ટકરાઈ ગયું. તે સમયે જહાજમાં આશરે ૪૫૦ મુસાફરો હતાં. મોતનો સાક્ષાત્કાર થઈ રહ્યો હતો એવાં સમયે તેઓ જહાજના કર્મચારીઓને સુરક્ષા વ્યવસ્થા કરતાં ફક્ત જોઈ જ રહ્યાં હતાં.

પૂરી વ્યવસ્થા થઈ ગયા પછી જહાજના કેપ્ટને સર્વે મુસાફરોને લાઈફબોટ અને નાવડાઓમાં બેસી જવાનો આદેશ આપ્યો હતો જેથી તેઓ સહીસલામત પણે કિનારે પહોંચી જાય. સહુએ સુરક્ષા બેલ્ટ બાંધી લીધા હતાં. મુસાફરો પૈકીમાનો એક દર્દી હતો, એક કૃશકાય વૃદ્ધ અને એક નેત્રહીન હતો. તેમને લાચાર માનીને બધાએ

તેમને મદદ કરી હતી અને નૌકા સુધી પહોંચાડ્યા. તે સહુની નજર સામે જ વિરાટકાય જહાજ અફાટ સમુદ્રનાં પેટાળમાં સમાઈ ગયું. બધાને ખૂબ જ દુઃખ થયું.

ખલાસીઓએ તે પછી નૌકાઓને હલેસાં મારવાનું ચાલુ કર્યું. સહુનું ધ્યાન કિનારા ભણી હતુ. બરોબર એ જ સ્ત્રી તેની મોજમસ્તીમાં ગીત ગણગણવા માંડી :

પ્યારે નાવિક! બઢો કિનારા પાસ હૈં ।
કર્મ કરો જબ તક ઈસ તનમેં સાંસ હૈ ॥
યહ જીવન સાહસ કા દૂજા નામ હૈં ।
પ્યારે નાવિક બઢો............

આ ગીતને પગલે નાવિકોમાં નવી ચેતનાનો સંચાર થયો અને તેઓ બેવડા જોશથી નૌકા ચલાવવા લાગ્યા અને ઝડપભેર તેઓ કિનારે પહોંચી ગયાં. બેબાકળા બનીને જો તેમએ સહુએ ઉધામા મચાવ્યા હોત તો કંઈક ખોટું થઈ જાત. જો આ સ્ત્રીએ તેમને પાનો ના ચડાવ્યો હોત તો કેટલાય પ્રવાસીઓના કમોત થયાં હોત.

મેઘનાથ યુદ્ધમાં તેની પૂર તાકાત લગાવે છે. તે વાનરો અને રિંછને તેના બાહુબળથી કચડી નાંખે છે. રામના પક્ષે ઘણાં યોદ્ધાઓ માર્યા ગયાં હતા. મેઘનાથના ભયથી વાનરસેના રણમેદાનમાં પીછેહઠ કરવા લાગે છે. બરોબર તે સમયે રામ ભગવાન તેમની સમક્ષ ભાવભરી દૃષ્ટિ કરે છે અને તેમનો ઉત્સાહ વધારે છે. પરિણામે વાનર સેના તેમનું બધી શક્તિઓને એકત્રિત કરીને ફરીથી શત્રુઓ ઉપર તૂટી પડે છે અને તેમને પીછેહઠ કરવા માટે મજબૂર કરે છે :

કૃપા દૃષ્ટિ કપિ ભાલુ બિલોકે । ભએ પ્રબલ રન ન રોકેં ॥

(રામે કૃપાદૃષ્ટિથી વાનર-રિંછ સેના ઉપર કરી તો તેઓ બળવાન બની ગયાં અને યુદ્ધમાં તેમને રોકવાનું અશક્ય બની ગયું હતું.)

ઉત્સાહવર્ધન કરવાથી વ્યક્તિની ક્ષમતમાં વૃદ્ધિ થાય છે. તેનો આત્મવિશ્વાસ બમણો થાય છે. રામે હંમેશા સફળ કામ કરનારાઓની પ્રશંસા કરીને તેમના ઉત્સાહને વધાર્યો છે તેમ જ નિર્તુસ્હી વ્યક્તિને પ્રોત્સાહીત કરીને તેનામાં નવી ચેતનાનો સંચાર કર્યો છે. જો પ્રશંસાનાં તમારા બે શબ્દ કોઈને તેની જિંદગીમાં પ્રગતિને દ્વારે લઈ જઈ શકે છે તો આપણે પણ રામની માફક જ એવું કરવામાં કોઈ વિલંબ ના કરવો જોઈએ.

અધ્યાય ૧૭

સાચા સમાજવાદી

રામ કોઈ ઉંચ-નીચ, મોટા-નાના અથવા રાજા-પ્રજા વચ્ચેના ભેદભાવને કદી માનતા નહોતાં. તેઓ સાચા અર્થમાં સમદષ્ટા અને સમાજવાદી છે. જે કોઈ વ્યક્તિ તેમનાં સંપર્કમાં આવે તેને તેઓ હૃદયપૂર્વક અપનાવી લેતાં. તેમને માટે જે એક કદમ આગળ વધારે તેને માટે તેઓ દસ કદમ આગળ વધીને તેને ગળે મળતા હતાં.

રામના રાજ્યાભિષેકની ઘોષણા થઈ જાય છે. પરંપરા મુજબ રાજકુળનાં જ્યેષ્ઠ કે સૌથી મોટા પુત્રને જ સિંહાસનનો હવાલો સોંપવામાં આવે છે. રાજકાજ સંબંધિત જ્ઞાન આપવા તેમ જ રાજ્યાભિષેકની ખબર આપવા માટે રાજ દશરથ ગુરુ વસિષ્ઠને રામની પાસે મોકલે છે. આ સૂચના મળ્યા પછી રામ તેમનાં મનમાં વિચારે છે :

જનમેં એક સંગ સબ ભાઈ । ભોજન સયન કેલિ લરિકાઈ ॥
કરનબેધ ઉપબિત બિઆહા । સંગ સંગ સબ ભએ ઉછાહા ॥
બિમલ બંસ યહુ અનુચિત એકું । બંધુ બિહાઈ એકુ અભિષેક ॥

(અયોધ્યાકાંડ)

(અમે બધા ભાઈએ એક જ કુખે જન્મ લીધો, ખાવું પીવું, સુઈ જવું, બાળપણમાં રમતગમત, કાન વીંધાવવા, યજ્ઞોપવિત અને વિવાહ જેવાં તમામ પ્રસંગે એક સાથે રહ્યાં)

(પરંતુ આ નિર્મલવંશમાં આ એક જ અનુચિત વાત થઈ રહી છે કે બાકીનાં બંધુઓને છોડીને રાજ્યાભિષેક ફક્ત મોટાભાઈ એટલે કે, મારો જ થતો હોવો જોઈએ.)

પોતાના ભાઈઓ માટે રામનું આ પ્રમાણેનું કથમ તેઓ સમદર્શી અને સમાજવાદી હોવાનું સાબિત કરે છે.

એક સાચા સમાજવાદી હોવાને નાતે શ્રી રામમાં કોઈ ભેદ-દૃષ્ટિ નહોતી. યૂનાનમાં ગુલામીની પ્રથા હતી તે યુગમાં ત્યાનાં એક રાજાએ ગુલામ કલાકારની મૂર્તિકલાને સ્વંય અપનાવીને સમાજવાદના પોષણના સ્વરૂપમાં તેને પ્રસ્તુત કર્યો હતો.

યૂનાન દેશની વાર્તા છે. ગુલામો ઉપર ત્યાં ઘણી જ મર્યાદાઓ કે પ્રતિબંધો લાદવામાં આવ્યા હતાં. વિવિધ પ્રકારે તેમને પીડવામા આવતા હતાં. યૂનાનમાં એક દેવતાનું નામ એપોલો છે. એક વખત એક પ્રદર્શન યોજાયું હતું જેમાં તેમની મૂર્તિને લોકદર્શાનાર્થે પ્રદર્શિત કરાઈ હતી. રાજા અને રાણી પણ તે પ્રદર્શન જોવા માટે પધાર્યા હતાં. એપોલોની એક સુંદર મૂર્તિને જોઈને તેની પ્રશંસા કરતાં તેમણે પૂછ્યુ કે, આ સુંદર પ્રતિમા કયા કલાકારે બનાવી છે?, પરંતુ બધા લોકોએ તેમનાં હોઠ સીવી લીધાં હતાં. એ જ સમયે એક સૈનિક એક છોકરીને પકડીને રાજની સમક્ષ લાવ્યો અને કહ્યું કે, 'સમ્રાટ! આ જ છોકરી તે મૂર્તિકારનું નામ બતાવી શકે તેમ છે.'

રાજાએ વારંવાર પૂછ્યૂ તેમ છતાં તે છોકરીએ કોઈ જ જવાબ આપ્યો નહીં એટલે રાજાને ગુસ્સો આવી ગયો. તેમણે છોકરીને કેદ કરવાનો હુકમ છોડ્યો. આમ છતાં પેલી છોકરી કશું બોલી જ નહી. ઓચિંતા જ એક યુવક આવી ચડ્યો અને સીધો જ રાજાનાં ચરણોમાં ઝૂકી પડ્યો. તેણે કહ્યું, "સમ્રાટ! આ છોકરી મારી બહેન છે. કૃપા કરીને તેને નિર્દોષ જાહેર કરો અને છોડી મૂકો. હું જ એ મૂર્તિકાર છું. " રાજાએ તેનો પરિચય માંગ્યો. યુવકે કહ્યું, " હું એક ગુલામ છું."

આ વાત લોકોએ સાંભળી એટલે એક ગુલામની આવી હિંમત જોઈને તેઓ ઉશ્કેરાઈ ગયા. તે સહુ તેની જાન લેવા તૈયાર થઈ ગયા. તેમની નજરે ગુલામને ભગવાનની કોઈ મૂર્તિ બનાવવાનો અધિકાર નહોતો.

રાજા જોકે, સહૃદયી અને કલાપ્રેમી હતો. તેણે ગુલામ કલાકારને મ્હોં માગ્યું ઈનામ આપ્યુ અને પ્રજાને તેણે એવી સલાહ આપી, "એક સારા કલાકાર જોડે તમારે આવું વર્તન કરવું જોઈએ નહી. ઈશ્વરની નજરે તો સહુ એકસરખાં છે. કોઈ ઊંચ નથી કે કોઈ નીચ નથી."

રાજાની આ વાત લોકોને ગળે ઉતરી ગઈ અને તેઓ શાંત બનીને તેમના ઘરે પરત ચાલ્યા ગયાં.

વનમાં જતી વેળાએ તેઓ (રામ) શ્રૃગ્વેપુરમાં જાય છે. તે નગરનો રાજા નિષાદરાજ ગુહ તેમના સ્વાગત અર્થે જાય છે. નિષાદ એક જંગલી જાતિ હતી જે વનમાં શિકાર કરી કે આવનારા લોકોને લૂંટી લેતી હતી અને તેના વડે પોતાનું ગુજરાન ચલાવતી હતી.

તે અરસામાં આ જાતિને અછૂત માનવામાં આવતી હતી. રામ એક ક્ષત્રિય છે, તેમનો વંશ કુલીન છે અને તેઓ રાજપરિવારના સભ્ય હતાં. તેમનાં જેવા રાજપુરુષ આવી નિષાદ જાતિને સ્પર્શી પણ કેવી રીતે શકે ? તેની પડખે બેસીને અને તેનાં હાથનું એંઠું ભોજન પણ કેવી રીતે ગ્રહણ કરી શકે ? આવી જાતિના લોકોએ સ્પર્શેલા પાણીને પીવું એ પણ એક ગુનો છે. પરંતુ રામ આનાથી વિપરિત આચરણ કરે છે :

કરિ દંડવત ભેંટ ધરિ આગેં। પ્રભુહી બિલોકત અતિ અનુરાગે ॥
સહજ સનેહ બિબસ રઘુરાઈ। પૂઁછી કુસલ નિકટ આઈ બૈઠાઈ ॥

(અયોધ્યાકાંડ)

(દંડવત પ્રણામ કરીને ભેટ સામે રાખીને તેઓ અત્યંત પ્રેમથી પ્રભુને જોવા લાગે છે. શ્રી રઘુનાથજીએ સ્વભાવગત તેને તેમની પડખે સ્થાન આપ્યું અને તેમના ખબરઅંતર પૂછ્યા.)

ભગવાન બુદ્ધના શિષ્ય આનંદ પણ શ્રી રામની માફક ઊંચ-નીચના ભેદભાવમાં માનતા નહોતા. સખ્ત તરસ લાગવાથી એક ચાંડાલ કન્યાને હાથે તેમણે પાણી પીધું હતુ અને તેમની સમદર્શિતાનાં પ્રમાણ રજૂ કર્યા હતાં.

ભગવાન બુદ્ધના મુખ્ય શિષ્ય આનંદ હતા. જેવું નામ એવાં જ ગુણો! સમદૃષ્ટા. તેમની નજરમાં કોઈ જ નાનું કે મોટુ નહોતું. તે સહુને ચાહતા હતા.

એકવાર તેઓ એક સ્થળે પ્રવચન આપવા જઈ રહ્યાં હતા. તેમને ખૂબ તરસ લાગી, પણ આજુબાજુમાં ક્યાંય પાણી મળ્યું નહીં ટલે તેઓ આકુળ વ્યાકુળ થઈ ગયા. દડમજલ કાપતાં અચાનક તેમની નજર કૂવામાંથી પાણીનો ઘડો ભરી રહેલી એક છોકરી ઉપર પડી.

આનંદે તેની સમક્ષ જઈને પાણી પીવડાવવા માટે વિનંતી કરી. પરંતુ તે છોકરીએ આનંદની વાતને કાને જ ના ધરી. તેને આત્મગ્લાનિ થઈ રહી હતી કેમ કે, તે અસ્પૃશ્ય ચાંડાલ કન્યા હતી જેના હાથે ઊંચી જાતિના કે સવર્ણ વર્ગના કોઈ જ વ્યક્તિ પાણી પીવાનું પસંદ નહોતા કરતાં.

આ બાજુ આનંદ તેને વારંવાર આગ્રહ કરી રહ્યાં હતાં તો પેલી છોકરી તદ્દન કિંકર્તવ્યવિમૂઢ બનીની જમીનમાં નજર ચાંપીને બસ, ઊભી જ રહી હતી.

પરિસ્થિતને જાણીને આનંદે તેને ફરીથી પાણી પીવડાવવા માટે કહ્યું કેમ કે, અત્યાંત તરસથી તેમનો કંઠ સૂકાઈ ગયો હતો કારણે તેમના પ્રાણ નીકળી રહ્યાં હતાં. આ સમયે તે છોકરીએ સહેજ નજર ઉપર ઉઠાવી અને પાછી નીચે જોવા લાગી.

આનંદે પૂછ્યું : "તું મને પાણી કેમ નથી પીવડાવતી? આખરે વાત શું છે?"

હવે હિંમત ભેગી કરીને છોકરીએ કહ્યું- "પ્રભુ! હું એક ચાંડાલ કન્યા છું. મારા હાથનું પાણી આપ કેવી રીતે પી શકો?"

આનંદે કહ્યું: "બહેન! તમે ફક્ત પાણી પીવડાવો. તમારી જાતિ ના બતાવશો."

તે ચાંડાલ કન્યા આનંદને પેટ ભરીને પાણી પીવડાવ્યું અને તે પછી તેઓ પ્રવચનના સ્થળ તરફ અગ્રેસર થયા.

તેઓ ગુહ દ્વારા કુશ અને કોમળ પત્તાઓમાંથી બનાવવામાં આવેલી સાદડી ઉપર બેસતા હતાં અને તેની ઉપર જ ઉંઘે છે અનએ તેમના દ્વારા અપાયેલાં ફળ-ફૂલ

આરોગ્યા પછી પાણી પીવે છે :

સિય સુમંત્ર ભ્રાતા સહિત કંદ મૂલ ફલ ખાઈ ।
સયન કીન્હ રઘુબંસ મનિ પાય પલોટત ભાઈ ॥

(અયોધ્યાકાંડ)

(સીતાજી, સુમંત્રજી અને ભાઈ લક્ષ્મણ સહિત સહુએ કંદમૂળ અને ફળો આરોગ્યા અને રઘુકુલમણિ રામચંદ્રજી સૂઈ ગયા. ભાઈ લક્ષ્મણ તેમના પગ દબાવવા લાગ્યા.)

રામે નિષાદરાજા ગુહને તેમનો મિત્ર માની લીધો. શ્રૃંગ્વેરપુરથી આગળ તેઓ ચાલવા લાગ્યા ત્યારે ગુહ તેમને એવી વિનંતિ કરે છે કે વનમાં થોડે દૂર સુધી આપ મને આપની સાથે લઈ જાવ. થોડા દિવસ મારે આપની સેવા કરવી છે. રામ તેને માન આપીને પોતાની સાથે લઈ જવા માટે તૈયાર થાય છે અને યમુના કિનારો આવે છે ત્યાંથી સન્માનભેર તેને પરત વિદાય કરે છે.

રાવણનો વધ કર્યા બાદ અયોધ્યા પરત આવતી વેળાએ પણ તેઓ શ્રૃંગ્વેરપુરમાં રોકાય છે અને ગુહને પુષ્પક વિમાનમાં પોતાની સાથે અયોધ્યામાં લાવે છે, જ્યાં છ મહિના સુધી તે રામના અન્ય મિત્રોની સાથે રહે છે. અયોધ્યામાંથી તેને સૌથી છેલ્લે વિદાય આપવામાં આવે છે. વિદાયના સમયે રામ તેને અનેક ભેટસોગાદો આપે છે :

પુનિ કૃપાલ લિયો બોલિ નિષાદા । દીન્હે ભૂષન બસન પ્રસાદા ॥
જાહુ ભવન મમ સુમિરન કરેહૂ । મન કર્મ બચન ધર્મ અનુસરેહૂ ॥
તુમ્હ મમ સખા ભરત સમ ભ્રાતા । સદા રહેહુ પુર આવત જાતા ॥

(ઉત્તરકાંડ)

(પછી કૃપાળુ રામચંદ્રજીએ નિષઆદરાજને બોલાવી લીધા અને તેને આભૂષણો તથા વસ્ત્રો પ્રસાદ સ્વરૂપે આપ્યા. તે પછી તેમણે કહ્યું કે, હવે તમે ઘરે જાવ અને ત્યાં મારુ સ્મરણ કરતા રહેજો તથા મન, વચન, કર્મ અને ધર્મના માર્ગે ચાલજો.)

(તમે મારા મિત્ર છો અને ભરત સમાન ભાઈ છો. અયોધ્યામાં કાયમ આવતા-જતાં રહેજો.)

આ પ્રમાણે સાચા સમાજવાદી રામ એક નીચ કુળના વ્યક્તિને આટલુ માન આપે છે અને તેને અપનાવીને કાયમને માટે તેને પોતાનો બનાવી લે છે.

કેવટ પણ નીચલી વર્ણનો હતો. શ્રીરામ તે અછૂત કેવટને તેની વિનંતિ પછી તેનાં પગ ધોવાનું સૌભાગ્ય બક્ષે છે. રામ, સીતા, લક્ષ્મણ અને નિષાદરાજ ગુહ ગંગા કિનારે આવીને કેવટને હોડી તૈયાર કરવા જણાવે છે, પણ તેની અકડાઈ તો જુઓ! તે હોડકુ લાવતો જ નથી. તે કહે છે કે, "તમારા (શ્રીરામ) પગમાં પારસમણિ અથવા કોઈ જડીબૂટ્ટી છે, જેથી ચમત્કાર થઈ જાય છે. મારી હોડી સાથે જો કોઈ ચમત્કાર થઈ ગયો તો પછી હું મારી રોજી-રોટી કેવી રીતે કમાઈશ? એટલે પહેલા તો તમે મને તમારા

પગ દોઈ લેવા દો અને ત પછી હુ મારું હોડકું લાવીશ." તેમની તેની નીડરતા સ્પષ્ટવાણી અને અકડાઈ ઉપર ક્રોધ નથી આવતો. તેઓ પ્રેમપૂર્વક પોતાના ચરણ પ્રક્ષાલનની આજ્ઞા તેને આપે છે-

અતિ આનંદ ઉમગિ અનુરાગા । ચરન સરોજ પખારન લાગા ॥

(અયોધ્યાકાંડ)

(અત્યંત આનંદ અને ઉમંગપૂર્વક તે રામના ચરણકમળને ધોવા લાગે છે.)

હોડીમા સફર કરવાનાં મહેનતાણારૂપે તેને એક વિંટી આપવામાં આવે છે, પણ વારંવાર કહેવા છતાંય તે વિંટી સ્વીકારતો નથી.

આ રીતે રામ પોતાનો પ્રેમ અને સ્નેહ વરસાવીને નીચ કૂળમાં જન્મેલા કેવટનો પણ આદર કરે છે અને તે અછૂતને પોતાના શરીરનો સ્પર્શ કરાવે છે.

ભીલ, કોળી, પારધી વગેરે જાતિઓ સ્વભાવથી નીચે કર્મ કરતી હોય છે. ચિત્રકૂટમાં તે રામની સેવા કરે છે. ભરત ચિત્રકૂટ આવે છે ત્યારે તેઓ પોતાના વિષે જાતે જ કહે છે- "આપણે લોકો જડજૂવ છીએ, જીવોની હિંસા કરનારા છીએ, કુટિલ, પ્રપંચી, કુબુદ્ધિ અને કુજાતિ છીએ. આપણા દિવસ-રાત પાપ કર્મ કરવામાં જ વ્યતિત થાય છે." આવા હલકી વર્ણના લોકો તરફથી રામ તેમના ચિત્રકૂટ પ્રવાસ દરમિયાન પ્રેમ અને સ્નેહ પ્રાપ્ત કરે છે. તેમને હાથે અપાયેલાં કંદમૂળ, ફળફળાદિ અને મધ ઈત્યાદીને આરોગે છે. તેમની સીધી, સાચી અને કપટરહિત વાતોને બહુ ધ્યાનપૂર્વક સાંભળે છે.

રામ નીચ કુળમાં પેદા થયેલી શબરીના આશ્રમમાં આવે છે. તે રામના ગુણોની ખૂબ મોટી પ્રશંસક છે. તે પોતાના વિષે જાતે જ કહે છે-

કેહિ વિધિ અસ્તુતિ કરૌં તુમ્હારી । અધમ જાતિ મૈં જડમતિ ભારી ॥

(અરણ્યકાંડ)

(હું કેવી રીતે આપની પ્રાર્થના કરું? હું નીચ જાતિની અને અત્યંત જડબુદ્ધિની છું.)

એ જ શબરીને રામ કહે છે- "હે ભામિની સાંભળો! હું જાતિ-પાતિ, કુળ, ધર્મ, ઝન, બળ, કુટુંબ, ગુણ અને ચતુરાઈ વગેરેને મહત્ત્વ આપતો નથી. હું તો એક પ્રેમનાં સંબંધમાં માનું છું."-

કહ રઘુપતિ સુનુ ભામિની બાતા । માનઉઁ એક ભગતિ કર નાતા ॥

(અરણ્યકાંડ)

ભગવાનની સાથે વાસ્તવિક ભક્તિ સંબંધ એ જ છે કે જેમાં કશું માંગવામા ના આવે. કદાચ જો કંઈક માગી લેવાય તો પણ તેમના ચરણકમળમાં સ્થાન પ્રાપ્તિથી કોઈ વિશેષ માગણી ના હોવી જોઈએ.

એક વખત મુસ્લિમ સંત રાબિયા પાસે કેટલાક લોકો આવ્યા. એક ભક્તને

તેમણે પૂછ્યું, "તમે ભક્તિ કેમ કરો છો?"

તેણે કહ્યુ :"મારે નરકની યાતના નથી વેઠવી એટલે ઈશ્વરની ભક્તિ કરું છું; કેમ કે મને તેનાથી મને ખૂબ ભય લાગે છે."

આ જ પ્રશ્ન તેમણે બીજા વ્યક્તિને પૂછ્યો તો તેણે જવાબ આપ્યો- "મને સ્વર્ગ બહુ જ ગમે છે. ત્યાં વિવિધ પ્રકારના સુખવૈભવ છે અને જોવામાં પણ મોહક લાગે છે એટલે હું પ્રભુની આરાધના કરું છું."

રાબિયાએ ફરીથી તે બંને સવાલ કર્યો કે જો સ્વર્ગ અને નરક બંને ના હોત તો શું તમને ભગવાનની ભકિત ના કરતાં. કદાચ હા, કદાચ ના; ખરુંને!

તે બંને આ ગૂઢ સવાલ અંગે ચૂપ થઈ જાય છે. તે સમયે રાબિયા કહે છે : "ઈશ્વરના સાચા ભક્તો તેમની પાસેથી કશું માગતા નથી. તેને ના તા સ્વર્ગ કે ના તો નરકની પરવા હોય છે! તે તો ફકત ભગવાન પાસે ભગવાનને જ માગે છે. એ જ સાચી ભક્તિ છે."

આ રીતે તેમણે તેમનાં સમાનતાના સિદ્ધાંતને લોકો સમક્ષ રજૂ કર્યા છે. રામને શબરી બોર ખવડાવે છે. રામ પાસે કોઈ કડવા કે ખાટાં બોર ના પહોંચી જાય એવા ડરથી તે પહેલાં બોરોને ચાખી લે છે અને ફકત મીઠાં બોર જ રામ-લક્ષ્મણને ધરે છે. રામ અત્યંત પ્રસન્ન ચિત્તે એવાં એંઠા બોર ખાઈ જાય છે.

રામ અયોધ્યામાં પરત ફરે છે. તેમને રાજ્યાભિષેક થઈ જાય છે. 'રામરાજ્ય'ની સ્થાપના થાય છે. તેમના રાજ્યમાં બધાં જ લોકો સુખી અને સંપન્ન છે.

રામ તેમની પ્રજાને તેમના પરિવારના સભ્યોની માફક જ વ્હાલ કરે છે. રાજા અને પ્રજા વચ્ચેનો ભેદ તેમના મનમાં નથી. એકવાર તેઓ રાજસભામાં તેમના ગુરુ વસિષ્ઠ, રાજ્યના સર્વે બ્રાહ્મણો અને રહીશોને બોલાવે છે. એક સાચા સમાજવાદીની માફક તેઓ કહે છે :

સુનહુ સકલ પુરજન મમ બાની । કહઉઁ ન કુછ મમતા ઉર આની ॥
નહિં અનીતિ નહિ કછુ પ્રભુતાઈ । સુનહુ કરહુ જો તુમ્હહિ સોહાઈ ॥

(ઉત્તરકાંડ)

(હે સમસ્ત નગરજનો! મારી વાત સાંભળો. આ વાત મારા હૃદયમાં મમતાની લાગણી લાવીને આ વાત હું તમને કહેતો નથી. નથી અનીતિની વાત કરતો કે પછી તેમાં કોઈ પ્રભુતાની વાત છે. એટલે સંકોચ અને ભયને છોડીને ધ્યાનપૂર્વક મારી વાતને સાંભળજો અને પછી જો તમને યોગ્ય લાગે તો તે પ્રમાણે કાર્ય કરજો.)

રામ પોતાની વાતને કોઈની પર જબરજસ્તીથી લાદી દેવા માગતા નથી. તેઓ પોતાની વાતને આગળ વધારે છે :

સોઈ સેવક પ્રિયતમ મમ સોઈ । મમ અનુશાસન માનૈ જોઈ ॥

જૌં અનીતિ કછુ ભાષો ભાઈ । તૌં મોહિ બરજહુ ભય બિસરાઈ ॥

(ઉત્તરકાંડ)

(જે મારી આજ્ઞાને માને છે એ જ મારો સેવક છે અને એ જ પ્રિયતમ છે! જો હું કોઈ અનીતિની વાત કરું તો ભય વિસરીને મને રોકજો.)

આ રીતે તેઓ પોતાની પ્રજાને એવો અધિકાર આપે છે કે રાજાની અનીતિનો તેઓ નીડરપણે વિરોધ કરી શકે. ત્યાર પછી મનુષ્ય જીવન ભગવાને આપેલી સૌથી મોટી દેન છે અને નીતિની વાતને જણાવતાં કહે છે કે સૌભાગ્યશાળીને જ માનવદેહ પ્રાપ્ત થાય છે એટલે તેને પ્રત્યેક પળે સદઉપયોગ કરવો જોઈએ.

માનવી અને માનવી વચ્ચે કોઈ ભેદ ઉભો ના કરે એ જ સાચો સમાજવાદી છે. કોઈને હલકો માનીને તેનો તિરસ્કાર ના કરે અને કોઈની ઉપર અત્યાચાર ના કરે. સ્વંય શાતિથી જીવે અને અન્યોને પણ જીવવા દે. આજે આપણને કહેવાતા સમાજવાદીઓને મોટી ફોજ જોવા મળે છે, જેઓ તેમના કાચના અને એરકન્ડિશન્ડ ઘરમાં બેસીને કોફીની ચુસ્કીઓ ભરતી વખતે કચડાયેલાં વર્ગની 'ચિંતા' કરવામાં વ્યસ્ત રહે છે!સામંતશાહી માનસિકતાને પરિણામે તેઓ દીનદુઃખિયાઓનાં

હિતધારક નથી. તેઓ તેમનો 'ઉપભોગ' કરે છે અને રાજકારણમાં પોતાનું આસન જમાવે છે.સાચા સમાજવાદના પાઠ આપણે રામ પાસેથી શીખવા જોઈએ, જેમણે શોષિતો અને દલિત લોકોને ગળે લગાવીને સમાજમાં તેમને પ્રતિષ્ઠિત સ્થાન અપાવ્યું હતું. સમય આવ્યો ત્યારે તેઓ તેમને કામે આવ્યા અને તેમના જીવનસ્તરને ઉપર લાવવામાં તેમણે સમગ્ર જીવન લગાવી દીધું.

અધ્યાય ૧૮

હસમુખી અને વિનોદી

રામ ગંભીર ચરિત્રવાળા વ્યક્તિ છે, પરંતુ અવસર જોઈને હાસ્ય-વિનોદ કરવાની તક પણ તેઓ ચૂકતા નથી.

પંચવટીમાં જ્યારે શૂરપંખા આવી તેમની સમક્ષ વિવાહનો પ્રસ્તાવ મૂકે છે ત્યારે તો તેઓ સીતાજીની સામે જુએ છે અને હાસ્ય સાથે તેની જોડે વિનોદ કરે છે :

સીતહિ ચિતઈ કહી પ્રભુ બાતા । અહઈ કુઆર મોર લઘુ ભ્રાતા ॥

(અરણ્યકાંડ)

(સીતાની સામે જોઈને શ્રીરામચંદ્રજી એમ કહે છે કે મારો નાનો ભાઈ કુમાર એટલે કે, કુંવારો છે.)

તેમના આવા વિનોદને કારણે તે બંને ભાઈ વચ્ચે રમકડું બનીને રહી જાય છે અને છેવટે તેના પરિણામને પામે છે.

શ્રીરામ અત્યંત ગંભીર પ્રકૃતિના છે, તેમ છતાં સમયાનુસાર વિનોદ કરવામાં નિપૂણ છે. આચાર્ય ડૉ. હજારી પ્રસાદ દ્વિવેદી હિન્દીના એક ગંભીર લેખક હતાં, પણ તેની સાથે તેમની વિનોદપ્રિયતા માટે મશહૂર હતાં. સચોટ હાસ્ય-વ્યંગ કરીને તેઓ ગંભીર માહોલને પણ હળવો ફુલ બનાવી દેતાં હતાં.

હિન્દીના સુપ્રસિદ્ધ લેખક આચાર્ય હજારી પ્રસાદ દ્વિવેદીને શરબત બહુ પસંદ હતું. એ સમયે તેઓ શાંતિનિકેતન (પશ્ચિમ બંગાળ)માં સેવા આપતા હતા. જ્યાં તેમને આવા શરબતનું સેવન કરવાની તક મળતી હતી.

એકવાર તેઓ દિલ્હી આવ્યા અને લેખિકા સત્યવતી મલિકના નિવાસસ્થાને રોકાયા. કોલકાતાથી દિલ્હી સુધીનો પ્રવાસ ખેડીને તેઓ ખૂબ થાક્યા હતાં. સત્યવતી મલિક દ્વિવેદીજીની અભિરુચિથી વાકેફ હતાં. તેમણે વિના વિલંબે થાકેલા પાકેલાં દ્વિવેદીજીને શરબતને એક ગ્લાસ પીવા માટે આપ્યો હતો.

ધીરગંભીર વ્યક્તિતવ્ય ધરાવતાં ડૉ. હજારી પ્રસાદ એ ગ્લાસને દંડવત્ પ્રણામ

કરીને બોલ્યાં- "વાહ મહારાજ વાહ! અમને ખબર નહોતી કે તમે અમે આવીએ એના પહેલાં જ અહીં પહોંચી જશો." આટલુ બોલીને તેઓ એટલા જોરથી હસ્યાં કે તમામ આંગતુકો અને તેમને મળવા માટે આવેલા સહુ કોઈ ખિલખિલાટ હસી પડ્યા. દ્વિવેદીજીને યાત્રાનો થાક ઉતરી ગયો હતો.

નલ અને નીલની મદદથી સમુદ્ર ઉપર સેતુ તો બાંધી લેવાય છે. સેતુબંધ ઉપર લોકોની બહુ મોટી ભીડ જમા થઈ જાય છે-

સેતુ બંધ ભઈ ભીર અતિ કપિ નભ પંથ ઉડાહી।
અપર જલચરિન્હ ઉપર ચઢિ-ચઢિ પારહિં જાહીં॥

(લંકાકાંડ)

સેતુબંધ ઉપર મોટી ભીડ એકત્રિત થઈ ગઈ, આથી કેટલાક વાનરો આકાશ માર્ગે ઉડવા લાગ્યા અને બીજાં કેટલાક જળચર જીવની કાંધે બેસીને બીજી પાર જઈ રહ્યાં છે.)

ખૂબ જ મનોરમ્ય દશ્ય છે. તેને નિહાળીને રામ-લક્ષ્મણ હસીને આગળ ચાલે છે-

અસ કૌતુક બિલોકી દ્વૌ ભાઈ। બિહઁસિ ચલે કૃપાલ રઘુરાઈ।

(લંકાકાંડ)

(કૃપાળુ રઘુનાથજી તથા લક્ષ્મણજી બંને ભાઈ આવા કૌતુકને જોઈને હસીને આગળ ચાલવા માંડે છે.)

સેતુબંધ પાર કર્યા બાદ શ્રીરામ પોતાની વાનરસેના સહિત સુબેલ પર્વત ઉપર વિરાજમાન થાય છે. તેઓ સુગ્રીવની ગોદમાં માથુ ટેકવીને મૃગચર્મ ઉપર આડા પડે છે. હનુમાનજી તેમના ચરણ દબાવે છે. મજાક કરતાં તેઓ પૂછે છે :

કહ પ્રભુ સસિ મહુઁ મેચકતાઈ। કહહુ કાહ નિજ નિજ મતિ ભાઈ॥

(ભાઈઓ! ચંદ્રમાં જે કાળા ડાઘ છે તે શું છે ? સહુ પોતાની બુદ્ધિ પ્રમાણે કહો.)

સુગ્રીવે કહ્યું - "ચંદ્રમાં પૃથ્વીની છાયા દેખાઈ રહી છે.", કોઈ કહ્યું- "ચંદ્રમાને રાહુએ માર માર્યો હતો એટલે તેની ઈજાના કાળા ધબ્બા તેના હૃદય ઉપર પડ્યાં છે." બીજાઓએ પણ તેમને આવડતું હતું તે કહ્યું.

તે સમયે રામે એક નવું જ કારણ જણવાતા કહ્યું- "વિષ, ચંદ્રમાનો વ્હાલો ભાઈ છે એટલે તેમણે વિષને પોતાના હૃદયમાં સ્થાન આપી રાખ્યું છે."

અંતમાં હનુમાનજીના નવા સમાધાનથી રામ અત્યંત પ્રસન્ન થાય છે અને હસવા લાગે છે.

જે હસીને દુઃખોને જીરવી જાય એ જ મનુષ્ય પુરુષ કહેવાને યોગ્ય છે. તેમની

માફક જ અરબ દેશનો બાદશાહ તેમના શત્રુ સામે હારી ગયા પછી પણ કેદખાનામાં ભોજનના વ્યાજની વાત સાંભળીને દિલ ખોલીને હસે છે ત્યારે તેની મર્દાનગી જોઈને કેદખાનાનાં રક્ષકો પણ ચોંકી ઉઠે છે.

અરબ દેશનો એક બાદશાહ આનબાન અને શાનથી રહેતો હતો. તેની જિંદગી ખૂબ આરામ અને વૈભવમાં વીતી રહી હતી. એક વખત તે કોઈ બીજા મુલ્કને કબજે કરવા ગયો. લડાઈમાં જતા પહેલા પોતાના સામાન માટે તેણે ત્રણસો ઉંટોને કામે લગવાવા પડ્યા હતાં. યુદ્ધમાં જોકે, તે હારી ગયો અને તેને જેલમાં પૂરી દેવાયો. તે સમયે તેની સામે તેનો એક ચાકર ઉભો હતો. તેણે પોતાને માટે કંઈક ભોજન લાવવા માટે તેને કહ્યું. પરંતું રસોઈયા પાસે માંસના એક ટુકડા સિવાય વધારે કશું જ નહોતું. તેણે માંસના ટુકડાને દેગડીમાં નાખ્યો અને નીચે અગ્નિ પ્રેટાવ્યો. તેણે વિચાર્યું કે જો આમાં થોડી ઘણી શાકભાજી ઉમેરી દઈશ તો બાદશાહ પેટ ભરીને જમી શકશે. શાકભાજીને શોધવા માટે તે બહાર નીકળી ગયો.

દેગડીમાંથી બહાર નીકળતી વાસને સુંઘીને એક કૂતરો ત્યાં આવી ચડે છે અને તે દેગડીમાં મ્હોં નાંખે છે. દેગડીનું નાળચુ સાંકડુ હોવાને કારણે તેનું માથુ તેમાં ફસાઈ જાય છે એટલે તેમાથી માથુ બહાર કાઢવાના પ્રયાસમાં તે દેગડી લઈને આમથી તેમ બધે દોડવા લાગે છે.

આ દશ્ય જોઈને બાદશાહ જોરથી હસી પડે છે. તેની પાસે એક જેલરક્ષક ઉભો હતો. રાજાને હસતો જોઈને તે બોલ્યો- "આટલી મુશ્કેલીઓમાંય તમને હસુ આવે છે? તમને માની ગયા, જનાબ!"

રાજાએ કહ્યું- "હું એટલા માટે હસુ છું કે; કાલ સુધી મારા ખાવાપીવાના સામનને રાખવા માટે ત્રણસો ઉંટ રાખવાની જરૂર પડતી હતી અને એક કૂતરો જ વધારે પડતો છે."

સુખમાં તો સહુકોઈ મઝા માણે છે અને આનંદ ઉઠાવે છે. વાસ્તવમાં દુઃખની ઘડીમાંય અટ્ટહાસ્ય કરી શકે એ જ સાચો માણસ છે.

રામની આજ્ઞા અનુસાર વિભિષણ પુષ્પક વિમાનમાં રત્ન અને વસ્ત્રોને ભરીને લાવે છે ત્યારે રામ તેને આકાશ માર્ગે નીચે વરસાવવાનું કહે છે. આકાશમાંથી રત્નો અને વસ્ત્રોનો વરસાદ થતાં વાનર અને રિંછ વગેરે વિવિધ કરતબ, ખેલકૂદ કરવા લાગે છે-

જોઈ જોઈ મન ભાવઈ સોઈ લેહીં। મનિ મુખિ મેલિ ડારિ કપિ દેહીં॥
હઁસે રામુ શ્રી અનુજ સમેતા। પરમ કૌતુકી કૃપાનિકેતા॥

(લંકાકાંડ)

(જેમના મનને જે સારું લાગે છે એ જ તેઓ લઈ લે છે. મણિયોને મ્હોમાં

ભેરવીને વાનર તેને ખાવાની ચીજવસ્તુ નથી તેમ સમજીને કાઢી નાંખે છે. આ તમાશો જોઈને પરમ વિનોદી અને કૃપાના ધામ શ્રીરામ, સીતાજી અને લક્ષ્મણ સહિત સહુ કોઈ હસવા લાગે છે.)

કેવટના પ્રસંગમાં પણ તેમનો હસમુખો સ્વભાવ પ્રતિબિંબિત થાય છે. તેઓ કેવટને હોડી મારફતે ગંગા પાર કરાવવાનું કહે છે પણ તે ઈનકાર કરે છે અને કહે છે, પહેલાં હું આપના ચરણો ધોઈશ.

સુનિ કેવટ કે બૌન પ્રેમ લપેટે અટપટે ।
બિહઁસે કરુના એન ચિતઈ જાનકી લખન તન ॥

(અયોધ્યાકાંડ)

(કેવટના પ્રેમમાં વ્યક્ત થયેલાં અટપટા વચનોને સાંભળીને કરુણાધામ શ્રીરામ જાનકી અને લક્ષ્મણની સામે જોઈને હસી પડે છે.)

વર્તમાન યુગમાં માનવી જીવન એટલુ જટિલ અને વ્યસ્ત બની ગયું છે કે તે હસવાનું જ ભૂલી ગયો છે.આપણે જો તેમને હસતા જોઈએ તો પણ આપણને તેમન હસવાનું બોદું અને ઉધારમાં માગ્યું હોય એવું લાગે છે. તેણે ગંભીરતનો બુરખો ઓઢી લીધો છે, હકિકતમાં જોકે, તે જરાય ગંભીર નથી! જે વ્યક્તિ કાયમ પ્રસન્નચિત્ત રહે છે તે જ વાસ્તવમાં સ્વસ્થ હોય છે. રામનાં જીવનમાં સંઘર્ષ, દુઃખ, કષ્ટ વગેરેની અનેક ઘડીઓ આવી પરંતુ, તેના લીધે દુઃખી થવાને બદલે તેઓ પોતાનો તણાવ હળવો કરવા માટે હંમેશા વિનોદનો સહારો લેતાં રહ્યાં અને હસતા રહ્યાં. જો આપણે પણ તણાવમુક્ત જીવન જીવવા માગીએ છીએ તો આપણે પણ રામની માફક જ નિર્લેપ જીવન જીવવાની કળા શીખવી પડશે.

અધ્યાય ૧૯

સહુની સલાહ મુજબ કામ કરનારા વ્યક્તિ

ચિત્રકૂટમાં રહીને રામ જ્યારે તેમની પત્ની સીતાજી અને ભાઈ લક્ષ્મણની સાથે અત્રિ, શરભંગ અને સુતીક્ષ્ણ મુનિયોને મળ્યા પછી અગસ્ત્ય મુનિ પાસે આવે છે ત્યારે તેમને એક નિવેદન કરે છે :

અબ સો મંત્ર દેહુ પ્રભુ મોહી । જેહી પ્રકાર મારૌં મુનિદ્રોહી ॥

(હે મુનિવર્ય ! આપ મને એવી જ સલાહ આપો કે જેના વડે હું મુનિઓનાં બંડખોરોનો નાશ કરી શકું.)

તે સમયે અગસ્ત્ય મુનિ દંડકવનમાં પંચવટીમાં રહેવાની તેમને સલાહ આપે છે અને મુનિની આજ્ઞાનું પાલન કરતાં તેઓ પંચવટીમાં પહોંચે છે.

આ પહેલાં રસ્તામાં જ્યારે રામ ભારદ્વાજ મુનિના આશ્રમ કે જે પ્રયાગરાજમાં ગંગા, જમુના અને સરસ્વતીના સંગમ ખાતે આવેલું સ્થળ છે ત્યાં જાય છે ત્યારે તેમના વનમાર્ગ વિષે તેઓ તેમને પ્રશ્ન કરે છે :

રામ સપ્રેમ કહેઉ મુનિ પાહિં । નાથ કહિઅ હમ કેહિ મગ જાહિં ॥

(અયોધ્યાકાંડ)

(ખૂબ જ પ્રેમથી શ્રીરામે મુનિ કહ્યું- હે નાથ! બતાવો; અમારે કયા માર્ગે વિચરણ કરવું જોઈએ.)

અગસ્ત્ય ઋષિ માર્ગ બતાવવા માટે તેમના ચાર શિષ્યને સાથે મોકલે છે; જે તેમને માર્ગ બતાવીને પાછા ફરે છે. તેઓ વાલ્મિકી મુનિના આશ્રમમાં આવે છે અને તેમને વિનમ્રતાપૂર્વક કહે છે :

અસ જિયઁ જાનિ કહિઅ સોઈ ઠાઉઁ । સિય સૌમિત્ર સહિત જહઁ જાઉં ॥
તહઁ રચિ રુચિર પરન તૃન સાલા । બાસુ કરૌં કછુ કાલ કૃપાલા ॥

(અયોધ્યાકાંડ)

(આવુ હૃદયમાં સમજીને - તે સ્થાન બતાવો, જ્યાં હું લક્ષ્મણ અને સીતા સાથે જઈ શકું. અને ત્યાં સુંદર પાન અને ઘાસની કુટિર બનાવીને, હે દયાળુ!, કેટલોક સમય રહી

શકું.)

મુનિ રામની જાત ભાતની પ્રશંસા કરતાં છેલ્લે કહે છે :

ચિત્રકૂટ ગિરિ કરહુ નિવાસૂ। તહઁ તુમ્હાર સબ ભાંતિ સુપાંસૂ॥
સૈલુ સુહાવન કાનન ચારુ। કરી કે હરિ મૃગ બિહગ બિહારુ॥

(અયોધ્યાકાંડ)

(આપ ચિત્રકૂટ પર્વત ઉપર નિવાસ કરો, ત્યાં આપને માટે બધા જ પ્રકારની સવલતો છે. સુંદર પર્વત છે અને સુંદરવન પણ છે. હાથી, સિંહ, હરણ અને પક્ષીઓનું વિહાર સ્થળ છે.)

રામ શબરીના આશ્રમમાં આવે છે. તે તેમની ભાવભીની આગતાસ્વાગતા કરે છે. રામ તેમને જુદાં જુદાં ઉપદેશ આપીને અંતમાં તેમની પત્ની સીતાની બાબતમાં તેમને પૂછે છે :

જનકસૂતા કઈ સુધી ભામિની। જાનહીં કહું કરી બડગામિની॥

(અરણ્યકાંડ)

(હે ભામીની! હવે જો તું ગજગામિની જાનકીની બાબતમાં જાણતી હોય તો બતાવ.)

શબરી તેમને પંપા નામના સરોવરે જવાનું કહે છે, જ્યાં સુગ્રીવ રહે છે. તે કહે છે કે, તમારી તેમનાથી મિત્રતા થશે. રામ શબરીની સલાહ માનીને ઉચિત પગલાં ભરે છે સુગ્રીવ સાથે મિત્રતા બાંધે છે અને સીતાજીને શોધીને ફરીવાર તેમને મેળવવામાં સફળ થાય છે.

એકતરફ રામની સેના છે અને બીજી તરફ લંકા, વચમાં સમુદ્ર માર્ગ અવરોધ બનીને હિલોળા લઈ રહ્યો હતો. આ એક તદ્દન અસમંજસની સ્થિતિ છે, તેનાથી છેવટે પાર કેવી રીતે ઉતરી શકાય ! રામ આ સ્થિતમાંથી બહાર આવવા માટે તેમનાં મિત્ર વાનરરાજ સુગ્રીવ અને વિભિષણની સલાહ માગે છે :

સુનિ કપિસ લંકા પતિ બિરા। કેહિ બિધિ તરીઅ જલધિ ગઁભીરા॥

(હે વીર કપિસ સુગ્રીવ ! હે વીર લંકાપતિ વિભિષણ ! સાંભળો, કઈ વિધિથી આ અફાટ સમુદ્રને પાર કરી શકાશે?)

તે બંન મિત્રોને ઉપાય પૂછે છે, ત્યારે વિભિષણ તેમને એવી સલાહ આપે છે :

કહ લંકેશ સુનહું રઘુનાયક। કોટિ સિંધું શોષક તવ સાયક॥
જધપિ તદપિ નીતિ અસ ગાઈ। વિનય કરીઅ સાગર સન જાઈ॥

(સુંદરકાંડ)

(વિભિષણ કહે છે કે, હે રઘુનાયક! સાંભળો, તમારા બાણ કરોડો સમુદ્રોને સૂકવી નાંખવાની ક્ષમતા રાખે છે છતાં પણ નીતિ એ બતાવે છે કે સમુદ્રની પાસે જઈને તેને વિનય કરો.)

ત્યારે રામ તેમની સલાહ માનીને કહે છે કે, તમે સારી નીતિ બતાવી. જો દેવતા સહાયક થશે તો તે કાર્ય કરશે.

દેવતાઓનો શું ભરોસો ? તમે તમારા પુરુષાર્થ પર વિશ્વાસ કરીને સમુદ્રને સૂકવી નાંખો- આ વાત લક્ષ્મણ રામને કહે છે ત્યારે રામ તેની સલાહને પણ સ્વીકારતા કહે છે કે :

સુનત બિહઁસી બોલે રઘુબિરા । એસે હિ કરબ ધરહું મન ધીરા ।

(સુંદરકાંડ)

(આ સાંભળીને શ્રીરઘુવીર હસીને બોલ્યા, આવું જ કરીશું, મનમાં ધીરજ રાખો.)

શ્રીરામ વિભિષણની સલાહ માનીને સમુદ્રને ત્રણ દિવસ સુધી વિનંતિ કરે છે પરંતુ, તે આ વિનંતિની દરકાર રાખતો નથી, ત્યારે તે લક્ષ્મણની સલાહ માનીને કોપાયમાન થાય છે :

ભય બિનુ હોઇ ન પ્રીતિ ॥

(અરણ્યકાંડ)

(ભય વગર પ્રીત થતી નથી.)

આટલું બોલીને તે લક્ષ્મણને સમુદ્રને સૂકવી દેવા માટે પોતાના અગ્નિબાણ લાવવાનું કહે છે. ત્યાર બાદ સમુદ્ર દયાની ભીખ માગતો તેમની પાસે આવે છે અને રામ તેનાથી પેલેપાર જવા માટે ઉપાય પૂછે છે.

જ્યારે તે સમસ્ત સેના સહિત લંકાના દ્વાર ઉપર પહોંચી જાય છે, તો સુબેલ પર્વત ઉપર તેઓ રાત્રે આરામ ફરમાવે છે અને સવારે જાગીને તેમના સુગ્રીવ, વિભિષણ, જાંબુવન અને હનુમાન જેવાં બુદ્ધિમાન મંત્રીઓ સાથે વિચારવિમર્શ કરે છે કે હવે શું કરવું જોઈએ, ત્યારે ઋક્ષિરાજ, જાંબુવન કહે છે- "વાલી કુમાર અંગદને દૂત બનાવીને રાવણની પાસે મોકલવામાં આવે." રામ એમની સાલહ માનીને કહે છે:

નિક મંત્ર સબકે મન માના । અંગદ સન કહ કૃપાનિધાના ॥
બાલી તનય બુધિ બલ ગુનધામા । લંકા જાહુ તાત મમકામા ॥

(લંકાકાંડ)

(આ સારી સલાહ બધાંને ગળે ઉતરી ગઈ. કૃપાનિધાન શ્રીરામજીએ અંગદને કહ્યું- બુદ્ધિ અને ગુણોના ભંડાર વાલીપુત્ર ! તું મારા કામ માટે લંકા જા.)

શ્રી રામ જાંબુવનની સલાહને મહત્ત્વ આપે છે અને પરમ ચતુર અંગદ રાવણની સભામાં જઈને તેની માનમર્યાદા રાખીને હેમખેમ પરત આવીને લંકાનો ભેદ શ્રીરામને બતાવે છે.

અંગદ પાછો આવ્યા પછી શ્રીરામ તેમનાં મંત્રીઓને કહે છે-

લંકા બાઁકે ચારી દુઆરા । કેહિ બિધિ લાગીઅ કરહું બિચારા ॥

(લંકાના ચાર દરવાજા છે. તેના ઉપર કેવી રીતે આક્રમણ કરવામાં આવે, તેના અંગે વિચાર કરો.)

ત્યારે સુગ્રીવ, જાબુવન અને વિભિષણ વિચારીને વાનરોની સેનાના ચાર

દળ બનાવવાની વાત કરે છે અને તેમના યથાયોગ્ય સેનાપતિ નિયુક્ત કરવાની સલાહ આપે છે. રાવણ કોઈ પ્રકારે નથી મરી રહ્યો. રામ સહિત આખી વાનર સેના પરેશાન છે. બહુજ પરિશ્રમ થયો હોવાનું જાણીને પોતાની પાસે ઉભા રહેલા વિભિષણની સામે દેખીને શ્રીરામ તેમને આંખો થી આંખોમાં મંત્રણા કરે છે-

કાટત બઢઈ સીસ સમુદાઈ । જિમિ પ્રતિ લાભ લોભ અધિકાઈ ॥
મરઈ ન રિપુ શ્રમ ભયઉ વિસેષા । રામ બિભીષણ તન તબ દેખા ॥

(લંકાકાંડ)

(કાપતા જ માથાઓનો સમુહ વધી જાય છે; જેવી રીતે પ્રત્યેક લાભ પર લોભ વધે છે. શત્રુ મરતો નથી અને પરિશ્રમ બહુ જ થયો, ત્યારે શ્રીરામચંદ્રજીએ વિભિષણની તરફ જોયુ.)

ત્યારે વિભીષણ કહે છે- "તેના નાભીકુંડમાં અમૃતનો નિવાસ છે. રાવણ તેના જ બળ પર જીવે છે. તે નાભીકુંડના અમૃતને સુકવી નાખવાની સલાહ આપે છે. શ્રી રામ તે સલાહ પર અમલ કરીને રાવણને ૩૧ બાણથી ધરાશાયી કરે છે.

આજે વ્યક્તિનો અંહકાર એટલી હદે વધી ગયો છે કે, તે તેના સમાન બુદ્ધિમાન, ચતુર-ચાલાક, નીતિ-નિપૂણ, જ્ઞાની કોઈનેય નથી માનતો. તે બીજાને ઓછાં આંકે છે એટલા માટે તે કોઈની સલાહ લેવા માગતો નથી. જે વ્યક્તિ બીજાની સલાહ લઈને પોતના વિવેક અનુસાર ઉચિત-અનુચિતનો નિર્ણય કરીને કાર્ય કરે છે, તે જ સફળ થાય છે. રામ અત્યંત ચતુર અને વિવેકશીલ પુરુષ છે તેમનામાં લેશમાત્ર પણ અહંકાર નથી. છતાં પણ કોઈ કાર્ય કરતા પહેલાં બીજાનો મત અવશ્ય જાણે છે અને પછીથી બંને મતોની તુલના કરીને પોતની વિવેકબુદ્ધિથી નિર્ણય લે છે. તેમનામાંથી પ્રેરણા લઈને આપણે કોઈપણ કાર્ય કરતાં પહેલા બીજાની સલાહ લેવી જોઈએ.

અધ્યાય ૨૦

પ્રચાર કર્યા વગર કાર્ય કરનારા

શ્રીરામ પાયાના પત્થરની માફક કાર્ય કરનારા છે. આત્મપ્રચાર તેમને પસંદ નથી. તે ચૂપચાપ રહીને કાર્ય કરવાનું પસંદ કરે છે અને પોતાના વિષયમાં કોઈને વધુ બતાવવાનું પણ ઈચ્છતા નથી. તેમને એકાંત પ્રિય છે અને ભીડભાડથી તેઓ ડરે છે. તેઓ ચિત્રકૂટમાં વસે છે અને તેમને રહેતા ઘણો સમય થઈ ગયો છે. વનનાં બધાં જ લોકો તેમને ઓળખવા લાગ્યા છે, એટલા માટે તેમના ઉદ્દેશ્યમાં બિનઆવશ્યક વિલંબ થશે એમ માની તેઓ તેમના આગલા પડાવ તરફ અગ્રેસર થાય છે :

બહુરિ રામ અસિ મન અનુમાના । હોઈહિ ભિર સબહિ મોહી જાના ॥
સકલ મુનિન્હ સન બીદા કરાઈ । સીતા સહિત ચલે દ્વૌ ભાઈ ॥
(અરણ્યકાંડ)

(બધાં મને જાણી ગયાં છે, એટલા માટે બહુ ભીડ થઈ જશે- શ્રીરામે પોતાના મનમાં બહુ જ રીતે આવું અનુમાન બાંધી લીધુ. તેમણે બધા મુનિઓથી વિદાય લીધી અને સીતાની સાથે બંને ભાઈ નીકળી પડ્યા.)

પાયાના પત્થર બની રહેનારા જ સમાજને સુદ્રઢ આધાર આપી શકે છે. શ્રીરામે સમાજમાં આ આદર્શ પ્રસ્તુત કર્યો છે.સ્વામી કરપાત્રીજી મહારાજ અને સ્વામી રામસુખદાસજી મહારાજના પ્રસંગ પણ આ તરફ સંકેત કરે છે કે સાચા સાધુ-સંતોએ સમાજને એક
નિશ્ચિત દિશા દેવા માટે પરદા પાછળ રહીને કાર્ય કરવું જોઈએ.પ્રચારની લાલસાથી તેમની સાધના ભંગ થાય છે અને તે દીશાવિહિન થઈ
જાય છે.

સુપ્રસિધ્ધ સંત સ્વામી કરપાત્રજી મહારાજ એક પરમ સિધ્ધ પુરુષ હતા.તેઓ શાસ્ત્રોના અદ્દભુત વ્યાખ્યાતા હતા. "રામાયણ મીમાંસા" નામના તેમનો ધાર્મિક ગ્રન્થ પ્રકાશન માટે શ્રી રાધેશ્યામ ખેમકાની પાસે મોકલી દેવામાં આવ્યો, પરંતુ કેટલાય મહિના બાદ પણ જ્યારે ગ્રંથ પ્રકાશિત ના થયો,તો સ્વામીજીએ ખેમકાજીને આ બાબતે પુછ્યું.

ખેમકાજીએ તેમને જણાવ્યું કે "મહારાજજી, અમારા બધાની બહુ ઈચ્છા છે કે ગ્રંથમાં તમારું ચિત્ર છપાય.તમારું ચિત્ર બનવામાં વિલંબ થવાના કારણે જ અનાવશ્યક

મોડુ થઈ રહ્યું છે.તેના માટે હું ક્ષમાચાહું છું"

સ્વામીજીને આ વાત સાંભળી ઝાટકો લાગ્યો.તે તરત બોલ્યા "ના ના,પુસ્તકમાં મારું ચિત્ર કોઈ પણ રીતે ના છપાવું જોઈએ.બીજાની વાતોમાં ના આવતા.પુસ્તક ભગવાન શ્રીરામના ચરિત્ર પર આધારીત છે,ચિત્ર માત્ર તેમનું જ છપાશે."

તેમણે ફરી કહ્યુ : "સન્યાસીએ પ્રચાર અને નિન્દા-સ્તુતિના ફેરામાં પડવું જોઈએ નહી.તેમણે પાયાની ઇંટ બનીને તેમના કર્તવ્યનું પાલન કરતા રહેવું જોઈએ."

ખેમકાજીએ સ્વામીજીના આદેશઅનુસાર તેમનું ચિત્ર પુસ્તકમાં પ્રકાશિત કર્યું નહી.

આ રીતે પરમ સંત બ્રહ્મલીન સ્વામી રામસુખદાસજી મહારાજ પણ ધાર્મિક ચેનલો પર પ્રવચન કરતા હતા.તેમની સખત
હિમાયત હતી કે મારા ચિત્રના સ્થાને ભગવાનનું ચિત્ર જ દેખાડવામાં આવે,માત્ર પૃષ્ઠભૂમિમાં અવાજ મારો હોય.બધી ચેનલ તેમના આદેશનું અક્ષરસઃ પાલન કરતી હતી.

લોકો ઈમારતમાં કાંગરાઓના જ વખાણ કરે છે પરંતુ, પાયની ઈંટોને ભૂલી જતાં હોય છે.ખરેખર તો તેમનુ યોગદાન મહત્ત્વપૂર્ણ હોય છે. ઈતિહાસમાં કાંગરાઓને નહી,પાયાની ઈંટને યાદ રાખવામાં આવે છે.જાહેરાતના આ યુગમાં આપણે આપણા કામ શાંતિપૂર્વક અને કોઈ પણ જાતના પ્રચાર વગર કરતા રહેવું જોઈએ- રામે આપણને આ વાત શિખવાડી છે.

અધ્યાય ૨૧

કૂટ નીતિજ્ઞ

રામ બહુ જ મોટા કૂટ નીતિજ્ઞ પણ છે. દેશ, કાળ, વાતાવરણ અને સમયનું ધ્યાન રાખતા બહુ જ માપી તોલીને કોઈ પમ વિષયમાં નિર્ણય લે છે અને યોગ્ય પગલાં ભરીને જ કાર્યવિશેષમાં વધું કાર્યવાહી કરે છે. સફળ કૂટ નીતિજ્ઞ હોવાને કારણે તેમને કોઈપણ કાર્યમાં અસફળતા જોવી પડતી નથી.

અયોધ્યાથી જ્યારે વનવાસ માટે તેઓ જાય છે ત્યારે બાળકો અને વૃદ્ધોને છોડીને બધાં જ અયોધ્યાવાસી તેમની સાથે ચાલી નીકળે છે. કેમ કે તેઓ સંકુચિત સ્વભાવના છે એટલા માટે તે સહુને ના પાડી શકતા નથી. તેમના સમજાવવા છતાં પણ કોઈ માનતું નથી. રામ બહુ જ અસમંજસમાં હોય છે. રાત્રે જ્યારે બધાં લોકો સૂઈ જાય છે તો તે તેમના મંત્રી સુમંત્રજીને કહે છે -

જબહિ જામ જુગ જામિની બિતી । ગ્રામ સચિવ સન કહેઉઁ સપ્રીતિ ॥
ખોજ મારી રથ હાકહૅઁ તાતા . આનિ ઉપાય બનહિં નહિ બાતા ॥

(અયોધ્યાકાંડ)

(જ્યારે રાત્રિના બે પ્રહર વીતી ગયા ત્યારે શ્રીરામચંદ્રએ પ્રેમપૂર્વક મંત્રી સુમંત્રને કહ્યું- તાત! રથને શોધવા અર્થાત પૈડાનાં ચિન્હોથી દિશાની ખબર ના પડે એ રીતે રથને હંકારો એ સિવાય કોઈ ઉપાયથી વાત બનશે.)

આ પ્રકારે પોતાની કૂટ નીતિથે લોકોને તેમના ઘરે પાછા જવા વિવશ કરી મૂકે છે. નહીંતર તેમની પ્રજા કોઈપણ રીતે પોતાના ઘરે પાછા નહીં જતા ભવિષ્યમાં ગામને માટે મુશ્કેલી ઉભી થઈ જાત. કૂટ નીતિ એક એવું અસ્ત્ર છે કે જેનાં કારણે બગડતી વાતને વિવેકપૂર્ણ રીતે સમાધાન પ્રાપ્ત કરી શકાય છે. શ્રીરામ સમયાંતરે તેમની કૂટ નીતિનો પરિચય આપે છે. ભગવાન શ્રીકૃષ્ણ પણ કૂટ નીતિમાં નિપૂણ હતાં. તેમની કૂટનીતિનાં પરિણામ સ્વરૂપે જ મહાભારતનું યુદ્ધ થયું હતું.

શ્રીકૃષ્ણ શાંતિ મંત્રણા કરવા માટે હસ્તિનાપુર જાય છે અને કૌરવોની રાજસભમાં

દુર્યોધનને યુદ્ધ નહીં કરવા માટે જણાવે છે પરંતુ, તે કોઈ પણ હાલતમાં તેમનો પ્રસ્તાવ સ્વીકારતો નથી. કર્ણ, શકુનિ, દુઃશાસન પણ તેને સાથ આપે છે.

છેવટે વાત બનતી નહીં જોઈને શ્રીકૃષ્ણ પાછા ફરવામાં જ શાણપણ સમજે છે. તેઓ સ્પષ્ટ શબ્દોમાં કહે છે કે, હવે તો યુદ્ધ એ અનિવાર્ય છે.

તેઓ જાણતા હતા કે દુર્યોધનના સાથી કુંતીપુત્ર કર્ણ એક વીર યોદ્ધા છે જો તેને પોતાના પક્ષમાં કરી દેવામાં આવેત ોસારુ થશે એટલા માટે તેમણે કૂટનીતિનો પરિચય આપ્યો હતો. રવાના થવાના સમયે તેઓ કર્ણને એકાંતમાં મળ્યા અને કહ્યું- "કર્ણ, તું પણ કુંતીનો પુત્ર છે. આ રીતે પાંડવોના સૌથી મોટોભાઈ પણ તું જ છે. સારુ એ રહેશે કે તું પણ મારી સાથે પાંડવોની પાસે ચાલ. યુધિષ્ઠરને તારી સચ્ચાઈનું જ્ઞાન થશે ત્યારે તે સમગ્ર રાજ્ય તને સોંપી દેશે પછી સંભવિત યુદ્ધને ટાળી શકાય છે."

કર્ણએ કહ્યું :"હુ તમારી વાત નહીં માની શકું. હું કુંતીને મારી માતા કેવી રીતે માની શકું કે જેણે મને જન્મ આપતાની સાથે દરિયામાં પધરાવી દીધો હતો. મને ક્ષમા કરો."

"એનો અર્થ એ કે હવે યુદ્ધને કોઈ ટાળી શકશે નહીં."- શ્રીકૃષ્ણ બોલ્યાં. તેમણે આગળ કહ્યું- "ઠીક છે, કૌરવોને કહી દેજે કે આજથી સાતમા દિવસે અમાવાસ્યા પ્રારંભ થશે અને તે દિવસ યુધ્ધ આરંભ થશે."
આમ કહી શ્રીકૃષ્ણએ તેના સારથી સાત્યકિને આદેશ કર્યો- "રથ ઉપપ્લવ્ય નગર તરફ લઈ લો."

કૂટનિતીનો પ્રયોગ આ રીતે શ્રીકૃષ્ણએ કર્ણને મળીને તેને તેમના પક્ષમાં લેવા અને તેના ઈન્કાર કરવાની સ્થિતિમાં યુધ્ધની વાત કૌરવો સુધી સમ્પ્રેષિત કરવા માટે કર્યો.

રામ પંચવટીમાં તેમની પત્ની સીતા અને ભાઈ લક્ષ્મણની સાથે બેઠાં છે અચાનક રાવણની કદરૂપી બહેન શૂરપંખા પોતાનું રૂપ બદલીને તેમની સામે આવી જાય છે અને તેમની પાસે લગ્ન કરવાનો પ્રસ્તાવ મૂકે છે. સીતા તરફ જોઈને હસતા હસતા રામ કહે છે કે, હું તો પરિણીત છુ પરંતુ, મારો નાનો ભાઈ કુંવારો છે. જોકે તેઓ આ વાત મજાકમાં કહે છે પણ, તેમાં કૂટ નીતિ છુપાયેલી છે. શૂરપંખા લક્ષ્મણ પાસે જાય છે. લક્ષ્મણ તેને બીજીવાર પાસે રામની પાસે મોકલી આપે છે. તે તેનું ભયંકર રૂપ પ્રગટ કરે છે અને રામે ઈશારો કરતાં જ લક્ષ્મણ તેના કાન અને નાકને વીંધી નાખે છે. સમગ્ર પ્રસંગમાં રામની કૂટનીતી કામ કરી રહી છે.કેમકે તેઓ વનમાં રાક્ષસોને મારવા માટે જ આવ્યા છે.મુનિઓના હાડકાંનો ઢગલો જોઈને તેમણે ધરતીને રાક્ષસો વગરની કરવાની પ્રતિજ્ઞા લીધી.રાક્ષસો સાથે યુધ્ધ કરવાનું કોઈ કારણ અવશ્ય હોવું જોઈએ,આમ વિચારી તેઓ શૂરપંખાનું લક્ષ્મણના હાથે અપમાન કરાવે છે,કેમકે તેઓ સારી રીતે જાણતા હતા

કે જર, જોરુ અને જમીન માટે વ્યક્તિ તેનું અસ્તિત્વ સુધ્ધા દાવ પર લગાવી દે છે.એટલા માટે તેઓ આ કૂટનિતીક ચાલ ચાલે છે.

પંપા નામના સરોવરના કિનારે તેઓ હનુમાનના માધ્યમથી રાજ્યમાંથી દેશનિકાલ કરાયેલા સુગ્રીવ સાથે મિત્રતા કરે છે.તેને કિષ્કિન્ધાના રાજા બનાવવાનું વચન આપે છે.આ તેમની કૂટનિતીક દૂરદર્શિતા છે કેમકે તેમને ખબર છે કે વાલીના મર્યા પછી સુગ્રીવ રાજા બનતા જ તે મને દેશનિકાલ કરાયેલા અને પત્નિવિહિન વ્યક્તિ માટે બહુજ કામનો સિધ્ધ થઈ શકે છે,એટલા માટે તેઓ તેની તન-મનથી સહાયતા કરે છે અને એહસાનમંદ સુગ્રીવ લંકાના યુધ્ધમાં રામને મળેલી સફળતામાં એક સેતુનું કામ કરે છે.

વિભિષણની બાબતમાં એક કહેવત બહુ જ પ્રસિધ્ધ છે-'ઘરકા ભેદી લંકા ઢાયે' એટલે કે વિભિષણ જેવો ઘરનો જાણકાર લંકાને બરબાદ કરી દે છે.વિભિષણ રામની પાસે આવે છે.જો કે રામના સુગ્રીવ જેવા મંત્રી તેને નહી સ્વીકારવાની સલાહ આપે છે.પરંતુ તેઓ કૂટનિતીક દૂરદર્શીતાનો પરિચય આપતા તેમનો સ્વીકાર કરે છે,કેમકે તેઓ જાણે છે કે "દુશ્મનનો દુશ્મન દોસ્ત હોય છે."ભવિષ્યમાં તે આપણા કામ આવશે અને વાસ્તવમાં વિભિષણ ઘણી વખત રામના કામમાં આવે છે.લંકાના અનેક ભેદ સમય-સમય પર રામને બતાવે છે.રાક્ષસરાજ રાવણ પણ વિભિષણ દ્વારા બતાવાયેલા "નાભીકુંડના અમૃત"નો ભેદ બતાવવાથી માર્યો જાય છે.

મેઘનાદ યુધ્ધમાં અજેય બનવા માટે લંકામાં યજ્ઞ કરી રહ્યો છે,વિભિષણ,રામને આ વાતની સૂચના આપે છે.તે સ્વયં તો લંકા નગરમાં પ્રવેશ નથી કરી શકતા એટલા માટે તેઓ જામ્બુવન,સુગ્રીવ અને વિભીષણને સેના સાથે તેનો યજ્ઞ વિધ્વંશ કરવા મોકલે છે-

લછિમન સંગ જાહુ સબ ભાઇ । કરહુ વિધંસ જગ્ય કર જાઇ ॥

(લંકાકાંડ)

(લક્ષ્મણની સાથે બધા ભાઈઓ જાઓ અને તેના યજ્ઞનો વિધ્વંશ કરી દો.)

તેઓ લક્ષ્મણને આગળ કહે છે-

મારેહુ તેહિ બલ બુધ્ધી ઉપાઇ । જેહી છીજૈ નિસિચર સુનુ ભાઇ ॥

(લંકાકાંડ)

(તેને એવા બળ અને બુધ્ધીના ઉપાયથી મારજો,જેનાથી એ રાક્ષસનો નાશ થાય.)

રામ મેઘનાદનું બળ જાણતા હતા.એટલે કૂટનિતીનું પાલન કરતા તેને યજ્ઞ સ્થળ પર જ મારવા મોકલે છે,સાથે એમ પણ કહે છે કે બળ અને બુધ્ધીથી મારજો.કહેવું નહી પડે કે રામની કૂટનીતીના કારણે જ મેઘનાદનું મૃત્યું થાય છે.

રાવણ યુધ્ધમાં અજેય બનવા માટે યજ્ઞ કરવાનો શરુ કરે છે,વિભિષણ આ બાબતે રામને જાણ કરે છે.રામ તેમના પક્ષના હનુમાન જેવા વીરોને મોકલીને તેનો યજ્ઞ વિધ્વંશ કરાવે છે. રામ પરશુરામજી સાથે વિનમ્રતા દાખવે છે,પરંતુ જ્યારે તેઓ વારંવાર લક્ષ્મણ અને રામને અપશબ્દ કહે છે તો રામની કૂટનીતી અહીંયાં જોતા જ બને છે-

ભૃગુપતિ બકહીં કુઠાર ઉઠાએઁ । મન મુસુકાહીં રામ સિર નાએ ॥
ગુનહ લખન કર હમ પર રોષૂ । કતહુઁ સુધાઈહુ તે બડ દોષૂ ॥
ટેઢ જાનિ સબ બંદઈ કાહૂ । બક્ર ચંદ્રમહી ગ્રસૈ ન રાહૂ ॥
રામ કહેઉ રિસ તજિઅ મુનીસા । કર કુઠારુ આગે યહ સીસા ॥
જેહીં રિસ જાઈ કરિઅ સોઈ સ્વામી । મોહી આનિઅ આપન અનુગામી ॥

(બાલકાંડ)

(પરશુરામજી કુહાડી ઉઠાવી બકી રહ્યાં છે અને શ્રી રામચંદ્રજી માથુ જુકાવી મનમાં ને મનમાં હસી રહ્યાં છે.)

(શ્રીરામચંદ્રજીએ મનમાં ને મનમાં કહ્યું કે દોષ લક્ષ્મણનો અને ક્રોધ મારી ઉપર કરે છે.ક્યારેક-ક્યારેક સીધા-સાદા રહેવામાં પણ મોટો દોષ હોય છે.વાંકા જાંણીને બધા કોઈની પણ વંદના કરે છે.ચંદ્રમા વંકાયતો રાહૂ પણ કંઈ બગાડી શકતો નથી.)

(શ્રીરામચંદ્રજીએ સ્પષ્ટ રીતે મુનીને કહ્યું હે મુનિશ્વર ! ક્રોધ છોડો.તમારા હાથમાં કુહાડી છે અને મારુ માથુ આગળ છે જે પ્રકારે આપનો ક્રોધ જાય,હે સ્વામી ! તે કરો.મને આપનો દાસ માનો.)

આ રીતે તેમના મનમાં પરશુરામજી પ્રત્યે રોષ છે.તે તેમના મનમાં તેમના પ્રત્યે કંઈક અન્ય ભાવ રાખી રહ્યાં છે અને સ્પષ્ટરૂપથી પોતાની પૂરી વિનમ્રતા દેખાડી રહ્યાં છે.આ રીતે અહીંયાં તેઓ એક સફળ કૂટનીતીજ્ઞ સિધ્ધ થયા છે. તેઓ રાવણ સાથે અંતિમરૂપથી યુધ્ધ કરતા પહેલા પોતાના મંત્રીઓ સાથે સલાહ કરે છે,ત્યારે ઋષરાજ જામ્બવન તેમને સલાહ આપે છે :

મંત્ર કહઉઁ નિજ મતિ અનુસારા । દુત પઠાઈઅ બાલી કુમારા ॥

(લંકાકાંડ)

(હું મારી બુધ્ધી પ્રમાણે સલાહ આપુ છું કે વાલીકુમાર અંગદને દૂત બનાવીને મોકલવામાં આવે.)

તેઓ જામ્બવનની સલાહ માની અંગદને લંકા મોકલે છે.તેઓ સારી રીતે જાણે છે કે અંગદ પરમ બળવાન અને ચતુર છે.તેઓ તેને કહે છે- 'શત્રુ સાથે એ જ વાતચીત કરશો,જેનાથી આપણું કામ થાય.'

અંગદને પોતાનો દૂત બનાવીને મોકલવામાં તેમની કૂટનીતી બે સ્તર પર કામ કરે છે.અંગદ તેની શક્તિ અને તેના સ્વામી રામની શક્તિનો પરિચય રાવણ અને તેની સભાને કરાવે છે.તેનો પગ રાવણ સહિત કોઈ પણ રાક્ષસવીર ઉઠાવી શકતા નથી.અંગદ પોતાના તર્કથી રાવણને હરાવીને તેને તેની ખોખલી શક્તિનો અહેસાસ કરાવે છે.બીજુ કે તે ત્યાં જઈને લંકાની વસ્તુસ્થિતિની જાણકારી મેળવીને લાવે છે.

કોઈ પણ મહત્વપૂર્ણ અને ગંભીર કાર્યમાં કૂટનીતીનું વિશેષ મહત્ત્વ છે. કૂટનિતિજ્ઞ પોતાની બુદ્ધિ, વિવેક, ચતુરતા, નીતિ વગેરેનાં સમ્યક પ્રયોગથી પોતાના કાર્યમાં સફળ થાય છે. તે શામ, દામ, દંડ અને ભેદનો પ્રયોગ પોતાના કાર્યને સફળ બનાવવા માટે કરે છે. રામ એક સફળ કૂટનીતિજ્ઞના રૂપમાં આપણી સમક્ષ આવે છે. આપણે પણ તેમની કૂટનીતિનો સબક શીખવો જોઈએ ત્યારે જ આપણે આપણા જટિલ કાર્યોને સફળતાપૂર્વક કરી શકીએ છીએ.

અધ્યાય ૨૨

દૂરદર્શી

રામ દૂરદર્શી છે. ભવિષ્યમાં બનનારી ઘટનાઓને તે સહજ રીતે અનુમાન લગાવીને, આવશ્યકતા ઉભી થતાં બીજાને જાગ્ત કરી દેવાં અને સમય પ્રમાણે કાર્ય કરવું તેમના સ્વભાવમાં રહેલું છે. તે તેમના પ્રિય વ્યક્તિને સચેત કરે છે, જો કોઈ કારણસર તે તેમની વાત નથી માનતા તો તેનું પરિણામ પણ તે સ્વંય ભોગવે છે.

સીતાજી વનમાં જવાની જિદ કરે છે. તે તેમને વનના દુઃખોની બાબતમા સમજાવે છે. વનમાં બહુ જ કલેશ છે.શિયાળો, ગરમી, વરસાદ બધું જ ભયાનક હોય છે. રસ્તામાં કાંટા અને કાંકરાઓ હોય છે. મોટા મોટા અસ્તવ્યસ્તપણે ફેલાયેલા પર્વતો, ગુફાઓ, દરો, નદીનાળા વનમાં છે જે ચાલીન પાર કરવાનું કઠિન છે. રિંછ, વાઘ, વરુ, હાથી જેવા વિકરાળ પશુ અને પક્ષીઓ છે. બધી જગાએ સાપ, પક્ષી અને રાક્ષસો ફરતા હોય છે. ત્યાં ભોંયપથારીમા સૂવુ પડશે, વૃક્ષોની છાલના કપડાં પહેરવા પડશે અને કંદ, મૂળ, ફળ, અંકુર આરોગવા પડશે, પરંતુ સીતાજી તેમને તેમના તર્કથી ચૂપ કરી દે છે ત્યારે તેઓ કહે છે-

સજઅ સુહૃય ગુર સ્વામી સિખ જો ન કરઈ સિર માની।
સો પછીતાડ અગાઢ ઉર અવસી હોડ હિત હાનિ॥

(અયોધ્યાકાંડ)

(સ્વભાવિક હિત ચાહવાવાળા ગુરુ અને સ્વામીની શીખને જે માથા પર રાખીને નથી માનતા, તેઓ પછીથી ભરપેટ પસ્તાય છે અને તેના હિતની હાનિ અવશ્ય થાય છે.)

જ્યારે તેઓ (રામ) તેમના મંત્રી સુમંત્રજીને અયોધ્યા પાછા ફરવાની આજ્ઞા આપે છે ત્યારે રાજા દશરથની આજ્ઞા પ્રમાણે પોતાની સાથે કમસે કમ સીતાને મોકલવા માટે કહે છે તેમ છતાં તેઓ તેમની વાત માનતી નથી.

રામ'પાછળથી પસ્તાવુ' અને 'અવશ્ય હિતની હાનિ' થવાની વાત કહે છે.

આ વાત તેમની દૂરદર્શિતાને પ્રગટ કરે છે. સીતા તેમની વાત માનતા નથી અને પાછળથી રાવણ દ્વારા તેમનું અપહરણ થતાં બહુ જ પસ્તાય છે અને અપાર કષ્ટ વેઠે છે.

આ રીતે જ્યારે લક્ષ્મણ પણ રામ સાથે વનમાં જવાની જિદ કરે છે તો તેઓ તેને પણ શિખામણ આપે છે- "જન્મ તેનો જ સફળ ગણાય કે જેણે માતાપિતા અને ગુરુ અને સ્વામીની શિક્ષાને સ્વીકારી છે." લક્ષ્મણની જિદ પર તેઓ તેને પણ પોતાની સાથે લઈ જાય છે.

લક્ષ્મણ પણ વનમાં ભારોભાર યાતના ભોગવે છે અને મેઘનાદની સાથે થયેલા યુદ્ધમાં તેના જાન માટે જોખમ પેદા થાય છે. હનુમાનજીને કારણે જ તેનો જીવ બચી જાય છે.

વાનરરાજ સુગ્રીવની આજ્ઞા પર બધાં જ વાનર-રિંછ સીતાજીને શોધવા માટે નીકળી પડે છે. રામ તે બધાંને સામાન્ય રીતે વિદાય કરે છે. છેલ્લે હનુમાનજી આવીને તેમને પ્રણામ કરે છે ત્યારે તેઓ પોતાના હાથની વિંટી આપે છે-

પાછેં પવનતનય સિરુનાવા । જાની કાજ પ્રભુ નિકટ બોલાવા ।
પરસા સીસ સરોરુહ પાની । કર મુદ્રિકા દીન્હી જન જાની ॥

(કિષ્કિન્ધાકાંડ)

(સૌથી પાછળ પવનસૂતે માથુ નમાડ્યુ, કાર્યનો વિચાર કરીને રામે તેમને પોતાની પાસે બોલાવ્યા. તેમણે પોતાના હાથ વડે તેમના શિશને સ્પર્શ કર્યો તથા પોતાનો સેવક જાણીને પોતાના હાથની વિંટી ઉતારીને આપી.) આટલા વાનરોમાંથી માત્ર હનુમાનજીને રામ પોતાની વિંટી આપે છે, આ તેમની દૂરદર્શિતા છે. તેઓ સહજ રૂપથી અનુમાન લગાવે છે કે માત્ર હનુમાન જ સીતાજીને શોધી શકશે. એ તો પોતાની વિંટી આપીને એમ પણ કહે છે કે સીતાજીને સારી રીતે સમજાવજો અને મારી શક્તિઓથી વાકેફ કરાવજો. કહેવું નહીં પડે, રામ જે અનુમાન લગાવે છે તે સાચુ ઠરે છે. હનુમાન સીતાની શોધ કરવામાં સફળ થાય છે. સુગ્રીવ અને વિભિષણ સાથે દોસ્તી પણ રામની દૂરદર્શિતાનો પરિચય કરાવે છે. દૂરદર્શી રામ અનુમાન લગાવી લે છે કે આ લોકોની સાથે મિત્રતા બાંધવામાં કોઈ નુકસાન નથી. તેમની દૂરદર્શિતા આનાથી પણ ઉજાહર થાય છે કે શરણાગત બનીને આવેલા વિભિષણને જોઈને 'લંકેશ' કહીને તેમને સંબોધે છે-

કહુ 'લંકેશ' સહિત પરિવારા ॥

(સુંદરકાંડ)

પાછળથી વિભિષણ જ લંકાના રાજ બને છે.

જટાયુ મરણ પથારીએ છે. રામ તેમના ખોળામાં તેનું મસ્તક લઈને તેના કપાળ ઉપર હળવેથી હાથ ફેરવે છે. તેના મૃત્યુ પહેલાં તેઓ તેમના પિતાના મિત્ર

જટાયુને કહે છે-

સીતા હરનિ તાત જની કહહુ પિતા સન જાઈ ॥
જૌં મૈં રામ ત કુલ સહિત કહી હી દશાનન આઈ ॥

(અરણ્યકાંડ)

(હે તાત! સીતાહરણની વાત તમે જઈને પિતાજીને ના કહેશો. જો હું રામ છું તો દસમુખ રાવણ કુટુંબ સહિત ત્યાં જઈને સ્વંય જ કહેશે.)

રામ સ્વર્ગ નર્કમાં વિશ્વાસ રાખે છે. તેમના પિતા રાજા દશરથ સ્વર્ગમાં છે. જટાયુ પણ પરોપકારી હોવાને કારણે સ્વર્ગે જ સીધાવશે, આમ વિચારીને રામ જટાયુને આ મુજબ કહે છે. તેઓ દૂરદર્શી છે એટલા માટે તેઓ અતૂટ આત્મવિશ્વાસના બળ પર વિચારે છે કે, રાવણ મારા દ્વારા જ માર્યો જશે અને મરવા પછી દશરથ સાથે સ્વર્ગમાં મુલાકાત થાય ત્યારે પોતે જ બધી વાત કહી બતાવશે.

રામની દૂરદર્શિતાના ગુણથી આપણને એમ શીખવા મળે છે કે, માણસે દૂરદર્શી હોવું જોઈએ. તેણે પોતાની અંદર એ ક્ષમતા વિકસિત કરવી જોઈએ જેનાથી તે કોઈપણ ઘટનાની બાબતમાં પૂર્વાનુમાન લગાવી તેના લાભ અને હાનિનું મૂલ્યાંકન કરી પોતાના કાર્યનો આરંભ કરે તેને માટે તે પોતાના મનને એકાગ્ર રાખે અને ઉતાવળમાં કોઈ નિર્ણય ના લે. પોતાની દૂરદર્શિતાથી રામે તેમના જીવનમાં ડગલેને પગલે સફળતા મેળવી. જોકે, કોઈ વખત એવું લાગ્યું કે તેઓ હારી રહ્યાં છે પરંતુ, તેમ કદી બન્યુ નહીં, તેઓ જીત્યા અને સારી રીતે સર્વક્ષેત્રે જીત્યા.

અધ્યાય ૨૩

પરમ વિજ્ઞાન

હિન્દી સાહિત્યમાં એક મહાવરો બહુ જ પ્રચલિત છે- રામ-બાણ હોવું. "રામબાણ"નો અર્થ અચૂક એવો થાય છે. ખરેખર રામ-બાણ અચૂક જ છે.

આજે વિજ્ઞાને બહુ જ પ્રગતિ સાધી લીધી છે. પરમાણુ બોમ્બ અને મિસાઈલો બની ગઈ છે પરંતુ, આજે પણ એવી કોઈપણ મિસાઈલ વૈજ્ઞાનિકો નથી બનાવી શક્યા જે દુશ્મનના સ્થાન પર આક્રમણ કરીને બીજીવાર પોતાના પ્રક્ષેપણ સ્થાને પાછી આવી શકે.

શ્રીરામના બાણ પોતના લક્ષ્યને ભેદીને ફરી તેમના ભાથામાં આવી જતા હતા. તેનો બીજીવાર પ્રયોગ કરી શકાતો હતો. સાથોસાથ તેમનુ એક બાણ એકવારમાં અનેક લક્ષ્યોને ભેદી શકતું હતુ.

એક પ્રસંગ છે. શ્રી રામ લંકાની બહાર આવેલા સુબેલ પર્વત્‌ પર પોતાની સેના સાથે બેઠા હતા ત્યારે આકાશમાં વાદળ ઉમટી પડ્યા અને વીજળીના ચમકારા થવા લાગ્યા. શ્રીરામ પોતાના સાથીઓને કહે છે, "લાગે છે કે બારે મેઘ ખાંગા થશે" ત્યારે વિભિષણે તેમને કહ્યું કે એવુ કશું જ નથી. આ તો લંકાના સૌથી ઊંચાઈએ આવેલા સ્થળે રાવણ પોતાના મહેલમાં નૃત્યસંગીતની મહેફિલ માણી રહ્યો છે. રાવણના શિર પર વાદળો ઘેરાયા હોય એવુ છત્ર છે અને મંદોદરીના કાનમા રહેલા કર્ણપુષ્પોમાંથી વીજળની ચમક રેલાઈ રહી છે. ત્યારે શ્રીરામ પોતાના શાર્ઙ્ગ નામના ધનુષને હાથમાં લઈને એક બાણ છોડે છે.-

છત્ર મુકુટ તાટંક સબ હતે એક હિ બાણ ॥
સબકે દેખત મહિં પરે મરમુ ન કોઉ જાન ॥

(લંકા કાંડ)

(શ્રીરામે એક જ બાણથી રાવણના છત્ર-મુગટ અને મંદોદરીના કર્ણપુષ્પોને કાપી નાખ્યા. સહુની નજર સમક્ષ તે જમીન પર પડી ગયા પરંતુ, તેનુ કારણ કોઈ

જાણી શક્યુ નહીં.)

તેના પછી તેમના બાણ પાછા તેમના ભાથા તરફ વળી ગયા-

અસ કૌતુક કરી રામ સર પ્રબિસેઉ આઈ નિષંગ ।

(લંકાકાંડ)

(આવો ચમત્કાર કરીને શ્રીરામનું બાણ પાછુ ફર્યુ અને ભાથામાં જતુ રહ્યું.)

શ્રી રામનું એક જ બાણ રાવણ અને મંદોદરીના આભૂષણોને જમીન પર પાડી દે છે અને ફરીથી ભાથામાં આવી જાય છે.

કુભકર્ણ સાથે યુદ્ધ કરતી વખતે પણ પ્રસંગ બતાવે છે કે શ્રીરામનું બાણ એક ક્ષણમાં વિકટ રાક્ષસોને હણીને પાછુ પોતના ભાથામાં આવી પડે છે.

રાવણના મર્યા પછી તેમના બાણ બહુ જ અદ્દભૂત ક્રિયા કરે છે-

મંદોદરી આગે ભુજ સીસા । ધરી સર ચલે જહાં જગદીશા ॥
પ્રબિસે સબ નિષંગ મહું જાઈ । દેખી સુરન્હ દુંદભી બજાઈ ॥

(લંકાકાંડ)

(રાવણના મર્યા પછી તેની ભુજાઓ અને માથાને મંદોદરીની સામે રાખી રામ-બાણ ત્યાં ચાલ્યા જ્યાં શ્રીરામ હતા.)

તેની સાથે જ રામના બાણોની આ વિશેષતા છે કે એકવાર ભાથામાંથી નીકળીને તે લક્ષ્યને ભેદ્યા વગર પાછા નથી આવતા. જ્યારે સમુદ્રને સૂકવી દેવા માટે રામ પોતાનું અગ્નિબાણ હાથમાં લઈ લે છે ત્યારે સમુદ્ર તેમને પોતના અપરાધ બદલ ક્ષમા માગે છે અને તેમને અરજ કરે છે કે, આ બાણને મારા ઉત્તર તટ પર વસતા દુષ્ટ મનુષ્યોને મારવા માટે તે દિશામાં છોડી દો-

એહિ સર મમ ઉત્તર તટ બાસી । હતહુ નાથ ખલ નર અઘ રાસી ॥
સુનિ કૃપાલ સાગર મન પિરા । તુરતહીં હરિ રામ રનધીરા ॥

(સુંદરકાંડ)

(આ બાણથી મારા ઉત્તર તટ રહેનારા પાપી અને દુષ્ટ મનુષ્યોનો વધ કરો. કૃપાળુ અને રણધીર રામે સમુદ્રના મનની પીડા સાંભળી તેને તરત જ જાણી લીધી અર્થાત બાણથી તે દુષ્ટોનો વધ કર્યો.)

આ રીતે આપણે જોઈ છીએ કે રામ બહુ જ મોટા વૈજ્ઞાનિક છે. તે સમયનુ વિજ્ઞાન એટલુ આધુનિક હતુ કે તેમનું બાણ લક્ષ્યને પાર પાડીને પાછુ તેના મૂળ સ્થાન પર આવી જતુ હતું. જુદી જુદી ભાષાઓમાં લખાયેલી "રામાયણ" અને અન્ય સ્રોતોના માધ્યમથી આપણા વૈજ્ઞાનિકોએ એવી શોધ કરવી જોઈએ કે આમ કેમ શક્ય બનતું હતું ?

અધ્યાય ૨૪

મહા દાની

સદગ્રંથોમાં દાનની મોટી મહિમા બતાવવામાં આવી છે. આપણા દ્વારા કમાયેલા ધનની સાર્થકતા ત્યારે જ છે કે જ્યારે આપણે તેનો કંઈકને કંઈક અંશ દાન કરીએ. કહેવામાં તો એટલે સુધી કહયુ છે કે ૧૦૦ હાથથી કમાવવું જોઈએ અને હજાર હાથથી દાન કરવું જોઈએ. ભારતવર્ષમાં મહાન દાનવીરોના અનેક ઉદાહરણ જોવા અને સાંભળવામાં આવ્યા છે. રાજા હરિશચંદ્ર, રાજા શિબિ, મોરધ્વજ, મહર્ષિ દધિચી, કર્ણ વગેરે એવા ચરિત્ર છે કે જેમણે બીજાના હિતને માટે પોતાનું સર્વસ્વ દાન કરી દીધુ હોય.

મુનિશ્રેષ્ઠ વિશ્વામિત્ર શ્રીરામ-લક્ષ્મણને પોતાના યજ્ઞની રક્ષા અર્થે રાજા દશરથ પાસેથી માગી લાવે છે. પાછળથી તે બં ભાઈઓને જનકપુરના ધનુષ યજ્ઞમા લઈ જાય છે. રસ્તામા ગંગાજી આવે છે, જેમાં શ્રીરામ અને લક્ષ્મણ ઋષિઓ સાથે સ્નાન કરે છે. સ્ના પછી તેઓ બ્રાહ્મણોને અવનવા દાન કરે છે-

તબ પ્રભુ રિષિન્હ સમેત નહાયે। બિબિધ દાન મહિદેવન્હ પાયે ॥

(બાલકાંડ)

(ત્યારે શ્રીરામે ઋષિઓ સાથે ગંગાસ્નાન કર્યું અને બ્રાહ્મણોને વિવિધ પ્રકારના દાન આપ્યા)

શ્રીરામની જેમ હાતિમતાઈ અદ્ભૂત દાની થઈ ગયાં છે. તેમણે એક તથાકથિત દાની બાદશાહ દ્વારા પોતાને મારવા માટે મોકલેલા એક વ્યક્તિને પોતાના પ્રેમભર્યા વ્યવહાર અને સેવાથી તેને પોતાનો ભક્ત બનાવી દીધો. પાછળથી તે બાદશાહ પણ તેમની દાનશિલતાનો પ્રશંસક બની ગયો.

હાતિમતાઈ એક નેકદિલ ઈન્સાન અને બહુ જ મોટો દાનવીર હતો. તે જરૂરતમંદોની સહાય કરવા માટે પોતાના જુવની બાજી સુદ્ધાં લગાવી દેતો હતો. યમન દેશના એક બાદશાહ તેના સમકાલીન હતાં. તે પણ બહુ મોટો દાની હતો. તે ખુલ્લા હાથે દાન આપતો.તેને ત્યાંથી કોઈ ખાલી હાથ પાછુ જતું નહીં. દાન કરવામાં તે વાદળો અને નદીઓની જેમ ઉદાર હતો. પરંતુ લોકો હાતિમને બહુ જ મોટો દાનવીર માનતા હતાં. જ્યારે તે બાદશાહની સામે તેની ચર્ચા કરતા તો તે ચિડાઈને કહેતો હતો- "તેના જેવા નાના માણસને તમે લોકો આટલી ઈજ્જત આપો છો તો તેની પાસે છે જ શું?

ખજાનો નથી, રાજપાટ નથી અને કોઈ સત્તા પણ નથી! તો મારી સામે તેની હેસિયત શું છે?"

એકવાર બાદશાહે જમણવાર યોજ્યો. તેમાં પણ હાતિમની નેકદિલીની ચર્ચા થવા લાગી. આ વાતથી ચિડાઈને તેણે પોતાની જાતને કહ્યું- "જ્યાં સુધી હાતિમ જીવે છે ત્યાં સુધી મારુ નામ દાન આપનારાઓમા તેનાથી નીચેના ક્રમે જ રહેશે." એટલા માટે તેણે પોતાના એક માણસને તેનું માથુ વાઢી લાવવાનો હુકમ કર્યો.

હુકમનો અમલ કરવા માટે તે માણસ નીકળી પડ્યો. રસ્તામા તેને એક નવજુવાન મળ્યો જે સુંદર અને બુદ્ધિમાન હતો. તેના ચહેરા પર હંમેશા હાસ્ય રેલાતુ હતું અને તે બોલે ત્યારે તેના મુખેથી ફુલ ઝરતાં હતાં. લાંબી મુસાફરીથી થાકેલા તે માણસને તે નવજુવાને થોડો આરામ કરવા માટે કહ્યું અને તેને પોતાના ઘરે લઈ ગયો. તેણે સેવા ચાકરી કરીને તેને પોતીકો બનાવી લીધો. તે જ્યારે જવા માંડ્યો ત્યારે તેણે થોડા વધારે દિવસ સુધી રોકાઈ જવાનો તેને આગ્રહ કર્યો. તેણે કહ્યું કે, "વધારે સમય રોકાવવાની ઈચ્છા તો મારી છે જ પણ, કરવું શું?, હું એક એવા કામ માટે નીકળ્યો છું કે જો તેમાં મોડું થઈ જશે તો બાદશાહ મને કદી માફ નહીં કરે."

નવજુવાને કહ્યું, "જો બતાવવા લાયક કામ હોય તો તે મને તમે કહી શકો છો. હું મારા જીવને હોડમાં મૂકીને પણ તમારું કામ પતાવી આપીશ."

તેણે કહ્યું, "ના. ના, મને તારી ઉપર પૂરેપૂરો ભરોસો છે. હકિકતમાં હાતિમ નામનો એક નેકદીલ ઈન્સાન છે જે કાયમ પ્રાજની ભલાઈમાં જ રચ્યો પચ્યો રહે છે. યમનનો બાદશાહ તેને દુશ્મન માને છે. તેણે હાતિમનું મસ્તક લઈ આવવા માટે મને મોકલ્યો છે. જો તમે તેને ઓળખતા હોવ તો મને તેના ઘર સુધી પહોંચાડો."

"હું જ હાતિમ છું, ભાઈ. તમારી તલવારને મ્યાનમાંથી બહાર કાઢો અને મારું મસ્તક ધડથી કલમ કરી નાંખો. મારે માટે તો એ પુણ્યની જ વાત છે કેમ કે, મારે માટે તો તમે મહેમાન જ છો." કાતિલના હાથમાંથી તલવાર પડી ગઈ અને તેનુ મન ચકરાવે ચડી ગયું. તેણે હાતિમના પગ પકડી લીધા અને બોલ્યો, "એ હાતિમ! મેં જેવું સાંભળ્યુ હતુ તેના કરતાંય તું તો વધારે ચડિયાતો નીકળ્યો. વાસ્તવમાં તુ સખાવતની પ્રતિમા છે. જો હું તને પુષ્પનો ઘા કરું તો પણ હું નામર્દ કહેવાઈશ. આજથી હું તારો ગુલામ છું."

આ પછી તે બાદશાહની પાસે પહોંચ્યો. તેને જોઈને તો બાદશાહનો ગુસ્સો સાતમા આસમાને પહોંચી ગયો. "હાતિમનું માથું ક્યાં છે?" એવો સવાલ તેણે કાતિલને મૌન ધારણ કરીને જોયા પછી ઉઠાવ્યો. "તારું મ્હોં કેમ બંધ છે? શું તેની નેકદીલિ અને નીતિઓથી ડરી ગયો છે કે શું ?" હા, તેની ઉદારતા સખાવતને જોઈને તું તારી ફરજ ચુકી ગયો હોય એમ પણ બની શકે. ઝડપથી જે કાંઈ હોય તે જણાવ અન્યથા, તારુ મસ્તક હું તારા ધડથી અલગ કરી નાંખીશ.

કાલિતે કહ્યું, "બાદશાહ સલામત! હાતિમ કાબેલ, બુદ્ધિમાન અને યોગ્ય યુવાન છે. તે ખૂબ જ મોટો સેવક અને દાની છે. મને તો તે દરેક રીતે અવ્વલ લાગ્યો. એટલે જ હું તેનો ગુલામ બની ગયો છું. તમે ચાહો તો મને મોતની સજા ફરમાવી શકો

છો અને કદાચ એટલા માટે જ હું તેનો ગુલામ બન્યો છું." ત્યાર પછી તેણે જે કંઈ બન્યુ તે બધી ઘટનાઓની સિલસીલાબંધ હકિકત બયાન કરી. બાદશાહની આંખો તો આશ્ચર્યથી દંગ બની ગઈ. તે પણ હાતિમનો ગુલામ બની ચુક્યો હતો.

શ્રીરામ તેમના પિતા દશરથની આજ્ઞાને માથે ચડાવીને ૧૪ વર્ષનો વનવાસ વેઠવા માટે મહેલનો ત્યાગ કરે છે અને તેમના ગુરુ વસિષ્ઠના દરવાજે પહોંચી જાય છે :

વિપ્રવૃંદ રઘુબિર બુલાયે ॥ ગુરુ સન કહિ વરષાસન દીન્હે ।
આદર દાન બિનય બસ કીન્હે ॥ જાચક દાન માન સંતોષે ।

(અયોધ્યાકાંડ)

(શ્રીરામે સર્વે બ્રાહ્મણોને આમંત્ર્યા અને આખા વર્ષ માટેનો સીધુસામાન આપ્યો. આમ, આરદ, દાન, વિનય અને વિવેક દ્વારા તેમને તેમણે પોતાના વશમાં કરી લીધા. ત્યાર પછી દાન માંગવાવાળાઓને સન્માન આપીને વધારે સંતુષ્ટ કર્યા.)

જ્યારે રામના રાજ્યાભિષેકનો સમય આવે છે , ત્યારે તેઓ સ્નાન કર્યા પછી સૌ પહેલું કામ દાન આપવાનું કરે છે :

વિપ્રન્હ દાન બિબિધ વિધિ દીન્હે । જાચક સકલ અજાચક કીન્હે ॥

(ઉત્તરાકાંડ)

(બ્રાહ્મણોને શ્રીરામે અનેક પ્રકારના દાન આપ્યા અને માગવાવાળોઓને અજાચક બનાવી દીધાં એટલે કે, તેમને માલામાલ કરી દીધાં.)

પોતના જીવનકાળ દરમિયાન દાનપુણ્ય કરીને રામે કીર્તી પ્રાપ્ત કરી. દાન કરી તેમણે આપણને એવી શિક્ષા આપી છે કે, "આપણી પાસે જે કાંઈ છે તે બીજાઓને કામ લાગે ત્યારે જીવન સાર્થક થયું ગણાય."

અધ્યાય ૨૫

સંધ્યા-વંદન અને યજ્ઞ દ્વારા પર્યાવરણનાં રક્ષક

સ્વસ્થ રહેવા માટે આપણે ત્યાં દરરોજ સાંજે સંધ્યાવંદન કરવાની એક પરંપરા પહેલેથી ચાલી આવે છે. યજ્ઞોપવિત સંસ્કાર જેમના થઈ જાય છે તેને સૂર્યને અર્ધ્ય આપીને ગાયત્રી મંત્રનો જાપ કરવાનો અધિકાર પ્રાપ્ત થાય છે. સંધ્યા ત્રણ વખતની હોય છે જેમ કે; પ્રાતઃકાલીન, મધ્યાકાલીન અને સાંજ નમતા પહોરની. પ્રાતઃકાલીન સંધ્યા આકાશમાં તારાઓ ઝગમગતા હોય એ વખતે જો કરવામાં આવે તો તેને સૌથી ઉત્તમ ગણવામાં આવી છે. સૂર્યોદય પૂર્વે કરવામાં આવતી સંધ્યાને મધ્યાકાલીન ભાવના ગણાય છે. સૂર્યોદય બાદ કરવામાં આવતી પૂજાઅર્ચનાને ફક્ત કરવા ખાતર કરાયેલી પ્રાથર્ના કહેવાય છે. આ પ્રકારે સૂર્ય જ્યારે બરોબર માથે હોય અર્થાત મધ્યાહન હોય એવાં સમયે કરાતી પૂજા સર્વશ્રેષ્ઠ અને તે પછી સંધ્યાની પૂજાને શ્રેષ્ઠ ગણવામાં આવે છે. સાંજના સમયે સૂર્યાસ્ત પહેલાનાં સમયે કરવામાં આવતી પૂજા પણ ઉત્તમ લેખાય છે. સૂર્યાસ્ત પછી બે ઘટી અર્થાત ૪૮ મિનિટની અંદર કરાતી મધ્યમ અને તે પછી કરવામાં આવતી પૂજાને ઉતરતી ગણવામાં આવે છે. યોગ્ય ઘડીએ કરવામાં આવતી સંધ્યાપૂજા મનુષ્યને તેનું મનવાંચ્છિત ફળ આપે છે. સંધ્યા કરનારાના ચહેરા ઉપર કાયમ તેજ ઝગારા મારે છે અને તે કદીય રોગી કે દરિદ્ર બની શકતા નથી. આ વાત તદ્દન સત્ય છે. આવી જ રીતે રોજ સવારે અગ્નિહોત્ર અને બીજા યજ્ઞો કરનારા મનુષ્યો રોગી હોતા નથી. યજ્ઞને કારણે પર્યાવરણ પણ શુદ્ધ બને છે.

આજકાલ માનવી એટલી હદે વૈજ્ઞાનિક બની ગયો છે કે તે પૂજાપાઠ અને વૈદિક મંત્રો અન જાપનો ઈનકાર કરે છે. આવી બાબતોને તેઓ મજાક ઉડાવતા હોય છે. પશ્ચિમમાં થયેલી એક શોધ મુજબ એક આશ્ચર્યજનક તથ્ય પ્રકાશમાં આવ્યું. કેટલાંક વ્યક્તિઓને મંત્ર આપીને તેનો જાપ કરવાની સલાહ આપવામાં આવી. મંત્રના જાપ કર્યા પહેલા અને પછીથી તેમનાં કેટલાય મેડિકલ ટેસ્ટ (તબીબી પરીક્ષણો) કરવામાં આવ્યા. મંત્રનો જાપ કરતા પહેલા અને પછીથી તેમની શારીરિક સ્થિતમાં મોટો ફરક જણાયો.

આપણાં ભૂતપૂર્વ રાષ્ટ્રપતિએ તેમના એક ઈન્ટર્વ્યુ દરમિયાન કહ્યું હતું કે અધ્યાત્મ અને વિજ્ઞાનના સમન્વય દ્વારા જ આપણો દેશ પ્રગતિ કરી શકશે. અમેરિકામાં એક ખાસ પર્વતિય ક્ષેત્રમાં નિરંતર યજ્ઞ ચાલે છે અને તેની ઉપર કરાયેલાં સંશોધનમાં અદ્‌ભૂત પરિણામ સાંપડ્યા છે. વિદેશોમાં લોકો આપણી અધ્યાત્મિક વિદ્યાઓને અપનાવી રહ્યાં છે અને આપણે કથિત રૂપે વૈજ્ઞાનિક બનવાની ખેવનામાં આપણી ખુદની જ મહાન વિદ્યાઓનો તિરસ્કાર કરી રહ્યાં છીએ. અસ્તુ!

સૂર્યવંશી રામ ત્રિકાળ સંધ્યા કરે છે. બ્રહ્મ મુહુર્તમાં જાગીને પવિત્ર બનીને સંધ્યા વંદન અને અગ્નિહોત્ર વગેરે જેવા નિત્યકર્મો કરે છે. આ પ્રકારે તેઓ ગાયત્રી અને સૂર્યના ઉપાસક છે અને યજ્ઞ કરવાને કારણે તેઓ સીધી અથવા આડકતરી રીતે પર્યાવરણનાં રક્ષક કે મિત્ર પણ છે :

ઉઠે લખનુ નિસિ બિગત સુનિ અરુનસિખા ધૂની કાન ।
ગુરુ તેં પહેલેહિં જગતપતિ જાગે રામો સુજાન ॥
સકલ સૌચ કરી જાઈ નહાયે । નિત્ય નીંબાહી મુનિહી સિર નાએ ॥

(બાલકાંડ)

(રાત વીતી ગયો પછી મુર્ગાએ જ્યારે બાંગ પોકારી એટલે તેને સાંભળીને લક્ષ્મણ ઉઠી ગયા. ચતુર રામ પણ ગુરુથી પહેલાં જ ઉઠી ગયાં.)

(કુદરતી ક્રિયાઓને પતાવીને તે સહુએ સ્નાન કર્યું. તે પછી તેમણે સંધ્યાવંદન, અગ્નિહોત્ર અને રાબેતા મુજબની વિધિઓ પૂરી કરીને મુનિને નમન કર્યું.)

શાંતિકુંજ, હરિદ્વારના સંસ્થાપક તપોનિષ્ઠ મહર્ષિ પંડિત આચાર્ય શ્રી રામ શર્માએ કહ્યું છે કે, યજ્ઞ સંપૂર્ણ શરીરને આરોગ્ય બક્ષે છે. યજ્ઞની વિશેષતા એમ છે કે, તેમાં હોમાવવામાં આવતી સામગ્રી વાયુ બનીને શારિરીક વ્યાધિઓને દૂર કરે છે. તેના પ્રભાવથી બધાં જ પ્રકારની બિમારી, કષ્ટ અને દુઃખો દૂર થઈ જાય છે અને તેમ કરનારા મનુષ્યોમાં સદપ્રવૃત્તિઓ વધે છે. આથી મનુષ્યનો સર્વાંગી વિકાસ થાય છે.

ભેષજ યજ્ઞની પરંપર પણ ભારતમાં તો પ્રાચીનકાળથી ચાલી આવે છે, જે શરીરનાં સંપૂર્ણના રોગો, આધિ-વ્યાધિ અને કષ્ટોને દૂર કરે છે. કોઈપણ ઋતુમાં કોઈ પણ ઘડીએ આવા યજ્ઞો કરી શકાય છે કેમ કે, કોઈપણ સમયનો સંધિકાળ ભયાનક નીવડી શકે છે. આ જ સમયે આધિવ્યાધિ, રોગ અને બીજા અનિષ્ટોનું આક્રમણ થતું હોય છે. આ યજ્ઞ વડે સો ટકા લાભ મળે છે. આટલા માટે જ પ્રત્યેક મનુષ્યે આરોગ્યની કાળજી રાખવી જોઈએ અને દરરોજ યજ્ઞ કરવા જોઈએ એટલું જ નહીં પણ, ઋતુઓના સંધિકાળ દરમિયાન વિભિન્ન રોગોની નાબૂદી અર્થે ભેષજ યજ્ઞો પણ કરવા જોઈએ.

મુનિ વિશ્વામિત્ર તેમને જનકપુર લઈ જાય છે. આ પ્રસંગ તે સમયનો છે કે જ્યારે રામ સાંજના સુમારે પણ સંધ્યા વંદન કરતા હોય છે. તેનો એક દાખલો જુઓ.

નિસિ પ્રબેસ મુનિ આયસુ દીન્હા। સબહિં સંધ્યા વંદનુ કીન્હા।

(બાલકાંડ)

(રાત ઢળતાં કેપછી સંધ્યા ટાણુ થતાં જ ઋષિમુનિ વિશ્વામિત્રે આજ્ઞા આપી તે પછી સહુએ સંધ્યાવંદન કર્યું.)

આ પ્રકારે રામ આપણને એવી પ્રેરણા આપે છે કે, મનુષ્યે બ્રહ્મ મુહુર્તમાં જાગીને સ્નાનાદિક વિધિ પતાવીને સંધ્યાવંદન અને યજ્ઞ કરવા જોઈએ જેથી તે રોગમુક્ત રહેશે અને પર્યાવરણને શુદ્ધ બનાવીને પ્રકૃત્તિની રક્ષા પણ તે કરશે.

અધ્યાય ૨૬

રાષ્ટ્રભક્ત રામ

શ્રીરામ રાવણનો વધ કરીને લંકા ઉપર વિજય પ્રાપ્ત કરે છે. પોતાના અનુજ લક્ષ્મણને તેઓ આદેશ આપે છે : "લક્ષ્મણ ! લંકામાં જઈને મહારાજ વિભિષણનું રાજતિલક કરી આવો." રામ ઉપર કોઈપણ શહેરમાં પ્રવેશવાનો પ્રતિબંધ લદાયો હોવાથી છેવટે તેઓ લક્ષ્મણને મોકલે છે.

લક્ષ્મણ જ્યારે લંકાની અલૌકિક શોભાને જુએ છે ત્યારે તે દંગ રહી જાય છે અને વિસ્ફારિત નેત્ર ફકત જોયા જ કરે છે. ઊંચી ઈમારતો, સુંદર અને લીલાછમ વૃક્ષો, લતાઓ, વેલાઓ, ગુલમહોર ફુલ, બાગબગીચાઓ. બેધડક હરતાં ફરતાં પશુ પક્ષઓ, કલકલ કરતાં વહેતાં ઝરણાંઓ .

ઈત્યાદીનું વર્ણન આવા શહેરો માટે કરવાનું કઠિન છે. લંકા લક્ષ્મણને એટલી બધી ગમી જાય છે કે તે તેમના હૃદયમા વસી જાય છે.

લક્ષ્મણ વિભિષણને રાજતિલક કર્યા પછી શ્રીરામ પાસે પાછી આવીને તેમને કહે છે કે.... "ભાઈ, લંકાનગરીએ મારું મન હરિ લીધું છે! જો આપ રજા આપો તો હું કામ માટે અહીં જ વસવાટ કરવા માગુ છું."

રામ તેન વાત સાંભળીને વધારે ગંભીર બનીને કહે છે કે, "લક્ષ્મણ! તારી વાત બેશક, સાચી જ છે. લંકાતેની અનુપમ સુંદરતા અને ઉત્કૃષ્ટ શિલ્પશૈલીને કારણે સ્વર્ગ જેવી જ છે. ત્યાં પ્રકૃત્તિ તેનાં પૂરાં જોબનિયામાં છે. ધનધાન્યની પણ કોઈ અછત નથી તેમ છતાં લંકા કેટલીય વૈભવશાળી હશે પરંતુ, તે અયોધ્યાની તોલે કદી નહીં આવી શકે. ત્રણેય લોકથી તદ્દન નિરાળી અને પ્રેમાળ અમારી જન્મભૂમિ અયોધ્યા છે. 'જનની જન્મભૂમિશ્ચ સ્વર્ગાદપિ ગરી અસિ' વ્યક્તિ જ્યાં જન્મ લે છે ત્યાની માટીની સુંગધ અલગ પ્રકારની હોય છે. તેમા આગવી ઝલક હોય છે."

ભાઈની વાત સાંભળીને લક્ષ્મણને વાસ્તવિકતાનો ખયાલ આવે છે અને તે શાંત થઈ જાય છે.

શ્રીરામની માફક જ કોહિમા ઈમ્ફાલની વીરમાતાએ તેની માતૃભૂમિને સ્વર્ગથી પણ ઊંચી ગણાવીને પોતાના પુત્રને દેશની સેવા કરવાનો આદેશ આપ્યો. ધન્ય છે એવી માતાને ! તેને કોટિ કોટિ વંદન. તે દિવસમો સ્વતંત્રતાના આંદોલનોની ગર્જનાઓ

ગુંજતી હતી. નેતાજી સુભાષ ચંદ્ર બોઝે 'આઝાદ હિન્દ ફૌજ'ની સ્થાપના કરીને તેમાં યુવક અને યુવતીઓની ભરતી ચાલુ કરી હતી. કોહિમા અને ઈમ્ફાલમાં આ સમાચાર જ્યારે એક સિત્તેર વર્ષિય વૃદ્ધાએ સાંભળ્યા ત્યારે તેણે તેનાં એકના એક પુત્રને ફૌજમાં ભરતી કરાવ્યો. આ યુવક અંગેની સમગ્ર હકિકત પ્રકાશમાં આવતાની સાથે જે તેને ફૌજમાંથી પાછો ઘરે મોકલી દેવામાં આવ્યો.

તે યુવક જ્યારે તેના ઘરે પહોંચ્યો ત્યારે તેની માતા સઘળી વાત જાણીને અત્યંત દુઃખી થઈ ગઈ હતી. તેણે પુત્રના માર્ગમાં પતો જ અવરોધ હોવાનુ માનીને જણાવ્યું હતું કે, 'બેટા, મેં તો તારું પાલનપોષણ કર્યું છે. મેં તો કદાચ તને સ્તનપાન કરાવ્યુ હશે અને ફકત માતા બનવાનુ કુદરતે નિર્મિત કર્યું હશે પણ, તારી અસલ માતા ભારતમાતા જ છે. તેની સેવા કર. તે જ સૌથી મોટી છે અને સ્વર્ગથી વધારે છે.' આટલું બોલ્યા પછી તે વૃદ્ધા તેના પ્રાણ ત્યજી દીધાં.

બીજા દિવસે તે યુવક ફરીથી ભરતી કેન્દ્ર પર પહોંચ્યો અને બધી જ વાતનો ફોડ પાડીને તેને ફૌજમાં સામેલ કરી લેવા માટે અધિકારીઓને આજીજી કરી. કર્નલે સૌ પહેલા તો તેની વીરમાતાને સલામ આપીને શ્રદ્ધાંજલિ અર્પી હતી અને ત્યાર પછી તે યુવકને ભરતી કરીને ફૌજમાં 'કેપ્ટન'નો હોદ્દો આપ્યો.

અધ્યાય ૨૭

રામ વિષે બીજા લોકોની વિચારધારા કે માન્યતા

શ્રીરામ ગુણોના ભંડાર છે. તેમના કાર્યોને જેમણે જાણ્યા છે, અનુભવ્યાં છે એવા લોકો તેમની પ્રશંસા કરતા કદીય થાકતા નથી. તેઓ તેમને ચાહવા લાગે છે. કોઈપણ સંબંધ વિના તે તેમના જ બની જાય છે.

ગુરુ વિશ્વામિત્ર રામ અને લક્ષ્મણને ધનુષ યજ્ઞ માટે જનકપુર લઈ જાયે છે જ્યાં નગરને નિહાળવાની ઈચ્છા લક્ષ્મણ વ્યકત કરે છે પણ તેના જ્યેષ્ઠ ભ્રાતા શ્રીરામ અને ગુરુજીના ભયને કારણે તેને ખુલ્લે આમ જાહેર કરવામાં સંકોચ અનુભવે છે. શ્રીરામ તેમના મનની વાતને જાણી જાય છે અને આ વાત ગુરુ વિશ્વામિત્રને જણાવે છે. તેઓ કહે છે કે, જો આપની આજ્ઞા હોય તો હું લક્ષ્મણને નગરમાં ફેરવીને તરત જ પાછો લઈને આવીશ. આ વાત સાંભળીને ગુરુજી તેમની પ્રશંસા કરે છે.

સુનિ મુનિ સહ કહ વચન સપ્રીતિ । કસ ન રામ તુમ્હ રાખહું નીતિ ॥
ધરમસેતુ પાલક તુમ્હ તાતા । પ્રેમ બિબસ સેબક સુખદાતા ॥

(બાલકાંડ)

(શ્રીરામની વાત સાંભળીને ગુરુ વિશ્વામિત્ર પ્રેમપૂર્વક બોલ્યા કે નીતિનું પાલન તું કેમ નહીં કરે?, "હે તાત! તમે ધર્મબંધનના રક્ષક છો, પ્રેમથી વિવશ છો અને તમારા ચાકરોને સુખવૈભવ બક્ષનારા છો."

અધર્મરૂપી અંધકારના નાશ અર્થે ધર્મરૂપી જ્યોત પ્રેટાવવાનું જરૂરી છે. એક સંતે તેના શ્રીમંત શિષ્યને આવું જ્ઞાન વ્યવહારિક્ત રીતે એટલે કે વાસ્તવમાં અનુભવ કરીને આપ્યું. ધનને જ સર્વોપરિ માનનારા તે શેઠની આંખો ખુલી ગઈ.

એક સંત અત્યંત ધર્મપારાયણ હતાં. તેમની પાસે વિભિન્ન ધર્મ અને સંપ્રદાયના લોકો આવતા અને તેમની શંકાઓ અને સમસ્યાઓનું ઉચિત ઉકેલ પ્રાપ્ત કરતા હતાં.

એક વખત એક ખૂબ જ ધનવાન વ્યક્તિ તેમની પાસે રહેવા આવ્યો. સુખવૈભવે તેની આંખો ઉપર પરદો ઢાંક્યો હતો. આથી જ તે ધન સર્વસ્વ હોવાનુ માનતો હતો. તેણે

તેનો વારો આવ્યો એટલે સંત મહાત્માને પૂછ્યુ કે, "મહારાજ! ધર્મની આવશ્યતા જ શું છે? સંસારમાં તેના વિના કોઈ જ કામ અટક્યુ નથી અને અટકવાનુ પણ નથી. પરંતુ નાણાં વગર તો ઘણાબધા કામો અટકી પડે છે. આમ છતાં લોકો તો ધર્મને અનિવાર્ય માને છે. આવું કેમ?"

પ્રશ્ન સાંભળીને સંત મૌન થઈ ગયા. પ્રશ્ન કરનારે વિચાર્યુ કે તેઓ શાંતિથી વિચાર્યા પછી મારા સવાલનો પ્રત્યત્તુર આપશે.

સંધ્યાકળા થયા પછી સંતે પોતાના હસ્તે દિવડો પ્રગટાવ્યો. શેઠે ફરીથી એવો સવાલ કર્યો કે, "હેવ દીવો સળગાવવાની પણ શું જરૂર છ?"

"કેમ કે, અંધરાને દૂર કરવા માટે દીવો સળગાવવાનું જરૂરી છે.", સંતે જવાબ આપ્યો.

શેઠ બોલ્યા, "આ દિવડો ક્યાં સુધી સળગતો રહેશે?"

વાતવાતમાં સંતે તેમના પેલા જૂના સવાલનો જવાબ આપી દીધો હતો અને શેઠને માર્ગ મળી ગયો હતો. તેના આત્માએ કહ્યું, "સંસારમાં અધર્મની બોલબાલા છે. અધર્મના વિનાશ અર્થે ધર્મ અનિવાર્ય છે. જ્યાં સુધી ધર્મ છે ત્યાં સુધી અધર્મ છે અને અધર્મ છે ત્યાં સુધી ધર્મ છે."

શેઠજી સંત મહાત્માના ચરણોમાં ઝૂક્યા.

રામ અને લક્ષ્મણ જ્યારે જનકપુરીની લટાર મારવા નીકળે છે ત્યાર સર્વે નગરજનો તેમના અપ્રતિમ સોંદર્યને નિહાળીને અવાચક બની જાય છે. તે સમયે એક સ્ત્રી તેમને વિષે બીજી મહિલાને એમ કહે છે કે,

સખી, ઈન્હ કહઁ કોઉં કોઉં અસ કહહીં। બડ પ્રભાઉ દેખત લઘુ અહહીં॥

(બાલકાંડ)

(સખી, કેટલાક લોકો તો આમને માટે એમ કહે છે કે તે બંને દેખાવમાં નાના લાગે છે પણ તેમને પ્રભાવ ખૂબ છે.)

રાજા જનક દ્વારા આયોજિત ધનુષ યજ્ઞમાં કોઈ વીરલો ધનુષને તોડવામાં અસફળ રહે છે ત્યારે તે નિરાશ થઈને એવો નિઃસાસો નાંખે છે કે, :

બિર બિહિન મહીં મૈં જાની॥

(હવે મને ખ્યાલ આવી ગયો છે કે ધરતીમાતા ઉપર એકેય વીરલા રહ્યાં નથી.)

આ વાત સાંભળીને લક્ષ્મણજી ક્રોધિત થાય છે અને તેઓ રઘુકૂળ અને પોતાના મોટાભાઈ શ્રીરામની બહાદૂરી, શોર્યતાનાં વખામ કરે છે.

રઘુબંસિન્હ મહુઁ જહું કોઉં હોઈ। તેહિં સમાજ અસ કહઈ નકોઈ॥

કહી જનક અસ અનુચિત બાની। વિદ્યમાન રઘુકૂલ મની જાનિ॥

(બાલકાંડ)

(રઘુવંશીઓમાં જ્યાં કોઈપણ હોય છે તે સમાજમાં એવી વાત કોઈ જ નથી કહેતું. રઘુકૂળ મણિ શ્રીરામની ઉપસ્થિતિ હોવા છતાં આવી અનુચિત વાત કરી છે.)

શ્રીરામ ધનુષને તોડે છે અને તેમના ગળામાં સીતાજી વરમાળા પહેરાવે છે. આમ અનઔપચારીક રીતે તો તેમના વિવાહ થઈ જાય છે પણ, રીતિરિવાજ પ્રમાણે લગ્નની વિધિ શેષ હતી. રાજ જનક તેમના દૂત દ્વારા વિવાહનો સંદેશો મોકલાવે છે. રાજા દશરથ કુલગુરુ વસિષ્ઠને તે પત્ર બતાવીને રામ અને સીતાનાં લગ્નના પ્રસ્તાવથી તેમને વાકેફ કરે છે. આ અંગે તેઓ ગુરુજીની આજ્ઞા માગે છે. તે સમયે ગુરુ વસિષ્ઠ રાજા દશરથના ચાર પુત્ર શ્રીરામ, લક્ષ્મણ, ભરત અને શત્રુઘ્નનાં ગુણોની પ્રશંસા કરતાં કહે છે :

બિર બિનિત ધરમ વરત ધારી। ગુણસાગર બર બાલક ચારી॥

(બાલકાંડ)

(હે દશરથ! તમારા ચારેય સંતાન વીર, ધર્મવ્રતનું પાલન કરનારા અને ગુણોના ભંડાર છે અને તેઓ શ્રેષ્ઠ છે.)

રામ વિનમ્રતાની પ્રતિમૂર્તિ છે. રોમનો અક ફકીર પણ તેમના જેવો જ વિનમ્ર હતો, જે ખુદને નાપાક બતાવીને દરેક ધર્મસ્થાનને પવિત્ર બનાવતા હતાં.

રોમના કિનારે એક મસ્જિદ હતી. શહેરમાં એકવાર નેકદિલ, બુદ્ધિમાન, સૌમ્ય જણાતો એક યાત્રી આવી ચડ્યો. સહુએ તેને મસ્જિદમાં આશરો આપ્યો. એક દિવસ ઈમામે તે મસ્જિદની ગંદકીની સફાઈ કરવા માટે કહ્યું. યાત્રીએ તેમની વાત ખૂબ જ ધ્યાનથી સાંભળી અને પછી મસ્જિદની બહાર ચાલ્યો ગયો. તે પછી તે કોઈનેય જોવા મળ્યો નહોતો. તે ગાયબ થઈ ગયો પછી લોકોએ તેની નિંદા કરવામાં કશું બાકી રાખ્યું નહોતુ એને તેને શયતાન સુધી કહ્યો હતો. અલબત્ત, એક દિવસ એક નગરવાસીએ તેને રસ્તામાં પડેલો જોયો. તેણે ફકીરને ટોણા માર્યા. "તું બહુ જ ઘમંડી છે. તેં પરવરદિગારની ઈબાદતની કોઈ પરવા કરી નહીં. આશ્રય આપનારી મસ્જિદને પણ તેં છોડી દીધી. તેં આ સારુ કર્યું નથી."

તે યાત્રી રડવા લાગ્યો અને બોલ્યો, "મેં ખૂબ જ શોધ કરી પણ આખી મસ્જિદમાં ક્યાંય ગંદકી દેખાઈ નહીં અને આખી મસ્જિદ એકદમ પાક (પવિત્ર) હતી. ફકત હું જ તેમાં નાપાક (અપવિત્ર) હતો. એટલે મેં વિચાર્યું કે અહીં બીજી કોઈ સાફ સફાઈ કર્યા

જેવી નથી. સિવાય કે મારે જ આ સ્થળ ત્યજી દેવું જોઈએ. નાપાક આદમીને પાક જગામાં રહેવાનો કોઈ જ હક નથી."

થોડો શ્વાસ લીધો અને અટક્યા પછી તે ફરીથી બોલ્યો કે, "જો હું ઈચ્છતો તો અહંકાર બતાવની ત્યાં રહી શકતો હતો અને મારી જાતને દરેક પ્રકારે સાચે સાબિત કરી શકતો હતો. પરંતુ, મારો અંતરઆત્મા મને આવી અનુમતિ આપતો નહોતો."

વાસ્તવમાં સાચા ફકીર માટે હૃદયની પવિત્રતા અને સ્વચ્છતાનો એક માત્ર રસ્તો એમ છે કે તે નમ્ર રહે અને જીવનમાં બુલંદીઓ પર પહોંચવા માટે નમ્રતા જરૂરી છે.

શ્રીરામના રાજ્યાભિષેકની જાહેરાત થાય છે અને બધાં લોકો આ વાત જાણીને ખુશખુશાલ થઈ જાય છે. શ્રીરામનાં મિત્ર આ વાત સાંભળ્યા પછી તેમને મળવા જાય છે. શ્રીરામ તેમને આદરપૂર્વક બેસાડે છે અને મળે છે. તે સમયે બધાં મિત્રો પોતાના પ્રિય મિત્ર રામ માટે એમ કહે છે :

કો રઘુબિર સરિસ સંસારા । સિલુ સનેહુ નિબાહનિહારા ॥

(અયોધ્યાકાંડ)

(શ્રી રઘુવીર સમાન કૂળની મર્યાદા અને સ્નેહને સર્વોચ્ચતા આપનારા આ સંસારમાં બીજા કોણ છે? અર્થાત, બીજુ કોઈ નથી.)

રામના રાજ્યાભિષેકની વાત જાણીને રાજા દશરથની નાની રાણી કૈકેયી બે વરદાન માગે છે. એક વરદાનમાં ભરતને રાજસિંહાસન અને બીજા વરદાનમાં રામને ૧૪ વર્ષનો વનવાસ આપવામાં એવી માગ તે કરે છે!

તેની આ વાત સાંભળીને રાજ દશરથ પારાવાર વલોપાત કરે છે અને કહે છે કે, ભરતને રાજ્ય મળી જાય તેમાં મને કોઈ જ વાંધો નથી પરંતુ, રામને વનવાસ ના અપાવો રાણી કૈકેયી. રામને રાજ્યનો લોભ નથી :

લોભ ન રામહિ પ્રાજુ કર બહુત ભરત કર પ્રીતિ ।
મૈં બડ છોટ બિચારી જીઅ કરત રહ્યો નૃપનીતિ ॥

(અયોધ્યાકાંડ)

(રાજ્યોનો કોઈ લોભ કે મોહ રામને નથી. તે ભરતને બહુ ચાહે છે. હું રાજ નીતિનું પાલન કરતા નાના મોટાનો વિચાર કરતો હતો.)

શ્રીરામને રાજ્યનો લોભ નથી તે ત્યાગી પુરુષ છે. સત્તાના મદમાં ચૂર એક અહંકારી રાજાને પણ એક ફકીરે તેને ત્યાગની ભાવના સાથે રાજ્યનો ભોગવટો કરવાનો ઉપદેશ આપ્યો હતો.

વિશાળ સામ્રાજ્યનો એક રાજા પુષ્કળ અહંકારી હતો. તેનો સરકારી ખજાનો હંમેશા ભરેલો રહેતો હતો. તેની પાસે અસંખ્ય નોકર ચાકર તેમ જ મોટું લશ્કર હતું. નાના ગજાના લોકોનો તે કાયમ તિરસ્કાર કરતો હતો અને તેની ચારેબાજુ જીહજુરિયાઓની ટોળકી તેના આવા ઉદ્દંડ વિચારને વધારે પોરસાવતી હતી. તેના રાજ્યમાં જો સાધુસંત કે ફકીર ભૂલથી પણ આવી જાય તો તે તેમને કોઈ મહત્ત્વ આપતો નહોતો.

એકવાર એક ફકીર તેની પાસે આવ્યો. તેના ચહેરા ઉપર તેજ ઝબકતુ હતું અને હૃદયમાં સહુને માટે પ્રેમ હતો. તેમણે પોતાની દૃષ્ટિથી જાણી લીધુ કે આ રાજા સત્તાના મદમાં ચકનાચૂર છે. આથી તેમણે તેને દર્પણ (અરીસો) બતાવવાનું મનોમન નક્કી કરી લીધું.

રાજાએ તિરસ્કારપૂર્વક ફકીરને પૂછ્યું, "બોલ ઓલિયાપીર, તારે શું જોઈએ છે?"

ફકીરે હસીને જવાબ વાળ્યો, "હે રાજન! તમારી પાસેથી હું કંઈક મેળવવા માટે નહીં પરંતુ, કંઈક આપવા માટે આવ્યો છું."

આ સાંભળીને રાજાનો અહંકાર ઘવાયો. તેણે વિચાર્યુ કે તે પોતે ફકીર છે તેમ છતાં રાજાને કંઈક આપવાની વાત કરે છે. તેણે લગભગ ચીસ પાડીને કહ્યું, "તારી આટલી હિંમત? કે, તુ મને કંઈક આપવાની વાત કરે છે? તારી પાસે છે શું?, શું તું મારો મુકાબલો કરવા માગે છે? મારી સામે લડીશ!"

ફકીરે તરત જ જવાબ આપ્યો, "આપ રાજા છો. તમારી પાસે ધનસંપત્તિ છે, ઐશ્વર્ય છે, બાહુબળ છે પણ આ જ વસ્તુઓ કોઈ ફકીર પાસે પણ હોઈ શકે છે. સંસારી વસ્તુઓથી અધિક મહત્ત્વ હોય એવી વસ્તુઓ આ હોઈ શકે છે."

રાજાનો હાથ પોતાની તલવારની મુઠ સુધી પહોંચી ગયો અને તે બોલ્યો, "તારો બકવાસ બંધ કર ભિખારી, નહિંતર હમણાં જ તારુ માથુ ધડથી અલગ કરી દઈશ."

ફકીર તેને મનોરોગી માની લીધો અને નિર્ભિકપણે બોલ્યો, "જીવનમાં ત્યાગનુ ખૂબ મહત્ત્વ છે. ત્યાગી વ્યક્તિ અહંકારી અને આસક્ત નથી હોતાં."

તેના મનની આંખો ખુલી જાય છે. એટલા માટે જ ત્યાગપૂર્વક ભોગ કરવામાં જ ભલાઈ છે.

રાજાએ જોયું કે એક ત્યાગી પુરુષ તેની સામે અવિચળપણે ઊભો છે ત્યારે તેને પોતાનો વૈભવ બધી રીતે તુચ્છ લાગવા માંડ્યો. ફકીરને સામે તેણે પોતાને લાચારીની સ્થિતિમાં આવી ગયો હોવાનું જોયું. સરવાળે રાજાનો હૃદય પલ્ટો થાય છે.

રાણી કૈકીયને જયારે પોતાના સ્વાર્થ સિવાય બીજું કશું જ દેખાતું નથી ત્યારે રાજ્યમાં વસતા બ્રાહ્મણોની સ્ત્રીયો તેમની પાસે જાય છે અને તેમને મનાવવાની કોશિષ કરે છે. તેમને એવી આશા હતી કે રાણી કૈકેયી તેમની વાતને માની લેશે. પરંતુ તેમની વાતોની કોઈ જ અસર કૈકેયી પર થતી નથી. રામ વિષે બ્રાહ્મણ સ્ત્રીઓ કહે છેઃ

નાહિન રામુ રાજ કે ભૂખે। ધરમધુરીન વિષય રસ રુખે ॥

(અયોધ્યાકાંડ)

(રાજકાજની મહેચ્છા કે લોભ લાલચ રામને નથી. તેઓ ધર્મધૂરંધર છે અને સાંસરિક વિષયોમાં તેમને રસ નથી. અર્થાત સંસારની ઘટમાળ પ્રત્યે તેમને જરાય આકર્ષણ નથી.)

શ્રીરામ વનવાસ માટે રવાના થઈ જાય છે. રાજા દશરથ બેહોશીમાંથી શુધ્ધિમાં આવે છે ત્યારે તેમને આ વતાની ખબર પડે છે એટલે તે તેમના મંત્રી સુમંત્રજીને એમ કહીને રામની પાછળ મોકલે છે કે તેમને વનરાજીઓ બતાવીને રથમાં બેસાડજો અને અયોધ્યામાં પાછા લઈ આવજો. રામ પાછા નહીં ફરે એવી શંકા તેમના મનમાં છે જ કેમ કે, તેઓ વચનપાલક છે :

જૌં ન ફિરહીં ધીર દોઉ ભાઈ। સત્યસંઘ દ્રઢબ્રત રઘુરાઈ ॥

(અયોધ્યાકાંડ)

(અહીં રાજા દશરથે શ્રી રઘુવીરને સત્યવચની અને વચનપાલક કહીને તેમનાં ગુણગાન ગાયાં છે.)

શ્રીરામને જયારે વનમાંથી પાછા લેવા માટે ભરત ચિત્રકૂટ પહોંચે છે ત્યારે તેમની સાથે ગુરુ વસિષ્ઠ,બધી માતાઓ,અયોધ્યાવાસી અને સમગ્ર સેના હોય છે.ગુરુ વશિષ્ઠજી ચિત્રકુટમાં એક સભા દરમ્યાન કહે છે-

નીતિ પ્રીતિ પરમારથુ સ્વારથુ। કોઉ ન રામ સમ જાન જથારથુ ॥

(અયોધ્યાકાંડ)

(નીતિ,પ્રેમ,પરમાર્થ અને સ્વાર્થ-કોઈ પણ વ્યક્તિ રામની સમાન યથાવિધિ આને જાણવામાં સક્ષમ નથી.)

શ્રીરામ પ્રીતિની રીત સારી રીતે સમજે છે.પ્રસિધ્ધ સંત રાબિયાને પણ આ દુનિયામાં કોઈ પણ વ્યક્તિ પારકી દેખાતી નથી.તે બધાને પ્રેમ કરતી હતી.

સંત રાબિયા ખુદાની સાચ્ચી બંદગી કરતી હતી.તેમનું હ્રદય બહુ જ કોમળ અને પ્રેમથી ભરેલું હતું.કોઈ પણ તેમના દ્વાર પર આવી ખાલી હાથે નિરાશ થઈ પાછા જતાં નહોતા.તેઓ પ્રાણીમાત્રની સાચી સેવીકા હતી અને બધા સાથે નિઃસ્વાર્થ સંબંધ

રાખતી હતી.

તે પ્રતિદિન પવિત્ર કુરાનના પાઠ કર્યા કરતી હતી.તેમાં ઉલ્લેખ હતો કે માણસે નેકી કરવી જોઇએ.તે વિચાર્યા કરતી હતી કે માણસ બદીના રસ્તા પર કેમ કેમ ચાલે છે ? આખરે તે કેમ બીજાને સતાવે છે,જુઠ્ઠુ બોલે છે અને બીજાની વસ્તુઓનું અપહરણ કરે છે.ખરેખરતો તેણે ભલાઇના રસ્તા પર ચાલીને બીજાની સેવા અને મદદ કરવી જોઇએ.

વાંચતા વાંચતા અચાનક કુરાનની એક આયાત પર તેમની નજર ઠરી ગઇ.તેમાં લખ્યું હતું- "અલ્લાહને મહોબ્બત કરો અને શૈતાન સાથે નફરત !" તેમને કુરાનની આ સીખ સારી લાગી નહી.તેમણે પેન્સિલ લઇને તે આયાતને ભૂંસી નાંખી.

તે સમયે તેમની પાસે એક આદમી બેઠો હતો અને તે તેમને કુરાનના પાઠ કરતા જોઇ રહ્યો હતો.તેણે પૂછ્યું- "બહેન ! તમે આ સારુ કર્યું નહી.તેમને આ પ્રકારે કોઇ વાતને ભૂંસી નાંખવાનો હક નથી.તમે પવિત્ર કુરાનને અભડાવી દીધું"

સંત રાબીયા બોલી- "ના ભાઇ મારા ! આમાં શૈતાનને નફરત કરવાની વાત લખી છે.મેં મારા મનને ખુબજ ઢંઢોળ્યું પરંતુ મને મારા દિલમાં કોઇના પ્રત્યે નફરત ના દેખાઇ.એટલા માટે મેં આ વાક્યને ભૂંસીને રાહત અનુભવી છે."

તે માણસ તેમનો તર્ક સાંભળીને ચુપ થઇ ગયો.

ચિત્રકુટમાં જ ભરતજી,શ્રીરામના સ્વભાવની બાબતમાં ભરી સભામાં કહે છે-

મૈં જાનઉ નિજ નાથ સુભાઉ । અપરાધીહુ પર કોહ ન કાહૂ ॥
મો પર કૃપા સનેહુ વિસેષી । ખેલત ખુનિસ ન કબહું દેખી ॥
સિસપુન તૈં પરિહરેહુ ન સંગૂ । કબહુઁ ન કીન્હ મોર મન ભંગૂ ॥
મૈં પ્રભુ કૃપાઁ રીતિ જિયઁ જોહી । હારેહુ ખેલ જીતા વહીં મોહી ॥

(અયોધ્યાકાંડ)

(હું મારા સ્વામીનો સ્વભાવ જાણું છું.તેઓ અપરાધીઓ પર પણ ક્રોધ નથી કરતા.મારા ઉપર તેમની વિશેષ કૃપા છે.રમતી વખતે તેમણે ક્યારેય પણ ખુન્નસ બતાવ્યું નથી.બાળપણથી તેમણે મારો સાથ છોડ્યો નથી અને મારું દીલ ક્યારેય પણ તોડ્યું નથી.હું તેમની કૃપાની રીત મારા મનમાં સારી રીતે જાણું છું. તેમણે રમતમાં હારવા છતાં પણ હંમેશા મને જીતાડ્યો.)

રામ કોઇ મનુષ્યનો દોષ નહી જોતાં અપરાધીઓને પણ ક્ષમા આપી દે છે.રાષ્ટ્રપિતા મહાત્મા ગાંધીએ પણ તેમના સાબરમતી આશ્રમમાં ચોરીના ઇરાદા સાથે ઘૂસી આવેલા એક ચોરની સાથે માનવીય વ્યવહાર કરી તેની ભૂલને માફ કરી દીધી.ગાંધીજીના વ્યવહારથી ચોરનું હ્રદય પરિવર્તન થઇ ગયું.

ગાંધીજી ગુજરાતના સાબરમતી આશ્રમમાં રહેતા હતા.એક રાતે તેમાં એક ચોર ઘૂસી આવ્યો.આશ્રમમાં કીંમતી વસ્તુઓ અને વધુ ધન હોવાનો તો પ્રશ્ન જ નોહતો.

તે સમયે એક આશ્રમવાસીની આંખ ખુલી ગઈ તો તેણે એક અજાણ્યા વ્યક્તીને આશ્રમમાં ફરતો જોયો.તેણે ચુપકીદીથી કેટલાક લોકોને જગાડી દીધા.તેમણે ચોરને પકડીને એક કોટડીમાં બંધ કરીને તાળું મારી દીધું.ગાંધીજી તે સમયે સુતા હતા,કોઈકે તેમને જગાડ્યા.તેઓ સુતા જ રહ્યાં.

બીજા દિવસે સવારે સવારમાં જ શોરબકોર શરૂ થઈ ગયો કે એક ચોરને પકડીને કોટડીમાં બંધ કરી દીધો છે.લોકો ચોરને જોવા આતુર હતા,સાથો સાથ એ જાણવા પણ ઉત્સુક હતા કે હવે આગળ શું થશે ?

આશ્રમના પ્રબંધકે બાપુને સુચના આપી.બાપૂએ તેને પોતાની સામે લાવવા કહ્યું.બાપૂની સામે આવતા જ તે પાંદડાની માફક ધ્રુજવા લાગ્યો કે હવે તેને પોલીસને સુપ્રત કરી દેશે.બાપૂએ તેને બરોબર જોયો.લોકો શ્વાસ રોકીને ઉભા હતા કે આખરે આ ચોરનો અંજામ શુ થશે ?

અચાનક ચોર તરફ ફરીને બાપૂ બોલ્યા- " તે નાસ્તો કર્યો ? "

ચોરે કોઇ જવાબ આપ્યો નહી ત્યારે તેમણે પ્રબંધકની તરફ પ્રશ્નભરી દ્રષ્ટિથી જોયું,તો તેણે કહ્યું: " બાપૂ,આ તો ચોર છે.શું ચોરને નાસ્તો કરાવવામાં આવે છે ? "

"શું ચોર માણસ નથી ? તેને લઈ જઈને પહેલા નાસ્તો કરાવો."

ગાંધીજીની વાત સાંભળીને ચોરમાંથી માણસ બનેલા તે યુવકની આંખો ભરાઈ ગઈ અને તે જોર જોરથી રડવા લાગ્યો. કોઈનો દોષ જોઈને તેને દંડ કરવો આસાન છે પરંતુ તેના દોષોને અવગણીને તેના પર કરુણાની વર્ષા કરી તેનું હ્દય પરિવર્તન કરવું કઠીન છે.

•

(સખી, કેટલાક લોકો તો આમને માટે એમ કહે છે કે તે બંને દેખાવમાં નાના લાગે છે પણ તેમને પ્રભાવ ખૂબ છે.)

રાજા જનક દ્વારા આયોજિત ધનુષ યજ્ઞમાં કોઈ વીરલો ધનુષને તોડવામાં અસફળ રહે છે ત્યારે તે નિરાશ થઈને એવો નિઃસાસો નાંખે છે કે, :

બિર બિહિન મહીં મૈં જાની ॥

(હવે મને ખ્યાલ આવી ગયો છે કે ધરતીમાતા ઉપર એકેય વીરલા રહ્યાં નથી.)

આ વાત સાંભળીને લક્ષ્મણજી ક્રોધિત થાય છે અને તેઓ રઘુકૂળ અને પોતાના

મોટાભાઈ શ્રીરામની બહાદૂરી, શોર્યતાનાં વખામ કરે છે.

રઘુબંસિન્હ મહુઁ જહું કોઉં હોઈ । તેહિં સમાજ અસ કહઈ નકોઈ ॥
કહી જનક અસ અનુચિત બાની । વિદ્યમાન રઘુકૂલ મની જાનિ ॥

(બાલકાંડ)

(રઘુવંશીઓમાં જ્યાં કોઈપણ હોય છે તે સમાજમાં એવી વાત કોઈ જ નથી કહેતું. રઘુકૂળ મણિ શ્રીરામની ઉપસ્થિતિ હોવા છતાં આવી અનુચિત વાત કરી છે.)

શ્રીરામ ધનુષને તોડે છે અને તેમના ગળામાં સીતાજી વરમાળા પહેરાવે છે. આમ અનઔપચારીક રીતે તો તેમના વિવાહ થઈ જાય છે પણ, રીતિરિવાજ પ્રમાણે લગ્નની વિધિ શેષ હતી. રાજ જનક તેમના દૂત દ્વારા વિવાહનો સંદેશો મોકલાવે છે. રાજા દશરથ કુલગુરુ વસિષ્ઠને તે પત્ર બતાવીને રામ અને સીતાનાં લગ્નના પ્રસ્તાવથી તેમને વાકેફ કરે છે. આ અંગે તેઓ ગુરુજીની આજ્ઞા માગે છે. તે સમયે ગુરુ વસિષ્ઠ રાજા દશરથના ચાર પુત્ર શ્રીરામ, લક્ષ્મણ, ભરત અને શત્રુઘ્નનાં ગુણોની પ્રશંસા કરતાં કહે છે :

બિર બિનિત ધરમ વરત ધારી । ગુણસાગર બર બાલક ચારી ॥

(બાલકાંડ)

(હે દશરથ! તમારા ચારેય સંતાન વીર, ધર્મવ્રતનું પાલન કરનારા અને ગુણોના ભંડાર છે અને તેઓ શ્રેષ્ઠ છે.)

રામ વિનમ્રતાની પ્રતિમૂર્તિ છે. રોમનો અક ફકીર પણ તેમના જેવો જ વિનમ્ર હતો, જે ખુદને નાપાક બતાવીને દરેક ધર્મસ્થાનને પવિત્ર બનાવતા હતાં.

રોમના કિનારે એક મસ્જિદ હતી. શહેરમાં એકવાર નેકદિલ, બુદ્ધિમાન, સૌમ્ય જણાતો એક યાત્રી આવી ચડ્યો. સહુએ તેને મસ્જિદમાં આશરો આપ્યો. એક દિવસ ઈમામે તે મસ્જિદની ગંદકીની સફાઈ કરવા માટે કહ્યું. યાત્રીએ તેમની વાત ખૂબ જ ધ્યાનથી સાંભળી અને પછી મસ્જિદની બહાર ચાલ્યો ગયો. તે પછી તે કોઈનેય જોવા મળ્યો નહોતો. તે ગાયબ થઈ ગયો પછી લોકોએ તેની નિંદા કરવામાં કશું બાકી રાખ્યું નહોતુ એને તેને શયતાન સુધી કહ્યો હતો. અલબત્ત, એક દિવસ એક નગરવાસીએ તેને રસ્તામાં પડેલો જોયો. તેણે ફકીરને ટોણા માર્યા. "તું બહુ જ ઘમંડી છે. તેં પરવરદિગારની ઈબાદતની કોઈ પરવા કરી નહીં. આશ્રય આપનારી મસ્જિદને પણ તેં છોડી દીધી. તેં આ સારુ કર્યું નથી."

તે યાત્રી રડવા લાગ્યો અને બોલ્યો, "મેં ખૂબ જ શોધ કરી પણ આખી મસ્જિદમાં ક્યાંય ગંદકી દેખાઈ નહીં અને આખી મસ્જિદ એકદમ પાક (પવિત્ર) હતી. ફકત હું જ

તેમાં નાપાક (અપવિત્ર) હતો. એટલે મેં વિચાર્યું કે અહીં બીજી કોઈ સાફ સફાઈ કર્યા જેવી નથી. સિવાય કે મારે જ આ સ્થળ ત્યજી દેવું જોઈએ. નાપાક આદમીને પાક જગામાં રહેવાનો કોઈ જ હક નથી."

થોડો શ્વાસ લીધો અને અટક્યા પછી તે ફરીથી બોલ્યો કે, "જો હું ઈચ્છતો તો અહંકાર બતાવની ત્યાં રહી શકતો હતો અને મારી જાતને દરેક પ્રકારે સાચે સાબિત કરી શકતો હતો. પરંતુ, મારો અંતરઆત્મા મને આવી અનુમતિ આપતો નહોતો."

વાસ્તવમાં સાચા ફકીર માટે હૃદયની પવિત્રતા અને સ્વચ્છતાનો એક માત્ર રસ્તો એમ છે કે તે નમ્ર રહે અને જીવનમાં બુલંદીઓ પર પહોંચવા માટે નમ્રતા જરૂરી છે.

શ્રીરામના રાજ્યાભિષેકની જાહેરાત થાય છે અને બધાં લોકો આ વાત જાણીને ખુશખુશાલ થઈ જાય છે. શ્રીરામનાં મિત્ર આ વાત સાંભળ્યા પછી તેમને મળવા જાય છે. શ્રીરામ તેમને આદરપૂર્વક બેસાડે છે અને મળે છે. તે સમયે બધાં મિત્રો પોતાના પ્રિય મિત્ર રામ માટે એમ કહે છે :

કો રઘુબિર સરિસ સંસારા । સિલુ સનેહુ નિબાહનિહારા ॥

(અયોધ્યાકાંડ)

(શ્રી રઘુવીર સમાન કૂળની મર્યાદા અને સ્નેહને સર્વોચ્ચતા આપનારા આ સંસારમાં બીજા કોણ છે? અર્થાત, બીજુ કોઈ નથી.)

રામના રાજ્યાભિષેકની વાત જાણીને રાજા દશરથની નાની રાણી કૈકેયી બે વરદાન માગે છે. એક વરદાનમાં ભરતને રાજસિંહાસન અને બીજા વરદાનમાં રામને ૧૪ વર્ષનો વનવાસ આપવામાં એવી માગ તે કરે છે!

તેની આ વાત સાંભળીને રાજ દશરથ પારાવાર વલોપાત કરે છે અને કહે છે કે, ભરતને રાજ્ય મળી જાય તેમાં મને કોઈ જ વાંધો નથી પરંતુ, રામને વનવાસ ના અપાવો રાણી કૈકેયી. રામને રાજ્યનો લોભ નથી :

લોભ ન રામહિ પ્રાજુ કર બહુત ભરત કર પ્રીતિ ।
મૈં બડ છોટ બિચારી જીઅ કરત રહ્યો નૃપનીતિ ॥

(અયોધ્યાકાંડ)

(રાજ્યોનો કોઈ લોભ કે મોહ રામને નથી. તે ભરતને બહુ ચાહે છે. હું રાજ નીતિનું પાલન કરતા નાના મોટાનો વિચાર કરતો હતો.)

શ્રીરામને રાજ્યનો લોભ નથી તે ત્યાગી પુરુષ છે. સત્તાના મદમાં ચૂર એક અહંકારી રાજાને પણ એક ફકીરે તેને ત્યાગની ભાવના સાથે રાજ્યનો ભોગવટો કરવાનો

ઉપદેશ આપ્યો હતો.

વિશાળ સામ્રાજ્યનો એક રાજા પુષ્કળ અહંકારી હતો. તેનો સરકારી ખજાનો હંમેશા ભરેલો રહેતો હતો. તેની પાસે અસંખ્ય નોકર ચાકર તેમ જ મોટું લશ્કર હતું. નાના ગજાના લોકોનો તે કાયમ તિરસ્કાર કરતો હતો અને તેની ચારેબાજુ જીહજુરિયાઓની ટોળકી તેના આવ ઉદ્દંડ વિચારને વધારે પોરસાવતી હતી. તેના રાજ્યમાં જો સાધુસંત કે ફકીર ભૂસથી પણ આવી જાય તો તે તેમને કોઈ મહત્ત્વ આપતો નહોતો.

એકવાર એક ફકીર તેની પાસે આવ્યો. તેના ચહેરા ઉપર તેજ ઝબકતુ હતું અને હૃદયમાં સહુને માટે પ્રેમ હતો. તેમણે પોતાની દૃષ્ટિથી જાણી લીધુ કે આ રાજા સત્તાના મદમાં ચકનાચૂર છે. આથી તેમણે તેને દર્પણ (અરીસો) બતાવવાનું મનોમન નક્કી કરી લીધું.

રાજાએ તિરસ્કારપૂર્વક ફકીરને પૂછ્યું, "બોલ ઓલિયાપીર, તારે શું જોઈએ છે?"

હસીને ફકીરે જવાબ વાળ્યો, "હે રાજન! તમારી પાસેથી હું કંઈક મેળવવા માટે નહીં પરંતુ, કંઈક આપવા માટે આવ્યો છું."

આ સાંભળીને રાજાનો અહંકાર ઘવાયો. તેણે વિચાર્યુ કે તે પોતે ફકીર છે તેમ છતાં રાજાને કંઈક આપવાની વાત કરે છે. તેણે લગભગ ચીસ પાડીને કહ્યું, "તારી આટલી હિંમત? કે, તુ મને કંઈક આપવાની વાત કરે છે? તારી પાસે છે શું?, શું તું મારો મુકાબલો કરવા માગે છે? મારી સામે લડીશ!"

ફકીરે તરત જ જવાબ આપ્યો, "આપ રાજા છો. તમારી પાસે ધનસંપત્તિ છે, ઐશ્વર્ય છે, બાહુબળ છે પણ આ જ વસ્તુઓ કોઈ ફકીર પાસે પણ હોઈ શકે છે. સંસારી વસ્તુઓથી અધિક મહત્ત્વ હોય એવી વસ્તુઓ આ હોઈ શકે છે."

રાજાનો હાથ પોતાની તલવારની મુઠ સુધી પહોંચી ગયો અને તે બોલ્યો, "તારો બકવાસ બંધ કર ભિખારી, નહિંતર હમણાં જ તારુ માથુ ધડથી અલગ કરી દઈશ."

ફકીર તેને મનોરોગી સમજીને નિર્ભિકપણે બોલ્યો, "જીવનમાં ત્યાગનુ ખૂબ મહત્ત્વ છે. ત્યાગી વ્યક્તિ અહંકારી અને આસક્ત નથી હોતાં."

તેના મનની આંખો ખુલી જાય છે. એટલા માટે જ ત્યાગપૂર્વક ભોગ કરવામાં જ ભલાઈ છે.

રાજાએ જોયું કે એક ત્યાગી પુરુષ તેની સામે અવિચળપણે ઊભો છે ત્યારે તેને પોતાનો વૈભવ બધી રીતે તુચ્છ લાગવા માંડ્યો. ફકીરને સામે તેણે પોતાને લાચારીની સ્થિતિમાં

આવી ગયો હોવાનું જોયું. સરવાળે રાજાનો હૃદય પલ્ટો થાય છે.

રાણી કૈકીયને જ્યારે પોતાના સ્વાર્થ સિવાય બીજું કશું જ દેખાતું નથી ત્યારે રાજ્યમાં વસતા બ્રાહ્મણોની સ્ત્રીયો તેમની પાસે જાય છે અને તેમને મનાવવાની કોશિષ કરે છે. તેમને એવી આશા હતી કે રાણી કૈકેયી તેમની વાતને માની લેશે. પરંતુ તેમની વાતોની કોઈ જ અસર કૈકેયી પર થતી નથી. રામ વિષે બ્રાહ્મણ સ્ત્રીઓ કહે છે:

નાહિન રામુ રાજ કે ભૂખે । ધરમધુરીન વિષય રસ રુખે ॥

(અયોધ્યાકાંડ)

(રાજકાજની મહેચ્છા કે લોભ લાલચ રામને નથી. તેઓ ધર્મધૂરંધર છે અને સાંસરિક વિષયોમાં તેમને રસ નથી. અર્થાત સંસારની ઘટમાળ પ્રત્યે તેમને જરાય આકર્ષણ નથી.)

શ્રીરામ વનવાસ માટે રવાના થઈ જાય છે. રાજા દશરથ બેહોશીમાંથી શુધ્ધિમાં આવે છે ત્યારે તેમને આ વતાની ખબર પડે છે એટલે તે તેમના મંત્રી સુમંત્રજીને એમ કહીને રામની પાછળ મોકલે છે કે તેમને વનરાજીઓ બતાવીને રથમાં બેસાડજો અને અયોધ્યામાં પાછા લઈ આવજો. રામ પાછા નહીં ફરે એવી શંકા તેમના મનમાં છે જ કેમ કે, તેઓ વચનપાલક છે :

જૌં ન ફિરહીં ધીર દોઉ ભાઈ । સત્યસંઘ દ્રઢબ્રત રઘુરાઈ ॥

(અયોધ્યાકાંડ)

(અહીં રાજા દશરથે શ્રી રઘુવીરને સત્યવચની અને વચનપાલક કહીને તેમનાં ગુણગાન ગાયાં છે.)

શ્રીરામને જ્યારે વનમાંથી પાછા લેવા માટે ભરત ચિત્રકૂટ પહોંચે છે ત્યારે તેમની સાથે ગુરુ વસિષ્ઠ,બધી માતાઓ,અયોધ્યાવાસી અને સમગ્ર સેના હોય છે.ગુરુ વશિષ્ઠજી ચિત્રકુટમાં એક સભા દરમ્યાન કહે છે-

નીતિ પ્રીતિ પરમારથુ સ્વારથુ । કોઉ ન રામ સમ જાન જથારથુ ॥

(અયોધ્યાકાંડ)

(નીતિ,પ્રેમ,પરમાર્થ અને સ્વાર્થ-કોઇ પણ વ્યક્તિ રામની સમાન યથાવિધિ આને જાણવામાં સક્ષમ નથી.)

શ્રીરામ પ્રીતિની રીત સારી રીતે સમજે છે.પ્રસિધ્ધ સંત રાબિયાને પણ આ દુનિયામાં કોઇ પણ વ્યક્તિ પારકી દેખાતી નથી.તે બધાને પ્રેમ કરતી હતી.

સંત રાબિયા ખુદાની સાચ્ચી બંદગી કરતી હતી.તેમનું હ્યદય બહુ જ કોમળ અને પ્રેમથી ભરેલું હતું.કોઇ પણ તેમના દ્વાર પર આવી ખાલી હાથે નિરાશ થઇ પાછા

જતાં નોહતા.તેઓ પ્રાણીમાત્રની સાચી સેવીકા હતી અને બધા સાથે નિઃસ્વાર્થ સંબંધ રાખતી હતી.

તે પ્રતિદિન પવિત્ર કુરાનના પાઠ કર્યા કરતી હતી.તેમાં ઉલ્લેખ હતો કે માણસે નેકી કરવી જોઈએ.તે વિચાર્યા કરતી હતી કે માણસ બદીના રસ્તા પર કેમ કેમ ચાલે છે ? આખરે તે કેમ બીજાને સતાવે છે,જુઠ્ઠુ બોલે છે અને બીજાની વસ્તુઓનું અપહરણ કરે છે.ખરેખરતો તેણે ભલાઈના રસ્તા પર ચાલીને બીજાની સેવા અને મદદ કરવી જોઈએ.

વાંચતા વાંચતા અચાનક કુરાનની એક આયાત પર તેમની નજર ઠરી ગઈ.તેમાં લખ્યું હતું- "અલ્લાહને મહોબ્બત કરો અને શૈતાન સાથે નફરત !" તેમને કુરાનની આ સીખ સારી લાગી નહી.તેમણે પેન્સિલ લઈને તે આયાતને ભૂંસી નાંખી.

તે સમયે તેમની પાસે એક આદમી બેઠો હતો અને તે તેમને કુરાનના પાઠ કરતા જોઈ રહ્યો હતો.તેણે પૂછ્યું- "બહેન ! તમે આ સારુ કર્યું નહી.તેમને આ પ્રકારે કોઈ વાતને ભૂંસી નાંખવાનો હક નથી.તમે પવિત્ર કુરાનને અભડાવી દીધું"

સંત રાબીયા બોલી- "ના ભાઈ મારા ! આમાં શૈતાનને નફરત કરવાની વાત લખી છે.મેં મારા મનને ખુબજ ઢંઢોળ્યું પરંતુ મને મારા દિલમાં કોઈના પ્રત્યે નફરત ના દેખાઈ.એટલા માટે મેં આ વાક્યને ભૂંસીને રાહત અનુભવી છે."

તે માણસ તેમનો તર્ક સાંભળીને ચુપ થઈ ગયો.

ચિત્રકુટમાં જ ભરતજી,શ્રીરામના સ્વભાવની બાબતમાં ભરી સભામાં કહે છે-

મૈં જાનઉ નિજ નાથ સુભાઉ । અપરાધીહુ પર કોહ ન કાહૂ ॥
મો પર કૃપા સનેહુ વિસેષી । ખેલત ખુનિસ ન કબહું દેખી ॥
સિસપુન તૈં પરિહરેહુ ન સંગૂ । કબહુઁ ન કીન્હ મોર મન ભંગૂ ॥
મૈં પ્રભુ કૃપાઁ રીતિ જિયઁ જોહી । હારેહુ ખેલ જીતાવહીં મોહી ॥

(અયોધ્યાકાંડ)

(હું મારા સ્વામીનો સ્વભાવ જાણું છું.તેઓ અપરાધીઓ પર પણ ક્રોધ નથી કરતા.મારા ઉપર તેમની વિશેષ કૃપા છે.રમતી વખતે તેમણે ક્યારેય પણ ખુન્નસ બતાવ્યું નથી.બાળપણથી તેમણે મારો સાથ છોડ્યો નથી અને મારું દીલ ક્યારેય પણ તોડ્યું નથી.હું તેમની કૃપાની રીત મારા મનમાં સારી રીતે જાણું છું. તેમણે રમતમાં હારવા છતાં પણ હંમેશા મને જીતાડ્યો.)

રામ કોઈ મનુષ્યનો દોષ નહી જોતાં અપરાધીઓને પણ ક્ષમા આપી દે છે.રાષ્ટ્રપિતા મહાત્મા ગાંધીએ પણ તેમના સાબરમતી આશ્રમમાં ચોરીના ઈરાદા સાથે

ઘૂસી આવેલા એક ચોરની સાથે માનવીય વ્યવહાર કરી તેની ભૂલને માફ કરી દીધી.ગાંધીજીના વ્યવહારથી ચોરનું હ્રદય પરિવર્તન થઈ ગયું.

ગાંધીજી ગુજરાતના સાબરમતી આશ્રમમાં રહેતા હતા.એક રાતે તેમાં એક ચોર ઘૂસી આવ્યો.આશ્રમમાં કીંમતી વસ્તુઓ અને વધુ ધન હોવાનો તો પ્રશ્ન જ નોહતો.

તે સમયે એક આશ્રમવાસીની આંખ ખુલી ગઈ તો તેણે એક અજાણ્યા વ્યક્તીને આશ્રમમાં ફરતો જોયો.તેણે ચુપકીદીથી કેટલાક લોકોને જગાડી દીધા.તેમણે ચોરને પકડીને એક કોટડીમાં બંધ કરીને તાળું મારી દીધું.ગાંધીજી તે સમયે સુતા હતા,કોઈકે તેમને જગાડ્યા.તેઓ સુતા જ રહ્યાં.

બીજા દિવસે સવારે સવારમાં જ શોરબકોર શરૂ થઈ ગયો કે એક ચોરને પકડીને કોટડીમાં બંધ કરી દીધો છે.લોકો ચોરને જોવા આતુર હતા,સાથો સાથ એ જાણવા પણ ઉત્સુક હતા કે હવે આગળ શું થશે ?

આશ્રમના પ્રબંધકે બાપુને સુચના આપી.બાપૂએ તેને પોતાની સામે લાવવા કહ્યું.બાપૂની સામે આવતા જ તે પાંદડાની માફક ધ્રુજવા લાગ્યો કે હવે તેને પોલીસને સુપ્રત કરી દેશે.બાપૂએ તેને બરોબર જોયો.લોકો શ્વાસ રોકીને ઉભા હતા કે આખરે આ ચોરનો અંજામ શુ થશે ?

અચાનક ચોર તરફ ફરીને બાપૂ બોલ્યા- " તે નાસ્તો કર્યો ? "

ચોરે કોઈ જવાબ આપ્યો નહી ત્યારે તેમણે પ્રબંધકની તરફ પ્રશ્નભરી દ્રષ્ટિથી જોયું,તો તેણે કહ્યું- " બાપૂ,આ તો ચોર છે.શું ચોરને નાસ્તો કરાવવામાં આવે છે ? "

"શું ચોર માણસ નથી ? તેને લઈ જઈને પહેલા નાસ્તો કરાવો."

ગાંધીજીની વાત સાંભળીને ચોરમાંથી માણસ બનેલા તે યુવકની આંખો ભરાઈ ગઈ અને તે જોર જોરથી રડવા લાગ્યો.

કોઈનો દોષ જોઈને તેને દંડ કરવો આસાન છે પરંતુ તેના દોષોને અવગણીને તેના પર કરુણાની વર્ષા કરી તેનું હ્રદય પરિવર્તન કરવું કઠીન છે.

આજે જાહેરાતનો જમાનો છે.પોતાના ગુણો અને પોતાની વસ્તુઓની વાહ વાહ કરવી અને તેનો ભરપૂર પ્રચાર કરવો તે લોકોની આદત બની ગઈ છે.આ તો પોતાના મોઢે જ વખાણ કરવાની વાત છે.તમારા ગુણોની જો તમારી પીઠ પાછળ વખાણ થાય તો તમે હક્કિકતમાં ગુણી છો.રામના વખાણ એક બે વ્યક્તિ નહી પણ તેમને મળનાર બધા જ વ્યક્તિઓ કરતા હતા.સમગ્ર સમાજ તેમનો ગુલામ છે.આપણે પણ જાતે જે રામ જેવા જ ગુણી બનવું જોઈએ જેથી લોકો આપણી હયાતીમાં અને મર્યા પછી આપણા વખાણ કરે.

અધ્યાય-૨૮

રામના નીતિવચન

ચિત્રકૂટમા રામની બાબતમાં તેમના કુલગુરુ વસિષ્ઠ કહે છે :

નીતિ પ્રીતિ પરમાર્થુ સ્વાર્થુ । કોઉ ન રામ સમ જાન જથારથુ ॥

(નીતિ પ્રીતિ પરમાર્થ અને સ્વાર્થ - કોઈ પણ રામના સિવાય આ યથાવિધી જાણતા નથી.)

રામ પોતાના જીવનમાં ડગલને પગલે નીતિનું પાલન કરે છે. તેઓ ના તો પોતે અનીતિ કરે છે અને બીજાને પણ એવુ નથી કરવા દેતાં. તેઓ અનીતિનો વિરોધ કરે છે અને તે કરનારને કઠોર સજા આપે છે.

વનવાસના સમયે રાવણ દ્વારા સીતાનું અપહરણ કરવામાં આવતા લક્ષ્મણને સ્ત્રીની બાબતમાં નીતિ બતાવતા કહે છે કે સ્ત્રીને ક્યારેય એકલી નહીં છોડવી જોઈએ. તેઓ આગળ કહે છે :

તાત તીની અતિ પ્રબલ ખલ કામ ક્રોધ અરુ લોભ ।
મુનિ બિગ્યાન ધામ મન કરહીં નિમિષ મહુઁ છોભ ॥

(હે તાત ! કામ, ક્રોધ અને લોભ- આ ત્રણ અત્યંત પ્રબળ અનિષ્ટ છે. આ વિજ્ઞાનના ધામ મુનિઓના મનને પણ ક્ષણભરમાં ચલાયમાન કરી નાખે છે.)

લોભ કે ઈચ્છા દંભ બલ કામ કે કેવલ નારી ।
ક્રોધ કે પરુષ બચન બલ મુનિવર કહહીં બિચારી ॥

(હે તાત! લોભને ઈચ્છા અને દંભનું બળ છે, કામને માત્ર સ્ત્રીઓનું બળ છે અને ક્રોધને કઠોર વચનોનું બળ છે, શ્રેષ્ઠ મુનિ વિચાર કરીને આ મુજબ કહે છે.)

મનુષ્ય લોભી- લાલચી ના થવો જોઈએ એવી વાત એક વૃદ્ધ દ્વારા ઉછરવામાં

આવેલા કાચબા પાસેથી સારી રીતે શીખી શકાય છે. લોભ આવતા મનુષ્યએ કાચબાની માફક પોતાના અંગને સંકોરી લેવું જોઈએ.

ગંગા કિનારે એક વૃદ્ધે એક ઝૂંપડી બનાવી રાખી હતી જેમાં તે પોતાના પાલતુ કાચબા સાથે રહેતો હતો. તે તેને બહુ જ સન્માન આપતો હતો. તે ભીખ માગીને પોતાનું પેટ ભરતો હતો. બપોરે જ્યારે તે ભોજન લેવા જતો ત્યારે કાચબાને માટે પણ ચણામમરા જેવુ લઈ આવતો. બંને બહુ જ મઝાથી તેમનું જીવન ગુજારતા હતા.

એક દિવસ તેમનો એક પરિચિત તેમને મળવા આવ્યો તો તેણે કાચબાને જોઈને કહ્યું કે, " છી:! તને શું ચિતરી નથી ચડતી? કેવો ગંદા પ્રાણીને તે પાળ્યું છે, ફેંકી દે એને. "

વૃદ્ધ બોલ્યો : "આ મારો ગુરુ છે. મારા ગુરુનું અપમાન હું સહન કરી શકતો નથી."

"ગુરુ! કેવો ગુરુ? આ જીવ તારો ગુરુ છે? " , તે પરિચિત બોલ્યો.

વૃદ્ધે જવાબ આપ્યો : "જી હાં, ગુરુ! આ મારો ગુરુ છે. પાંદડુ પણ હલે છે તો આ તેના અંગોને સંકોરીને તેને અંદર કરી દે છે જેનાથી આપણને એવી શીખ મળે છે કે માણસને લોભ-લાલચરૂપી દુશ્મનથી પોતાના હાથપગ સંકોરીને તેમનાથી પોતાનો બચાવ કરવો જોઈએ. ખરાબીઓથી બચવામાં જ ભલાઈ છે."

તેઓ લક્ષ્મણને કહે છે :

રાખીઅ નારી જદપિ ઉર માહીં । જુબતી સાસ્ત્ર નૃપતિ બસ નાહીં ॥

(સ્ત્રીઓને હૃદયમાં જ કેમ ના રાખવામાં આવે પણ, યુવતી સ્ત્રી, શાસ્ત્ર અને રાજા કોઈનાય વશમાં રહેતા નથી.) (બધું જ અરણ્યકાંડમાથી)

રામના કહેવાનો મતલબ એમ છે કે, મનુષ્યે કામ, ક્રોધ અને લોભથી પ્રયત્ન કરીને બચવું જોઈએ, નહીંતર આ વિકાર તેને પૂરી રીતે બરબાદ કરે છે.

ગીધરાજ જટાયુ જેમના પિતા રાજા દશરથના મિત્ર છે,તે આકાશ માર્ગથી રાવણની સાથે જતી સીતાને જોરશોરથી રડતી જોઈને તેના ચુંગાલમાંથી તેમને યથાશક્તિ પ્રમાણે છોડાવવાની કોશિષ કરે છે. પરંતુ રાવણ તલવારથી તેની પાંખો કાપી નાંખે છે. વનમાં સીતાની શોધ કરતી વખતે રામને રસ્તમાં જમીન પર પડેલા જટાયુ મળી આવે છે. છેલ્લા શ્વાસો ગણતા જટાયુની પરોપકારની ભાવનાથી તેઓ અત્યંત પ્રભાવિત બને છે. તેને પરોપકારી મનુષ્યની બાબતમાં કહે છે :

પરહિત બસ જિન્હ કે મન માહીં। કીન્હ કહુઁ જગ દુર્લભ કછુ નાહીં॥

(અરણ્યકાંડ)

(જેના મનમાં બીજાનું હિત સમાયેલું છે અર્થાત સમાયેલુ રહે છે તેને માટે સંસારમાં કશું જ દુર્લભ નથી.)

પરોપકારને માટે જેણે મરનાર પર ભગવાન પણ કૃપા કરીને તેની બધી જ રીતે રક્ષા કરે છે. આ વાત નાવિકના એ પ્રસંગથી સ્પષ્ટ થઈ જાય છે : કાર દરવેશ મુસ્તમંદ બર આર । કિતુરલહજ કા રહાબાશદ (જરૂરિયાતમંદોની જરૂરિયાત પૂરી કર કેમ કે, તુ પણ કંઈક જરૂરિયાત રાખે છે.)

એક વખત એક વ્યક્તિ કેટલાક નેકદિલ માણસોની સાથે નૌકામાં સવાર હતો. તેની આંખોની સામે એક જાહજ ડૂબી ગયું અને બે ભાઈ વમળમાં ફસાઈ ગયા. એક સજ્જને નાવિકને વિનંતિ કરી : “જો તું બંને ભાઈને બચાવી લઈશ તો હું તને ૧૦૦ દિનારી ઈનામમાં આપીશ.”

એક ભાઈને બચાવી લેવામાં આવ્યો પરંતુ બહુ જ કોશિષ કરવા છતાં પણ બીજો ભાઈ ડૂબી ગયો.

એક માણસ બોલ્યો : “હકિકત એ છે કે, એક ભાઈની જિંદગીનો હિસાબ કિતાબ બરાબર થઈ ગયો”

નાવિકે ગંભીરતાથી કહ્યું : “તમારી વાત સાચી છે. પરંત આ બાબતમાં મારો વિચાર કંઈક અલગ છે. જીવતા બચેલા ભાઈની તરફ ઈશારો કરીને તે બોલ્યો કે એક વખત હું જંગલમાં ચાલીને થાકી ગયો હતો ત્યારે આણે મને તેના ઊંટ પર બેસાડ્યો હતો જ્યારે ડૂબી જનારે મને તે સમયે ચાબુકથી ફટકાર્યો હતો.”

માણસે કહ્યું : “ભગવાનને ત્યાં વિલંબ થાય છે પણ ન્યાય અવશ્ય મળે છે. બીજાની સાથે ભલાઈ કરનારને સારો બદલો મળે છે અને બુરાઈ કરનારને ખોટો બદલો મળે છે.”

સમુદ્ર પાસે રસ્તો માંગતા તે આનાકાની કરે છે રામની સામે આવતો નથી. રામને વિનંતિ કરતા ત્રણ દિવસ થાય છે ત્યારે રામ તેને સૂકવી દેવા માટે લક્ષ્મણને પોતાનું અગ્નિબાણ લાવવા માટે આજ્ઞા આપે છે અને આવા જડબુદ્ધિવાળા માટે નીતિ બતાવે છે:

સઠ સન વિનય કુટિલ સન પ્રીતિ। સહજ કૃપન સન સુંદર નીતિ॥

મમતારત સન ગ્યાન કહાની। અતિલોભી સન બિરતી બખાની॥

ક્રોધીહી સમ કામીહી હરિત કથા। ઉસર બિજ બયે ફલ જથા॥

(સુંદરકાંડ)

(મૂર્ખથી વિનમ્ર, કુટિલની સાથે પ્રીતિ, સ્વાભિક રીતે કંજૂસ સાથે સુંદરનીતિ એટલેકે ઉદારતાનો ઉપદેશ, મમતામાં ફસાયેલા મનુષ્ય સાથે જ્ઞાનની કથા, અત્યંત લોભી પાસે વૈરાગ્યનુ વર્ણન, ક્રોધી પાસે શાંતિની વાત અને કામી પાસે ભગવાનની કથા આનું એવું જ ફળ હોય છે જેવું ઉદરમાં બીજ વાવવાથી થાય છે. એટલે કે, ઉદરમાં બીજ વાવવાની જેમ આ બધું વ્યર્થ જાય છે.)

વિભિષણ પોતાના ભાઈ રાવણ દ્વારા અપનમાનિત થઈને રામને શરણે આવે છે. 'કુઠાહર બાસ તુમ્હાર' (તમારો વાસ ખરાબ સ્થાને છે.) કહીને તે લંકાને દુષ્ટોની નગરી તરીકે સંબોધે છે.

બરુ ભલ બાસ નરક કર તાતા । દુષ્ટ સંગ જની દેઈ બિધાતા ॥

(સુંદરકાંડ)

(નરકમા રહેવુ સારુ છે પરંતુ વિધાતા ક્યારેય દુષ્ટનો સંગ ના કરાવે.)

છેવટે રામ જ્યારે પોતાના પિતા પાસે વનમાં જવા માટે રજા માગવા જાય છે તો રાજા તેમને રોકવા માટે બહુ જ પ્રયત્ન કરે છે ત્યારે તેઓ પોતાના પિતાને નીતિની વાત બતાવતા કહે છે :

તાત કિઅં પ્રિય પ્રેમ પ્રમાદુ । જસુ જગ જાઈ હોઈ અપબાદુ ॥

(અયોધ્યાકાંડ)

(હે તાત! પ્રિયના પ્રેમવશ પ્રમાદ કરવાથી એટલે કે કર્તવ્ય કર્મમાં ચૂક કરવાથી જગતમાં યશ જતો રહેશે અને નિંદા થશે.)

એટલે કે તેઓ તેમને કહેવા માગે છે કે, કર્તવ્ય કરવામાં ચૂકી જવાથી વ્યક્તિને દરેક જગાએ નિંદા અને બદનામીનો સામનો કરવો પડે છે.

પરશુરામજીના ક્રોધથી લક્ષ્મણનો બચાવ કરતાં તેઓ કેટલીક નીતિવિષયક વચન બોલે છે જે વિચારવા લાયક છે :

જૌં લરિકા કછુ અચગર કરહીં । ગુરુ પિતુ માતુ મોદ મન ભરહીં ।

બરરૈ બાલકુ એક સુભાઉં । ઈન્હહીં ન સંત વિદૂષ કાઉં ॥

(બાલકાંડ)

(બાળક જો કંઈ ચાલાકી પણ કરે તો ગુરુ, પિતા અને માતાના મનમાં આનંદ વ્યાપે છે.)

(બાળકો અને અબાલ વૃદ્ધોનો સ્વભાવ લગભગ એકસરખો હોય છે. સંત જન તેમને ક્યારેય દોષ આપતા નથી.)

સેવક કર પદ નયન સે મુખ સો સાહિબ હોઈ ॥ *(અયોધ્યાકાંડ)*

(સેવક હાથ પગ અને નેત્રની સમાન અને સ્વામી મુખની સમાન હોવા જોઈએ.)

તેઓ કહે છે કે, ગુરુ, પિતા, માતા અને સ્વામીની આજ્ઞાનું પાલન કરવાથી પતન થતું નથી :

ગુરુ પિતુ, માતુ, સ્વામી સિખ પાલે । ચલેહુઁ કુમગ પગ પરહિં ન ખાલેં ॥

(અયોધ્યાકાંડ)

તેઓ ભરતને ઘરના મોભીનુ કર્તવ્ય અને રાજધર્મનો સાર સમજાવતાં કહે છે :

મુખિયા મુખુ સો ચાહિએ ખાન પાન કહુઁ એક ।
પાલઈ પોષઈ સકલ અઁગ તુલસી સહિત બિબેક ॥
રાજધર્મ સરબસુ એતનોઈ । જિમી મન માંહ મનોરથ ગોઈ ॥

(અયોધ્યાકાંડ)

(તુલસીદાસજી કહે છે કે : શ્રીરામે કહ્યું કે મોભી મોભની સમાન હોવો જોઈએ જે ખાવાપીવાનો તો એક એટલે કે એકલો છે પરંતુ વિવેકપૂર્વક બધા જ અંગોનું પાલન પોષણ કરે છે.)

(રાજધર્મનું સર્વસ્વ એટલો કો સાર એટલો જ છે જેમ મનની અંદર રથ છુપાયેલો રહે છે.)

રામ શબરીને નવધા ભક્તિ એટલે કે નૌ પ્રકારની ભક્તિનો ઉપદેશ આપતા માનવજીવનને તેનાથી સફળ બનાવવાની વાત કહે છે-

પહેલી ભક્તિ : સંતોનો સત્સંગ.

નવ પ્રકારની ભક્તિમાંથી પ્રથમ પ્રકારની ભક્તિ - સંતોનો સત્સંગ છે.કથામાં બતાવાયેલા હબશી ગુલામ જેવા ખરાબ લોકોનો સાથ સારો નથી હોતો જ્યારે સંતોની સંગત હંમેશા લાભદાયક હોય છે.

હર્ગિજ ઓરા બદોસ્તી મપસન્દ।

કિ ખદ જાયે ના પસન્દીદા॥

(તેને દોસ્ત ના બનાવો, જેની સંગત સારી નથી. બાદશાહના રહમદિલ વજીર જેવા સંત હ્રદયના લોકોનો સંગ કરવામાંજ ભલાઈ છે.)

એક વાક એક બાદશાહ પાસે કેટલીક વ્યક્તિ ચીન દેશની એક યુવતીને લઈને આવ્યા. બાદશાહને સારા-ખોટાનું જ્ઞાન નોહતું કેમકે તે નશામાં ડુબેલો હતો. એટલા માટે તેણે યુવતીને બદદાનતથી જોઈ પરંતુ યુવતીએ તેનો વિરોધ કર્યો. બાદશાહ ગુસ્સે ભરાયો અને તે યુવતીને એક હબસી ગુલામને સોંપી દીધી.

તે હબસી દેખાવે એકદમ કદરૂપો અને રાક્ષસી દેખાતો હતો. તેનો ઉપલો હોઠ નાકના એક બાજુના ભાગે ચીપકી ગયો હતો અને નીચેનો હોઠ છાતી સુધી લબડતો હતો. તેના કદાવર દેહમાંથી દુર્ગંધ ફેલાતી હતી. કેટલાય દિવસ સુધી મરદાને રાખી મુક્યા પછી જેવી ગંધ ફેલાતી હોય છે તેવી બદબુ તેના શરીરમાંથી નીકળતી હતી. યુવતીને સોંપ્યા પછી હબસીએ તેનું શિયળ લૂંટી લીધું. સવાર પડી ત્યારે યુવતીનું શું થયું તેમ બદશાહે પુછ્યું ત્યારે તેમના દરબારીઓએ સમગ્ર હક્કિત કહી સંભળાવી.

બાદશાહ ક્રોધીત થઈ ઉઠ્યો. તેણે બંન્નેને હાથ-પગથી બાંધીને મહેલની ફરતે બનાવાયેલી ખાઈમાં ફેંકી દેવાનો હિકમ કર્યો. બાદશાહનો એક વજીર ખુબ ઉદાર દીલનો હતો. બાદશાહના ગુસ્સાને ઠારવાનો પ્રયાસ કરતાં તેણે કહ્યું કે " બાદશાહ સલામત ! હબસી ગુનેગાર નથી. બીજા દરબારીઓની માફક તેને તો આપની પાસેથી ઈનામ-અક્રમ મળવાની આશા હતી."

થોડા નરમ પડેલા બાદશાહે કહ્યું- " કમસે કમ એક રાત માટે તો તે જંપીને બેસી શક્યો હોત."

ત્યારે વજીરે કહ્યું " ગુસ્તાખી માફ હજુર, તમે એક પેલી કહેવત જરૂર સાંભળી હશે કે તરસ્યો માણસ ઝરણાંની પાસે હોય ત્યારે તેને સામે આવેલા મદ મસ્ત હાથીનો પણ ભય હોતો નથી અને ભુખ્યા નાસ્તિકને કોઠારમાં બંધ કરી દેવામાં આવે તો તે શું રમઝાનનો વિચાર કરશે ? મને તો જરાય વિશ્વાસ નથી બેસતો. "

બાદશાહે ખુશ થઈને હબસીને વજીને હવાલે સુપરત કરવાનો હુકમ કર્યો અને તેનાથી યુવતીના અંજામ બાબતે પૂછ્યું.

વજીરે કહ્યું- "તેને હસબીના જ હવાલે કરી દે કેમ કે, કોઈપણ વ્યક્તિ હબસીનું

એઠું ખાવાનું પસંદ કરતી નથી.''

બીજી ભક્તિ : ભગવાનની કથાઓમાં પ્રેમ

ત્રીજી ભક્તિ : અહંકાર છોડીને ગુરુચરણોની સેવા

ચોથી ભકિત : કપટ છોડીને ભગવાનના ગુણોનું ગાન

પાંચમી ભક્તિ : ભગવાનના મંત્રનો જાપ અને તેમાં દ્રઢ વિશ્વાસ

છઠ્ઠી ભકિત : પોતાની ઈન્દ્રિયોને વશમાં કરવી અને સારો સ્વભાવ અને ચરિત્ર. બહુ જ કાર્યોથી વૈરાગય અને સતત સંત પુરુષોના ધર્મ અર્થાત આચરણમાં લાગ્યા રહેવું. સાતમી ભક્તિ : સમગ્ર સંસારને સમભાવથી ભગવાનમય જોવું અને સંતોને ભગવાનથી અધિક ગણીને માનવા.

એખ મનુષ્ય ધર્મ, જાતિ, સંપ્રદાય વગેરે જોયા વગર બધાં મનુષ્યોથી સમભાવ રાખીને તેમને પ્રેમ કરે નહીં કે, હજરત ખલીલની માફક એક દયાળુ અને દાનવીર મુસ્લમાન હોવાછતાં પણ એક અગ્નિપૂજક અતિથિનો તિરસ્કાર કરે. ખુદાની નજરમા બધાં જ સમાન છે.

હજરત ખલીલ બહુ જ દયાળુ અને દાનવીર હતા. તેઓ જ્યાં સુધી કોઈ મહેમાનને જમાડે નહીં ત્યાસુધી પોતે પણ કશું જ આરોગતા નહોતા. એક વખત કોઈપણ વ્યક્તિ કેટલાય દિવસો સુધી તેમના ઘરે આવ્યો નહોતો તેનાથી હજરત ખૂબ જ પરેશાન થઈ ગયા તે એવાં વ્યક્તિની તલાશમાં નીકળી પડ્યા. થોડો દૂર સુધી ચાલ્યા પછી તેમને એક વૃદ્ધ વ્યક્તિ મળ્યો તેને લઈને તેઓ પોતાના ઘેર આવ્યા અને તેમના ચાકરોને ભોજન લાવવા કહ્યું. જમવાનું પીરસી દેવામાં આવ્યું પરંતુ, આ શું ! તે વૃદ્ધે જમતાં પહેલાં અલ્લાહનું સ્મરણ કર્યુ જ નહીં. એ વાતથી હજરત ખલીલ ઉત્તેજિત થઈને બોલ્યાં કે તમે અલ્લાહનું નામ કેમ ના લીધું ?

તે વૃદ્ધ અગ્નિપૂજક હતો. તેણે તેમના ગુરુના આદેશનું ધ્યાન દોરતાં આવુ કરવાની ના પાડી હોવાનું જણાવ્યું. ખલીલે તેમને બેઈજ્જત કરીને પોતાના ઘરની બહારી કાઢી મૂક્યા અને ગમગીન થઈને પોતાની યજમાનવૃત્તિ પર પસ્તાવો કરવા લાગ્યા.

વૃદ્ધના ગયા પછી અલ્લાહે ખલીલને કહ્યું- ''ખલીલ ! તુ બહુ જ દયાળુ અને દાનવીર બને છે પરંતુ, તે વૃદ્ધને ઘરની બહાર કાઢીને તેં સારુ કર્યુ નથી. એ સાચુ છે કે તે અગ્નિપૂજક છે અને તુ મુસલમાન! તારો વિશ્વાસ ભિન્ન છે. પરંતુ, સાચા માણસ માટે

આખી દુનિયા એક જ છે. ધર્મ, મઝહબ અને વિશ્વાસ તેની આડે આવતા નથી. હું તેને સો વર્ષથી ખવડાવી રહ્યો છું અને તારી ધીરજ એક દિવસમાં તુ ચૂકી ગયો. તારે તો બધાને મહોબ્બત કરવી જોઈએ."

હજરતે પ્રતિજ્ઞા કરી કે ભવિષ્યમા આવુ કદીય નહિં કરે.

આઠમી ભક્તિ : જે કાં મળે તેમાં જ સંતોષ માનીને સપનામાં પણ પારકાઓને ગુણદોષો જોવા નહીં.

નવમી ભક્તિ : સરળતા અને બધાની સાથે કપટરગહિત વ્યવહાર કરવો હૃદયમાં ભગવાનનો ભરોસો રાખવો અને કોઈપણ અવસ્થામાં આનંદ હોવો જોઈએ અને વિષાદ ના હોવો જોઈએ

(અરણ્યકાંડ)

રામ કહે છે- ભક્તિના આ નવ પ્રકારમાંથી જો એક પણ કોઈ પણ મનુષ્યમાં હોય તો તેનું જીવન સફળ થઈ જાય છે અને ભગવાનની કૃપા તેને પ્રાપ્ત થાય છે.

રામ જ્યારે વાલીને મારે છે ત્યારે તે કહે છે- "હું શત્રુ અને સુગ્રીવ પ્યારો! હે રામ! કયા ગુના બદલ તમે મને માર્યો?" ત્યારે રામ કહે છે-

અનુજ બધૂ ભગિની સૂત નારી । સૂનૂ સઠ કન્યા સમ એ ચારી ॥
ઈન્હહીં કૃદૃષ્ટિ બિલોકઈ જોઈ । તાહિ બધેં કછુ પાપ ન હોઈ ॥

(કિષ્કિન્ધાકાંડ)

(હે મૂર્ખ સાંભળ!, નાના ભાઈની સ્ત્રી, બહેન, પુત્રની સ્ત્રી અને કન્યા આ ચારેય સમાન છે. તેમને જો કોઈ ખરાબ દૃષ્ટિથી જુએ છે તો તેને મારવામાં કોઈ જ પાપ નથી હોતું.)

કિષ્કિન્ધાના અત્યાચારી રાજા વાલીની જેમ જ ઈરાનના જુલમી સરદારની ગતિ થઈ. તેને તેનાં કુકર્મોની સજા મળી અને સૂકા કૂવામાં તડપી તડપીને તેણે દમ તોડ્યો.

ઈરાનના એક સરદાર બહુ જ જુલમી હતા તે બધાને પુષ્કળ સતાવતો હતો. તેની તાકાતની આગળ ભલભલાની બોલતી બંધ થઈ જતી હતી. એકવાર કોઈ વાત ઉપર બાદશાહ તેનાથી નારાજ થઈ ગયા. તેમણે તેને એક સૂકાઈ ગયેલા કૂવામાં ફેંકાવી દીધો. તે સમયે તે લાચાર હતો. વિવશ બનીને આખી રાત તેણે આંસુ સારવાની સાથે સાથે અલ્લાહપાકને યાદ કરતો રહ્યો.

સવારે અચાનક જ તેને કૂવા પાસેથી કોઈના પસાર થવાનો પગરવ સંભળાયો. તેણે તેનાથી મદદ માટે બુમ પાડી રાહદારીએ કૂવામાં જોયું તેને બેરહેમ સરદાર દેખાયો.

તેણે એક પત્થર ઉઠાવ્યો અને તેના માથામાં માર્યો અને બોલ્યો- 'હવે સમજાયું કે લાચારી શું હોય છે? લોકો રોતાં રહ્યા, બુમો પાડતા રહ્યા અને તારી પાસે દયાની ભીખ માગતા રહ્યા તો શું તેં તેમની વિનંતિ સાંભળી હતી ! ઉલ્ટાનું તેં તેમનો અવાજ સાંભળીને તારા જુલ્મોને વધારી દીધા હતા તો પછી તું કેવી રીતે કોઈની પાસેથી અપેક્ષા રાખે છે કે કોઈ તારો અવાજ સાંભળે? તેં વિષબીજ વાવ્યું છે તો વિષવૃક્ષ જ ઉગશે. શું થોરિયામાં કદી મીઠાં ફળ ઉગે છે.

તેં સતાવેલા હજારો લોકો પોતાના જખ્મોને મલમ લગાવી રહ્યાં છે તેમની બદદુવાઓ તને લાગી છે અને તેનો જ દંડ તુ ભોગવી રહ્યો છે. તું કેવી રીતે આશા રાખી શકે છે કે તારા જખ્મો ઉપર લોકો મલમ લગાવશે. તે લોકો તો તેની ઉપર મીઠુ ભભરાવશે જેથી તુ રડીશ, ચીસો પાડીશ અને તડપીશ. તને પણ અહેસાસ થાય કે લાચારી શું હોય છે!

જુલ્મીનો અંત બહુ જ ખરાબ હોય છે. તેં બીજાને મારવા માટે ખાડા ખોદ્યા હતા અને આજે તું પોતે જ તેમાં પડ્યો છું. અરે ગાંડા! લોકો મીઠુ પાણી પી શકે તેને માટે કૂવા ખોદાવે છે જ્યારે તેં કૂવા એટલા માટે બનાવ્યા કે લોકો તેમાં પડે અને તું પિશાચી તૃપ્તિનો આનંદ માણે."

થોડીવાર પછી તે સરદારને જોઈને ફરી બોલ્યો- "જા, તારા કર્મોનું ફળ ભોગવ. બાવળિયા જ જો વાવ્યા હોય તો તેની ઉપર આમ્રફળ ક્યાંથી પાકે. જ્યારે તું આ સૂકાઈ ગયેલા કૂવામાં ભૂખ્યો તરસ્યો રહીશ તો ઉંદરડીની માફક સંકોચાઈને દમ તોડીશ."

યુદ્ધમાં રામની સામે રાવણ પોતાની વીરતાની બડાશ મારતા રામને મારવાની વાત કહે છે. રામ કહે છે - "બકવાસ ના કર અને પુરુષાર્થ કરી બતાવ. જોકે, તમારી વીરતાની બધી વાતો સાચે છે."

તે સમયે તેઓ તેને નીતિ બતાવે છે-

જની જલ્પના કરી સૂજસૂ નાસહી નીતિ સૂનહિ કરૈ છમા ।
સંસાર મહઁ પુરુષ ત્રિવિધ પાટલ રસાલ પનસ સમા ॥
એક સુમન પ્રદ , એક સુમન ફલ, એક ફલહી કેવલ લાગહીં ॥

એક કહહીં કહહીં કરહીં અપર એક કરહીં કહત ન બાગહીં ॥

(લંકાકાંડ)

(વ્યર્થ બકવાસ કરીને તમારા સુંદર ખ્યાતનો નાશ ના કરો. ક્ષમા કરજો તમને નીતિ સંભળાવું છું. સંસારમાં ત્રણ પ્રકારના પુરુષ હોય છે - એક તો જેઓ કહે છે પણ કરતાં નથી, બીજાં કહે છે અને કરે પણ છે અને ત્રીજા બોલ્યા વગર કરી બતાવે છે.)

અહીંયા રામે રાવણને બોલીને કરીને બતાવનારા પુરુષ સમાન લેખાવ્યો ત્યારે પોતાને બોલ્યા વગર કામ કરી બતાવનારા પુરુષોમાં બતાવી આ નીતિવિષ્યક વાત કહી છે.

યુધ્ધભૂમિમાં પુરુષાર્થ બતાવવાથી જ શત્રુને જીતી શકાય છે.વ્યર્થ બકવાસ કરવાથી ઉર્જા ઓછી થવાનો અને અંદરનો ભય વ્યક્ત થવા સિવાય કંઈજ મેળવી શકાતું નથી.આ વાત આ ઉદાહરણથી પણ સ્પષ્ટ થાય છે-

વાત પહેલાની છે, પણ મુદ્દાની છે.એક પર્વતીય પ્રદેશમાં એક વીર રાજાનું શાસન હતું. પ્રજાના દિવસો સારા જઈ રહ્યાં હતા.અચાનક બીજા રાજાએ તેના રાજ્ય પર ચઢાઈ કરી.દુશ્મન પુરી તૈયારી કરી આવ્યો હતો એટલે તેના પગલા પાછા પાડવા માટે તે પહાડી રાજાએ એક નવી સેના તૈયાર કરી. અસંખ્ય લોકોને સેનામાં ભરતી કર્યા અને તેમને તલવાર આપી દીધી. રાજાએ મોટા અવાજે કહ્યું કે, "આગળ વધીને શત્રુઓનો મુકાબલો કરો."

આખી સેનાએ મ્યાનમાંથી તલવારો બહાર કાઢી અને કહ્યું કે, "અમે તૈયાર છીએ, અમે સુસજ્જ છીએ." આ વાત તેઓ ઘણીવાર કરતા હોય છે.

રાજાએ પૂછ્યું કે અમે તૈયાર છીએ એમ કહીને તમે શું સાબિત કરવા માગો છે.

લડવૈયાઓએ જવાબ આપ્યો કે અમે દુશ્મનને એવો સંદેશો પહોંચાડવા ઈચ્છીએ છીએ કે તમે અમારી સાથે મુકાબલો ના કરશો કેમ કે અમે તૈયાર છીએ. રાજા તરત સમજી ગયાં કે આ લોકોનાં મનમાં ભય છે એટલે મોટા અવાજ કરીને તેને દૂર કરવાનો પ્રયત્ન કરે છે. તેણે બધા લડવૈયા પાસેથી તલવારો પાછી મંગાવી લીધી અને તે સહુને પરત મોકલી દીધાં.

રાજાએ ઉચિત નિર્ણય લીધો હતો, વાઘ ક્યારેય પોતાના શિકારને એમ મથી કહેતો કે હું વાઘ છું અને મારાથી ડરો. તે તો સીધુ આક્રમણ કરીને તેની શક્તિનો

પરિચય આપવામાં જ માને છે. સાચા બહાદુરને ડંફાસ મારવાની, બકવાસ કરવાની કે તલવારોને ઉછાળીને લોકો તેની તરફ જુએ એવી કઈ જરૂર હોતી નથી. રામ જ્યારે ધનુષ તોડવા માટે આગળ આવે છે ત્યારે સીતામાતા આકુળવ્યાકુળ થઈ જાય છે. તેમને એમ થાય છે કે શું આ વ્યક્તિ ધનુષ તોડી શકશે ખરો?

તે સમય રામ સ્વગત બોલે છે કે, :

કા વરષા સબ કૃષિ સુખાને । સમય ચુંકે પુનિ કા પછતાને ॥

(બાલકાંડ)

(બધી જ ખેતીવાડી સૂકાઈ ગયા પછી જો વરસાદ વરસે તો શું કામનો ? અને એવી જ રીતે સમય વીત્યા ગયા પછી પસ્તાવો કરવાનોય કોઈ અર્થ નથી.)

પરશુરામ ક્રોધમાં આવીને રામને એલફેલ શબ્દો સંભળાવે છે ત્યારે રામ બિલકુલ શાંત ચિત્તે તેમની સમક્ષ વિનમ્રતાથી વાત કરે છ. તેઓ સ્વગત કહે છે કે, :

...... । કતહુઁ સુધાઈહુ તે બડ દોષૂ ॥

ટેઢ જાની સબ બંદઈ કાહૂ। બક્ર ચંદ્ર મહિં ગ્રસઈ ન રાહૂ ॥

(બાલકાંડ)

(ક્યારેક વધારે સીધા બનવામા તમારે દંડાવવું પડે છે પણ જો એવાં સમયે તમે કઠોર બનો તો સહુ તમને નમતા આવે છે. ચંદ્રમા પણ જો કઠોર (વક્રી) બને તો રાહુ પણ તેમનું કશું જ બગાડી શકતો નથી.)

સંસારનો નિયમ છે કે સીધા વ્યક્તિને આરામથી જીવવા નહીં દેવો. પરંતુ અધમ વ્યક્તિ હોય તો તે તેનાથી ડરે છે. નાગની વાર્તા આપણને આ હકિકત સમજાવે છે. જ્યાં સુધી તે દુષ્ટ પ્રકૃતિનો હતો ત્યાં સુધી તેનો વાળ કોઈ વાંકો કરી શકતું નહોતું ઉલ્ટાનું તેનાથી સહુ કોઈ ડરતા હતા. જે વખતે તેણે જે ડંખ મારવાનું છોડી દીધુ ત્યારથી લોકો તેને પથરા મારવા લાગ્યા.

એક ભયંકર વિષધારી સાપ કે નાગ હતો. તે ખૂબ જ નીચ પ્રકૃત્તિનો હતો. તેના દરની પાસેથી જે કોઈ નીકળતું તેને તે ડસતો હતો. આ રીતે તે કેટલાય માનવ અને પશુઓને ડસી ચૂક્યો હતો. પરિણામે તેના દરની આજુબાજુમાંથી પસાર થવાનું લોકોએ છોડી દીધું હતુ.

એક વખત એક સંત મહાત્મા તેના દરની નજીકથી પસાર થઈ રહ્ય હતાં. તેમને ડંખ મારવા માટે સાપ બહાર નીકળ્યો અને તેની ફેણ બહાર કાઢી પણ સંતની

શક્તિઓ સમક્ષ તે લાચાર બની ગયો. સંતે તેને કહ્યું કે, : "આજ પછીથી કોઈનેય ડંખ ના મારીશ. સ્વભાવ બદલ અને શાંત બની જા." તેણે સંતને વચન આપ્યું. તે દિવસથી તેણે તેનો નીચ સ્વભાવ ત્યજી દીધો.

હવે તે શાંત બનીને નિર્ભિકપણે બહાર નીકળવા લાગ્યો.તે ચુપચાપ બેસી રહેતો હતો. કોઈનેય રંજાડતો નહોતો. તેના સ્વભાવમાં પરિવર્તન આવ્યું હોવાની ખબર લોકોને પડી ગઈ અને તેથી તેઓ તેને ચીડવવા લાગ્યા, પથરા મારવા લાગ્યા. આમ છતાં સંતને આપેલાં વચનને તે વળગી રહ્યો અને ધીરજ રાખીને બેસી રહ્યો. એકવાર ફરીથી એ જ સંત તે માર્ગેથી પસાર થઈ રહ્યા હતા ત્યારે તેમણે દરની બહાર

પેલા સાપને લોહીલુહાણ હાલતમાં પડેલો જોયો. સંતે તેની આવુ થવા પાછળનુ કારણ પૂછ્યું. સાંપે સઘળી હકિકત વર્ણવી. સંતે જવાબ આપ્યો કે, "હે નાગદેવતા, મેં લોકને ડંખ મારવાથી મનાઈ ફરમાવી હતી પણ ફૂંફાડો મારવા માટે નહીં. ડંખ ના મારવો પણ ફૂંફાડો તો કરવો જોઈએ.

રામ તેમની માતા કૈકેયીને કહે છે :

સુનુ જનની સોઈ સુત બડભાગી । જો પિતુ માતુ બચન અનુરાગી ॥
તનય માતુ પિતુ તોષનિહારા । દુર્લભ જનનિ સકલ સંસારા ॥

(અયોધ્યાકાંડ)

(હે માતા ! જે પોતાના માતા પિતાના વચનનું પાલન કરી શકે છે એવાં જ પુત્રો ભાગ્યશાળી છે. હે જનની! માતાપિતાની આજ્ઞાનું પાલન કરનારા પુત્રો સારા વિશ્વમાં ગણ્યાગાંઠ્યા હશે.)

પિતા અને રાજા દશરથની અનુમતિ માગતી વખતે રામ તેમને કહે છે કે, :

ધન્ય જનમ જગતલીલ તાસૂ। પિતહિં પ્રમોદુ ચરિત સૂનિ જાસૂ ॥
ચારી પરદારથ કર તલ તાકેં । પ્રિય પિતુ માતુ પ્રાણ સમ જાકે ॥

(અયોધ્યાકાંડ)

(પુત્રના કર્મોની ગાથા સાંભળીને પિતાને આનંદ થાય એવા વ્યક્તિનો જન્મ ધન્ય છે. જેમને તેમનો માતા પિતા પોતાના પ્રાણની માફક વ્હાલાં છે તેમની મુઠ્ઠીમાં હોય છે એટલે કે ધ્રમ, અર્થ, કામ અને મોક્ષ તેને આપોઆપ મળી જાય છે.)

લક્ષ્મણ જ્યારે તેમની સાથે વનમાં જવાની જિદ પકડે છે ત્યારે રામ તેને કહે છે કે :

માતુ પિતુ ગુરુ સ્વામી સિખ સિર ધરી કરહીં સુભાયૅં ।
લહેઉ લાભુ તિન્હ જનમ કર નતરુ જનમુ જગ જાયૅં ॥

(અયોધ્યાકાંડ)

(જેઓ તેમના માતા પિતા ગુરુ અને સ્વામીની શિક્ષાને શિરોમાન્ય ગણીને તેનુ પાલન કર્યું છે તેમને જ જન્મ લેવાનો લાભ મળે છે અન્યથા આ જગતમાં જન્મ લેવાનું જ નિરર્થક છે.)

રામ વનમાં અયોધ્યાના મંત્રી સુમંત્રીજીને ધર્મનો મર્મ સમજાવતાં કહે છે કે, :

શિબિ દધિચી હરિચંદ નરેશા । સહે ધરમ હિત કોટિ કલેસા ॥
રંતી દેવ બલિ ભૂપ સુજાના । ધરમો ધરેઉ સહિ સંકટ નાના ॥
ધરમુ ન દૂસર સત્ય સમાના । આગમ નિગમ પુરાન બખાના ॥

(અયોધ્યાકાંડ)

(શિબિ, દધિચી અને રાજા હરિશચંદ્રે ધર્મને ખાતર અનેક કષ્ટો વેઠ્યા હતાં. બુદ્ધિમાન રાજદા રંતી દેવ અને બલિએ પણ અને સંકટો છતાંય ધર્મથી વિમુખ થયા નહોતા અટલે કે તેમણે ધર્મ છોડ્યો નહોતો.)

(વેદ શાસ્ત્રોમાં અને પુરાણોમાં કહેવાયું છે કે સત્ય સમાન એકેય ધર્મ નથી.)

મહાવીર સ્વામી પણ સત્યને જ પરમ ધર્મ માનનારા હતાં. તેમણે તેમના મિત્રોને સત્યને તેના પ્રત્યેક પાસાથી ચકાસી જોવાની સલાહ આપી હતી કેમ કે અર્ધ સત્ય ખતરનાક નીવડે છે.

જૈનોના તીર્થંકર ભગવાન મહાવીરના જીવનનો એક પ્રસંગ છે. તેઓ જ્યારે વૈશાલીની પાટવી કુંવર હતાં તે સમયે તેમના કેટલાક મિત્રો તેમને મળવા આવ્યા. વર્ધમાન (મહાવીર) તો તેમને મળ્યા નહીં પણ તેમનો ભેટો માતા ત્રિશલા સાથે થઈ ગયો. વર્ધમાન ક્યાં છે એવી પૃચ્છા તેમણે કરી એટલા રાણી ત્રિશલાએ ઉપરના માળ તરફ ઈશારો કર્યો. વર્ધમાનનો મહેલા સાત માળનો હતો અને તેમનાં મિત્રો ઝડપભેર સાતમે માળે ચડી ગયા.

અહીં પણ વર્ધમાન તો ના મળ્યો પણ તેના પિતા સિદ્ધાર્થની સાથે તેમની મુલાકાત થઈ ગઈ અને તેમને પણ વર્ધમાન છે ક્યાં એમ મિત્રોએ પૂછી લીધું. "વર્ધમાન તો નીચે છે" રાજાએ જવાબ આપ્યો.

રાજા અને રાણીના અલગ અલગ જવાબ સાંભળીને તેમને આશ્ચર્ય થયું પણ

તેઓ કંઈ બોલ્યા નહી. છેવચે ચોથે માળે તેમને વર્ધમાન મળ્યો. દોસ્ત મળી ગયા પછી બનેલી ઘટના પાછળનું કારણ તેમણે વર્ધમાન પાસેથી જાણવા માગ્યુ.

મહેલની એક અટારી અપર થોડે દૂર એક કાગડો બેઠો હતો. વર્ધમાને પ્રતિપ્રશ્ન ઉઠવાતા પૂછ્યું કે કાગડાનો રંગ કેવો છે ?

સહુએ એક જ અવાજે કહ્યું કે, 'કાળો. '

વર્ધમાને જોકે કહ્યું કે, 'તે લાલ અને સફેદ પણ હોય છે.'

'એવુ કેવી રીતે હોય ? વળી' તે બધાએ સવાલ કર્યો.

વર્ધમાને કહ્યું કે તેના હાડકાં સફેદ છે એટલે તેનો રંગ ધોળો છે અને તેનું રક્ત લાલ છે એટલે તે લાલ રંગનો પણ છે.

તે પછી વર્ધમાન કહ્યું કે માતા મહેલના સૌથી નીચેના માળે હતી એટલે તેણે કહ્યુ હશે કે વર્ધમાન સાતમે માળે છે અને પિતાજી સૌથી ઉપલા માળે હતા એટલે તેમણે તમને કહ્યું હશેકે હું નીચે છું. તે બંને તેમની મેળે સાચા હતા. થોડવાર અટક્યા પછી તેમણે ફરીથી કહ્યું કે વાસ્તવામાં દરેક વસ્તુના વિવિધ પાસા હોય છે. જે વ્યક્તિ સત્યને પામવા માટે પ્રત્યેક પાસાને ચકાસે છે તે જ સત્યને પામી શકે છે. સત્ય જ પરમધર્મ છે. મિત્રવૃંદને તેમના કોયડાનો ઉકલે મળી ગયો.

વાલ્મિકીની આશ્રમમાં વાર્તાલાપ કરતી વખતે રામ તેમના રહેવાના સ્થળ અંગે પૂછે છે. તે કહે છે :

મુનિ તાપસ જિન્હ તેં દુખુ લહહી। તે નરેશ દીનુ પાવક દહહી ॥
મંગલ મૂલ બિપ્ર પરિતોષુ । દહઈ કોટિ કુલ ભૂસૂર રોષુ ॥

(અયોધ્યાકાંડ)

(જે ઋષિમુનિયો અને તપસ્વીઓ દુઃખી થાય છે એવા રાજાઓ અગ્નિ વિના જ તેમના દુષ્ટ કર્મોથી બળીને ભસ્મ થઈ જાય છે. બ્રાહ્મણોનો સંતોષ સર્વ મંગલકાર્યોનો આધાર છે અને તેમને ક્રોધ કોરડો કુળોનો નાશ કરી નાંખે છે.)

ચિત્રકૂટમાં રામ તેમના ભાઈ ભરતને કહે છે કે પ્રાણની ગતિ તો ઈશ્વરને આધીને છે એટલે કે તેને હસ્તક જીવન છે. પ્રેમ અને દુશ્મની કદીય છુપાવો તો પણ છુપાવી શકાતી નથી.

રહીમદાસે એક જગા લખ્યું છે કે,

ખૈર, ખૂન, ખાંસી, ખુશી. બૈર, પ્રીતિ, મધુ, પાન ।

રહીમન દાબે ના દબે જાનૈ સકલ જહાન ॥

ત્રણ દિવસ પછી જળસમુદ્ર રામની વિનંતિને માન્ય નથી રાખતો ત્યારે રામ ગુસ્સે થાય છે અને કહે છે કે ભય વિના કદી પ્રેમ થતો નથી. બીજા શબ્દોમાં કહીએ તો ભય વિનાની પ્રીત નકામી છે.

ભય બિનુ હોઈ ન પ્રીતિ ॥

(સુંદરકાંડ)

નીતિપૂર્ણ જીવન જીવવું એ પુણ્ય છે. અનીતિને અપનાવવી એ પાપ છે. નીતીવાન વ્યક્તિના જીવનમાં ઉપાધિઓ તો ઘણી જ આવે છે. જો તે ધૈર્યતા અને હિંમત રાખીને તેનો સામનો કરે છો તે છેવટે તો સફળતાને તેને વરે છે. રામના વ્યક્તિત્વમાં આપણને પ્રત્યેક ભાગમાં નીતિનાં દર્શન થાય છે. તેમના જીવનમાં અનેક કષ્ટ આવે છે પણ તેઓ એક વીરપુરુષની માફક બધી જ મુશ્કેલીઓનો સામનો કરે છે. અવરોધઓથી તેઓ ગભરાતા નથી અને ધીરજદ ગુમાવતા નથી. દરેક મુશ્કેલી પછી તેઓ વધારે સંકલ્પબદ્ધ અને મક્કમ બને છે. રામ નીતિમત્તાનું પ્રતીક છે તો રાવણ અનીતિનું અને એવા લોકોનો અંત કેવો આવે છે તેને દાખલો છે. આપણે પણ રામની માફક નીતિમત્તાપૂર્વક જીવન જીવવું જોઈએ.

અધ્યાય ૨૯

રામ : જ્ઞાનનો ભંડાર

રામ એક જ્ઞાની પુરુષ છે. સમયાંતરે તેઓ લોકોને જ્ઞાન પીરસે છે. વાનરરાજ સુગ્રીવ, નારદ લક્ષ્મણ અને ભરત તથા તેમની પ્રાજ આવો ઉપદેશ મેળવનારા પ્રમુખ લોકો છે. શ્રીરામ સુગ્રીવને મિત્રધર્મ બતાવે છે, નારદજીને ક્રોધ, કામ અને લોભથી બચવાની સલાહ આપે છે, લક્ષ્મણને જ્ઞાન, ભક્તિ, વૈરાગ્ય અને માયા વિષે સમજાવે છે, ભરતને સંત અને અસંત વચ્ચેનો ભેદ સમજાવે છે અને તેમની પ્રજાને દુર્લભ માનવજીવન મળ્યા પછી વિષયસુખોથી દૂર રહેવાની સલાહ આપે છે. સહુને જીવન સુધારવાની પ્રેરણા તેઓ આપે છે. નારદજીને રામ કહે છેઃ

કામ ક્રોધ લોભાદિ મદ પ્રબલ મોહ કૈ ધારિ ।
તિન્હ મહઁ અતિ દારુન દુખદ માયારુપી નારિ ॥

(કામક્રોધ લોભ મદ અને મોહ વગેરે અજ્ઞાનતાની મોટી સેના છે. તેમાંય માયની સાક્ષાત મૂર્તિ સ્ત્રી તો અત્યંત દારુણ દુઃખ આપનારી છે.)

કામ, ક્રોધ, લોભ જેવા વિકારો મનુષ્યને અંધકારની ગર્તામાં ધકેલે છે. જીવનભર તેમાંથી તેઓ બહાર નથી આવી શકતા. ઈશ્વરનાં દર્શન કરવા માગતા એક માનવીને સંતે સહુ પહેલાં આવા વિકારો છોડવાની સલાહ આપી હતી. તેમનું કહેવું હતું કે આવા વિકારોનો ત્યાગ કરવામાં આવે તો જ ઈશ્વરના દર્શન સંભવ છે.

એક માણસ હતો.તેને ભગવાન ઉપર ખૂબ ભરોસો હતો. એક દિવસ તેને ભગવાનનાં દર્શા કરવાની તીવ્ર ઈચ્છા થઈ અને સંત પાસે જઈને તેણે કહ્યું કે તમે તો સમર્થ છો. મને પ્રભુના દર્શન કરાવો. સંતે તેને બીજા દિવસે આવવાનું કહ્યું. બીજા દિવસે નક્કી કરેલાં સમય તે માણસ તો સંતની પાસે પહોંચી ગયો. સંત પહેલેથી જ તૈયાર બેઠા હતાં. તેમણે તેને પત્થરોની પાંચ-પાંચ જોડી આપી. આ લઈને તારે સામે દેખાય છે તે પહાડની ટોચે પહોંચવાનું છે. તે માણસે પત્થરોને ગાંસડીમાં બાધી દીધા અને પર્વતની ટોચ તરફ ચાલી નીકળ્યો. થોડું ચાલ્યા પછી તે થાકી ગયો.

તેની હાલત જોઈને સંતે સાંગડીમાંથી એક પત્થર ઓછો કરાવ્યો. હવે બોજ હલકો થઈ ગયો હતો તેમ છતાં થોડું અંતર કાપ્યા પછી તે માણસ ફરીથી હાંફવા લાગ્યો હતો. કેમ કે ચડાણ સીધું હતુ તેથી સંતે વધુ એક પત્થર ઓછો કરાવ્યો. આમ તેની શારિરીક સ્થિતિ જોઈને તેમણે એક પછી એક પત્થર કઢાવી નાંખ્યા.

તે હવે બિલકુલ હળવોફુલ થઈ ગયો હતો અને ધીમે ધીમે તે પહાડની ટોચે પહોંચ્યો હતો અને બોલ્યા કે સંત હવે તો મને ઈશ્વરના દર્શન કરાવો. સંતે કહ્યું કે ભલા માણસ પાંચ પાંચ પત્થરે તારી હાલત ખરાબ કરી નાંખી અને શ્વાસ ચડી ગયો છે. તેને લઈને તું પહાડ ઉપર નથી ચડી શક્યો.

કામ, ક્રોધ, મદ, મોહ અને લોભ જેવાં વિકારોનો ભારેભરખમ બોજ લઈને આવ્યા પછી પણ તું પ્રભુના દર્શન કરવા માગે છે? તે પછી તેમણે કહ્યું કે જે રીતે તેં એક પછી એક પત્થરને તારી ગાંસડીમાંથી કાઢી ફેંકાયા હતા એ જ રીતે જો તું આવા વિકારોને કાઢી નાંખીશ તો અવશ્ય એક દિવસ ઈશ્વરને જોઈ શકીશ.

તે કહે છે કે, બુદ્ધિ, બળ, શીલ સત્ય, ધર્મ, જપ, તપ, નિયમનો નાશ સ્ત્રી કરે છે અને મમતા તેમ જ પાપને વધારે છે. યુવાન સ્ત્રીઓ અંગે રામનું માનવું છે કે,

અવગુણ મુલ સૂલપ્રદ પ્રમદા સબ દુખ ખાનિ ।

(યુવાન સ્ત્રી અવગુણોની જડ અને પીડાઓની ખાણ છે.)

ઋષિમુનિયોએ કહ્યું છે કે સ્ત્રીઓમાં હંમેશા આઠ દુર્ગુણ મોજૂદ હોય છે. તે અવગુણની ખાણ છે.પોતાના કલ્યાણનું વિચારતા હોય એવા લોકોએ કાયમ માટે સ્ત્રીઓથી દૂર રહેવું જોઈએ.

એક વખત ખેતર પાસેથી પસાર થઈ રહેલાં સુંદર યુવકને જોઈને મોહી પડેલી ખેતરની માલિકણે તેને થોડો આરામ કરીને સફર ચાલુ કરવાની વિનંતિ કરી પરંતુ,

તેની વાસનાને રાહદારી યુવક પારખી ગયો અને તેણે ઉતાવળે જવાનું હોવાનું બહાનું કાઢ્યું. આથી તે સ્ત્રીએ તેને તેની વાતમાની રોકાઈ જવા માટે જબરજસ્તી કરી અને કહ્યું કે જો તે તેની વાત નહીં માને તો તેની (યુવક) આવી બનશે.

યુવક હિંમત દાખવી અને તે સ્ત્રીને તેના કામ ઉપર ધ્યાન રાખવાની સલાહ આપી. આથી ઉશ્કેરાયેવી તે મહિલાએ ઓચિંતા જ બૂમો મારવાનું ચાલુ કર્યું અને પોતાને બચાવવા માટે બીજા લોકોને બોલાવવા લાગી. આ સાંભળીને યુવકના હોશકોશ ઉડી ગયાં અને તેણે સ્ત્રીની માફી માગી લીધી. પેલી સ્ત્રીએ કહ્યું કે જોયું ને સ્ત્રી ચરિત્ર, હવે તું કેવો માફી માગવા માંડ્યો છે. હવે ચરિત્રનું બીજુ રૂપ પણ જોતો જા.

તેના પોકારને પગલે બાજુના ખેતરોમાંથી તેનો પતિ અને તેના ત્રણ પુત્રો દોડી આવ્યા અને પૂછ્યું કે શું થયું છે? સ્ત્રીએ કહ્યું કે હું તો લગભગ મરી જ ગઈ હોત. કાળોતરો નાગ અહીં આવ્યો હતો અને જો આ ભાઈ આવ્યા ના હોત તો તે મને ડંખી ગયો હોત. તેણે મારો જીવ બચાવ્યો છે. આથી તે યુવકનો આભાર સહુ કોઈ માને છે અને તેમના ઘેર લઈ જઈને તેની સ્વાગતા કરે છે.

નારદજીને સંતોના ગુણ બતાવતાં રામ કહે છે કે :

ષટ વિકાર જિત અનઘ અકામા। અચલ અકિંચન સુચિ સુખ ધામા।।

અમિત બોધ અનીહ મિતભોગી। સત્યસાર કબિ કોબિદ જોગી।।

(કામ, ક્રોધ, મદ, મોહ, લોભ અને મત્સર એવાં છ વિકારોને તેમણે વશ કર્યાં હોય છે. તેઓ કામનારહિત, નિઃસ્વાર્થ, સ્થિર બુદ્ધિ, ત્યાગી, પવિત્ર, જ્ઞાની અને અલ્પાહારી હોય છે.)

સાવધાન માનદ મદહીના। ધીર ધરમગતિ પરમ પ્રબિના ॥

(સાવધાન, બીજાઓને માન આપનારા, નિરાભિમાની, ધૈર્યવાન, ધર્મના જ્ઞાની અને આચરણમાં નિપૂણ હોય છે.)

સંતોનો મહિમા અનોખો હોય છે. તેઓ ધર્મચક્રવર્તી હોય છે. અહિંસા, ઉપશય, નિર્વિકલ્પ, સમાધિ, અનાસક્તિ, વિવેક, સત્ય જેવા ધર્મના અંગોને ધારણ કરનારા મહાવીર સ્વામીએ આવા જ ગુણોને કારણે તેમની પાછળ ધર્મચક્ર ફરતુ હતું.

મહાવીર સ્વામી શાંતિ અને મોક્ષની તલાશમાં રાજમહેલ અને સુખવૈભવનો ત્યાગ કરી ચૂકયા હતા. તેમની પાસે એકમાત્ર શરીર સિવાય બીજુ કશું જ નહોતું. સાધના વડે તેઓ પોષણ પ્રાપ્ત કરતા હતાં. તેમનામાં અદ્વિતિય ચેતના શક્તિ હતી,

જેનાથી તેમને અસીમ આનંદ મળતો હતો. કોઈ એક સ્થળે નિષ્ક્રિય બનીને પડ્યા રહેવાનું તેમને સ્વીકાર્ય નહોતું. રાત્રિના સમયે તેઓ ધ્યાનમાં મગ્ન બની જતાં હતાં.

તે જમાનામાં પુષ્ય નામનો એક પ્રકાંડ જ્યોતિષ હતો. તેની વિદ્યા અચૂક હતી. એક વખત જેનું ભવિષ્ય તેણે જોયું હોય તેમાંથી તે કદી પાછી પાની ભરતો નહોતો. તેના શબ્દોને પકડી રાખતો હતો. સંજોગોવશાત એક વખત ગંગાકિનારે તે ભ્રમણ કરતી વખતે દૂર ચાલ્યો ગયો. ત્યાં તેણે તટ ઉપર કોઈ મનુષ્યના પગલાં પડેલાં જોયાં એટલે તેને આશ્ચર્ય થયું કેમ કે તેની ગણતરી મુજબ તો આવા પગલા કોઈ ચક્રવર્તી સમ્રાટના હોવા જોઈએ.

તેણે વિચાર્યું કે આવો સમ્રાટ અહીં એકલો કેમ આવ્યો હશે? આવું શક્ય તો નથી પણ તેનો અનુભવ પણ કાંઈ ખોટું બોલે નહીં. તેણે સત્યને પામવાનો પ્રયાસ કર્યો અને પગલાઓની દિશામાં આગળ વધ્યો. થોડે દૂર ગયા પછી તેણે એક યોગીના ચરણ જોયાં જે ધ્યાનમગ્ન હતાં. તેને પોતાના જ્ઞાન ઉપર આશ્ચર્ય થયું અને સ્વગત બોલ્યો કે આ કોઈ સાધારણ માનવી જ લાગે છે પણ તેના ચરણો ચક્રવર્તી હોવાની સાક્ષી આપે છે. તો પછી સાચું શું છે? તેના મનમાં વિચારો ચાલી રહ્યા એ જ સમયે મહાવીર સ્વામીનું ધ્યાન ભંગ થયું.

પુષ્યે તેમને પૂછ્યું કે સ્વામી તમે એકલા આવા નિર્જન સ્થાને શું કરી રહ્યાં છો? મહાવીરે કહ્યું કે સંસારમાં દરેક જીવ એકલો જ આવે છે અને એકલો જ જાય છે. તેનો સાથ કોઈ નિભાવતુ નથી. પુષ્યે કહ્યુ કે મારો સવાલ તો વ્યવહારિકતાને લગતો હતો ત્યારે આપનો ઉત્તર તો જ્ઞાનીઓ સંબંધિત છે. સ્વામીજીએ કહ્યું કે શું હું તને એકલો લાગું છું? મારો તો સમગ્ર પરિવાર મારી સાથે જ છે. પુષ્યને ઘણું જ આશ્ચર્ય થયું કેમ કે તેને ફકત સ્વામીજી જ દેખાતા હતાં. તેની દ્વિધાને માપીને સ્વામીએ કહ્યું કે, હે ભદ્ર, અપયશના રૂપમા મારી મા, નિર્વિકલ્પ સમાધિના રૂપમાં પિતા, બ્રહ્મચર્યના રૂપમાં ભાઈ, અનાસક્તિ બહેન, શાંતિ પત્નિ, વિવેક અને ક્ષમા પુત્ર-પુત્રી તેમ જ સત્ય જ મારા મિત્ર છે. આમ છતાં હું તમને એકલો લાગુ છું ? પુષ્યને જોકે તેમના આવા જવાબથી સંતોષ થતો નથી. મહાવીર તેને માટે એક વણઉકલ્યો કોયડો બની રહ્યા. પુષ્ય બોલ્યો કે મારી જ્યોતિષ વિદ્યા મુજબ આપ એક ચક્રવર્તી છો પણ જોવામાં તો તમે એક સાધારણ મનુષ્ય જણાવ છો. મારી વિદ્યા હજુ સુધી ખોટી પડી નથી. મારી દ્વિધાનો અંત લાવો. મારે માટે તો આજે જીવન મરણનો સવાલ પેદા થઈ ગયો છે.

સ્વામીએ કહ્યું કે તારી દૃષ્ટિએ ચક્રવર્તી કોણ હોય છે ?

"જેની આગળપાછળ ચક્ર ચાલે છે"

"તેના સિવાય બીજું"

"ચક્રવર્તીની વિશાળ સેના હોય છે જે તેમને છત્ર અને રત્ન એમ સાંગોપાંગ રક્ષણ પુરું પાડે છે. "

"હજુ કોઈ વધારે તથ્ય?"

"ધર્મરત્ન ધારણ કર્યું હોવાને કારણે તેના દ્વારા સવારે વાવવામાં આવેલું બીજ સાંજ સુધીમાં પાકી જાય છે."

તે પછી મહાવીર સ્વામીએ તેના કોયડાનો ઉકેલા આપતા કહ્યું કે મારૂ આચરણ ધર્મરત્ન છે. તે પૃથ્વી ઉપર સમગ્ર માનવજાતને રક્ષણ આપે છે. મારી શુદ્ધ ભાવના જ છત્રરત્ન છે, જેમા કોઈપણ ક્ષણે બીજ વાવો એટલે તરત જ તે પાકી જાય છે. આ પ્રકારે ધર્મચક્ર હરેક ઘડીએ મારી આગળ અને પાછળ ફરે છે.

પુષ્યને તેનો જવાબ મળી ગયો હતો. ભગવાન મહાવીરે વધુમાં કહ્યું હતું કે, "હવે તું જ્યોતિષ ગણતરી કરીને બતાવ કે હું ચક્રવર્તી છું કે નહીં? શું તમારા જ્યોતિષશાસ્ત્રમાં પણ ધર્મ-ચક્રવર્તી નામનો કોઈ શબ્દ છે ખરો?"

પુષ્યે સ્વામી પ્રણામ કર્યા અને પોતાના ઘરે પરત ફર્યો.

ભગવાન બુદ્ધે પણ ખુદને વશ કરનારા સંતોની મહત્તા એક અભિમાની છોકરાને બતાવી હતી. સાચા સંતો નિંદા અને પ્રશંસા વગેરથી દૂર રહીને હમેશા નિજાનંદમાં રહે છે. ઈન્દ્રિયો ઉપર તેમનું નિયંત્રણ હોય છે.

એક સ્થળેથી પસાર થઈ રહેલા ભગવાન બુદ્ધની નજર યુવક ઉપર પડી. તે ઘણીબધી વિદ્યાઓ જાણતો હતો અને તેથી તેને બહુ જ અભિમાન હતુ. તે તીર, હોડી અને ઘર બનાવવામાં પારંગત હતો. પોતાને તે સર્વગુણસંપન્ન કહેતો હતો. ભગવાન બુદ્ધ જ્યારે તેનો અહંકાર અનુભવ્યો ત્યારે તેને પદાર્થપાઠ શીખવવાનું નક્કી કરી લીધું.

થોડા દિવસ પછી તેઓ તેના દરવાજે ભિક્ષા લેવા માટે પહોંચ્યા. તેમની જોઈને પોલો છોકરો બોલ્યો કે તમે કોણ છો? બુદ્ધો કહ્યુ કે "મેં મારા દેહ ઉપર નિયંત્રણ પ્રાપ્ત કરી લીધું છે." યુવકને તેનો ગૂઢાર્થ સમજાયો નહીં અને બોલ્યો કે 'તમે શું કહેવા માગો છો, મને ખ્યાલ નથી આવ્યો અને તમારી વાતને સ્પષ્ટ કરો.'

બુદ્ધે કહ્યું કે, "સંસારમાં તરેહ તરેહની વિદ્યાઓને જાણનારા લોકો મોજૂદ

છે. ઘર બનાવતા આવડે છે તે ઘર બનાવે છે, જેને તીર ચલાવતા આવડે છે તે તીર ચલાવે છે અને હોડી આવડતી હોય છે તે હોડી હંકારે છે. પરંતુ આ સહુમાં સર્વશ્રેષ્ઠ એ છે કે જે પોતાના દેહ ઉપર નિયંત્રણ રાખવાનું જાણે છે." યુવકને તેમની વાતમાં મઝા પડી. તેણે પૂછ્યુ કે જ્ઞાની કેવી રીતે સર્વશ્રેષ્ઠ થયાં ?

બુદ્ધે જવાબ આપ્યો કે, "જો કોઈ તેમની પ્રશંસા કરે તો પણ તેમનુ મન ચંચલ થતુ નથી અને જો કોઈના દ્વારા નિંદા કરવામાં આવે તો તે ઉશ્કેરાઈ નથી જતા. શાંત રહે છે. આવા લોકો સદૈવ નિજાનંદમાં રહે છે. વાસ્તવમાં આવા જ લોકો જ્ઞાની છે. સૌથી મોટી કલા જ પોતાને વશ કરવાની છે."

જપ તપ વ્રત દમ સંજમ નેમા । ગુરુ ગોબિંદ બિપ્ર પદ પ્રેમા ॥
શ્રદ્ધા છમા મયત્રી દાયા । મુદીતા પ્રભુ પદ પ્રીતિ ઉમાયા ॥

(જેઓ જપ, તપ, વ્રત, સંયમ અને નિયમમાં લીન રહે છે અને ગુરુ ગોબિંદ તથા બ્રાહ્મણોને પ્રેમ કરે છે તેમનામાં શ્રદ્ધા, ક્ષમા, મૈત્રી, દયા, પ્રસન્નતા હોય છે અને મિઃસ્વાર્થ પ્રેમ હોય છે.)

બિરતિ બિબેક બિનય બિગ્યાના । બોધ જથારથ બેદ પુરાના ॥
દંભ માન મદ કરહિં ન કાઉં ।ભૂલિ ન દેહિ કુમારગ પાઉ ॥

(બધું જ અરણ્યકાંડમાંથી)

(વૈરાગ્ય, વિવેક, વિજ્ઞાન અર્થાત પરમાત્માના તત્વોનુ જ્ઞાન તેમ જ વેદપુરાણોનું યથાર્થ જ્ઞાન હોય છે. તેઓ દંભ, અભિમાન અને મદ ક્યારેય નથી કરતા અને ભૂલે ચૂકેય કુમાર્ગે ચડતા નથી.)

રામ કહે છે કે તેઓ ભગવાનિની લીલીઓને સાભળે છે, ગાય છે અને સાંભળે છે. વિનાકારણે અન્યોના હિતોમાં તલ્લીન હોય છે. તેમના ગુણોનું વર્ણન તો સરસ્વતી અને વેદો પણ નથી કહી શકતાં.

પંચવટીમાં લક્ષ્મણ રામની પાસેથી જ્ઞાન, વૈરાગ્ય, માયા અને શક્તિ વગેરે વિષે પૂછે છે. રામ તેનું વર્ણ કરતાં કહે છે કે ભગવાનને પ્રાપ્ત કરવાનો માર્ગ અત્યંત જટિલ છે. જ્યારે ઘમંડ હોય છે ત્યારે ભગવાન ત્યાં ટકતા નથી અને અંહકારનો નાશ થાય એટલે તેમના સર્વત્ર દર્શન આપોઆપ થાય છે.

સૌથી મોટી કોઈ ભૂલ જો કોઈ છે તો તે 'હું' પણાની છે, એનાથી વધારે કોઈ ભૂલ હોઈ જ શકે નહી પરમાત્માને પ્રાપ્ત કરવામાં આ જ સૌથી મોટો અવરોધ છે અને જો

આ રૂકાવટને પાર નથી કરી શકાતો તો સત્યના મીર્ગ ઉપર તેમની પ્રગતિ થઈ શકતી નથી.

સૂફી ફકીર વાજીદ એક ગામમા પાસેથી પસાર થઈ રહ્યાં હતો અને તેમનાં મિત્રો પણે એ જ ગામમાં રહેતા હતાં. મિત્રોની મુલાકાત લેવાનો વિચાર તેમને આવ્યો. તે સાથે થકાવટ પણ દૂરથશે અને થોડો ઘણો આરામ પણ મળી જશે. રાત પણ અડધી વીતી ગઈ હતી એટલે તેમનો વિચાર વધારે મજબૂત બન્યો. એક ઘરમાં દીવો ટમટમતો જોઈને તેમણે દરવાજો ખખડાવ્યો. અંદરથી અવાજ આવ્યો કે કોણ છે. ત્યારે તેમને આશ્ચર્ય થયું કેમ કે, તેમને એવી આશા હતી કે અવાજ સાંભળીને જ ઘરમાલિકને ખબર પડી જશે કે કોણ આવ્યું છે. પરંતુ, જ્યારે તેમણે એવો સાદ આપ્યો કે 'હું છું', ત્યારે અંદરથી કોઈ જ જવાબ મળ્યો નહીં. વારંવાર દરવાજો ખખડવવા છતાંય તેમને કોઈ જ પ્રત્યત્તુર સાંપડ્યો નહીં અને તેમને લાગ્યુ કે આઘર તદ્દન નિર્જન છે અને છેવટે તેમણે મોટા અવાજે કહ્યું કે મિત્ર તું મારા માટે કમાડ કેમ નથી ઉઘાડતો ?અને ચૂપ કેમ થઈ ગયો છે? અંદરથી વળતો અવાજ આવ્યો કે ભાઈ આવો નાસમજ કોણ છે કે જે પોતાને "હું કહે ' છે. કારણ કે "હું " કહેવાનો અધિકાર ફકત પરમાત્માને જ છે.

સૂફી ફકીરને તેમની ભૂલનો અહેસાસ થયો અને તત્ક્ષણ તેમણે આ વાતને પોતાના મનમમાં ઉતારી લીધી. જીવનમાં "હું" એટલે કે મારાથી વધારે કોઈ જ હોઈ જ ના શકે એવુ વિચારે છે અને છેવટે તો તેમને માટે ચિત્રગુપ્તના ચોપડે ખંભાતિયા તાળા જ લટકતાં હોય છે. જે સમયે હુંપણાનો ભાવ મનમાંથી મટી ત્યારે પ્રભુ દર્શન થઈ જાય છે.

આ સઘળી માયા "મારુ" અને "તારુ"માંથ જ પેદા થઈ છે. હું પણાની ક્ષુદ્રતા વિલીન થઈ છે અને પરમાત્માની મહાનતા જ સહુ કોઈની સંપત્તિ બની ગઈ છે. હું પણાની ભૂલને જેઓ સુધારી શકે છે તે લોકો જીવનનાં સત્યને પામી જાય છે.

ગો ગોચર જહઁ લગી મન જાઈ । સો સબ માયા જાનેહુ ભાઈ ॥

તેંહિ કર ભેદ સુનહુ તુમ્હ સોઉ વિદ્યા અપર અવિદ્યા દોઉં ॥

(ઈન્દ્રિયોના વિા અને જ્યાં સુધી મન જઈ શકે છે ત્યાં સુધી તેની માયાજાળને જાણવાની વચ્ચે રહેલી વિદ્યાના ભેદને પણ તમે સમજો.)

એક દુષ્ટ અતિશય દુખ રૂપા । જા બસ જીવ પરા ભવકૂપા ॥

એક રચઈ જગ ગુન બસ જાકે । પ્રભુ પ્રેરિત નહિં નિજ બલ તાકેં ॥

(એક અવિદ્યા દોષયુક્ત છે ત્યારે બીજી અત્યંત દુ:ખરૂપ છે. જેના બંધનથી જ જીવ સંસારમાં પડ્યો છે. જેની પાસે ગુણ છે અને જગતની રચના કરે છે તે ભગવાનથી પ્રેરિત હોય છે તેનાથી વધુ કોઈ બીજી વિદ્યા હોતી નથી.)

ગ્યાન માન જહઉં એકઉ નાહિં ।દેખ બ્રહ્મ સમાન સબ માહી ॥

કહિઅ તાતા સો પરમ બિરાગી । તૃન સમ સિદ્ધિ તીનિ ગુન ત્યાગી ॥

(જ્ઞાન એ છે કે, જેનાથી માન હાનિ કે કોઈ દોષ નથી અને સહુને સમાનરૂપે જુએ છે. આવા લોકોને જ સાચા વૈરાગી કહી શકાય. આવા જ લોકો નિસ્પૃહ બને છે અને હોય છે.)

માયા ઈસ ન આપું કહું જાન કહીઅ સો જીવ ।

બંધ મોચ્છપ્રદ સરબ પરમાયા પ્રેરક શિબ ॥

(માયા અને ખુદના સ્પરૂપને જેઓ જાણતા નથી તેમને જીવ કહેવો જોઈએ. કર્માનુસાર જે બંધન અને મોક્ષ આપે છે તે જ સૌથી અલગ અને માયાનો પ્રેરક છે અને એ જ ઈશ્વર છે.)

ધર્મ તે બિરતિ જોગ તૈં જ્ઞાના । ગ્યાન મોચ્છપ્રદ બેદ બખાના ॥

ધર્મના આચરણથી વૈરાગ્ય અને યોગથી વિજ્ઞાન પ્રાપ્ત થાય છે તેમ જ જ્ઞાન મોક્ષ અપાવે છો એવું વર્ણન વેદોમા કરાયુ છે.:

સો સુતંત્ર અવલંબ ન આના । તેહિ આધીન જ્ઞાન બિજ્ઞાના ॥

ભગતિ તાત અનુપમ સુખમૂલા । મિલઈ જો સંત હોઈ અનુકૂલા ॥

..(ભક્તિ નિરપેક્ષ છે જેને જ્ઞાનવિજ્ઞાન કે બીજા કોઈ સાધનનો સથવારો નથી. જ્ઞાન અને વિજ્ઞાન તો તેને આધીન છે. હે તાત, ભક્તિ, અનુપમ તથછા સુખનુ મૂળ છે અને એ ત્યારેજ મળે છે કે જ્યારે સંતો પ્રસન્ન થાય છે.)

ભક્તિના સાધન બતાવતા શ્રીરામ કહે છે :

પ્રથમહિ બિપ્ર ચરણ અતિ પ્રીતિ। નિજ નિજ કર્મ નિરત શ્રુતિ રીતિ ॥

(સૌ પહેલાં તો બ્રાહ્મણોનાં ચરણમાં અધિક પ્રેમ હોય અને વેદની રીતિ અનુસાર જેઓ તેમના વર્ણ મુજબના કાર્યોમા પ્રવૃત રહે.)

સંત ચરણ પંકજ અતિ પ્રેમા। મન ક્રમ બચન ભજન દ્રઢ નેમા ॥

(સંતોના ચરણ કમળમાં જેમને અધિક પ્રેમ હોય, મન, કર્મ અને વચનથી ભજનનો પાકો નિયમ હોય. ભગવાનને જ જેઓ માતાપિતા, ગુરુ, ભાઈ, પતિ અને દેવતા એમ સહુ ભાવથી જાણે અને તેમની સેવામાં નિશ્ચલ રહે, એવાં જ લોકો ખરા

માણસ છે. ભગવાનના ગુણગાન ગાવામાં જેમના જેમનો દેહ રોમાંચિત થઈ જાય, વાણી ગદગદ્દુત થઈ જાય, આંખો ભીની થઈ જાય, કામ, મદ, દંભ વગેરે જેમનામાં ના હોય એવાં લોકો ઉપર પ્રભુ હંમેશા પ્રસન્ન રહે છે. જેઓ મન, વચન, કર્મથી ભગવાન તરફની ગતિ પ્રાપ્ત કરે છે અને નિષ્કામ ભાવે ઈશ્વરની ભક્તિ કરે છે તેમના હૃદયમાં ભગવાનનો વાસ કાયમ રહે છે.)શૌનક વગેરે જેવા ઋષિમુનિઓને મળ્યા પછી ભગવાન રામ આ પ્રમાણેનું નિવેદન કરે છે :

સંત સંગ અપબર્ગ કર કામી ભવ કર પંથ ॥
કહહિં સંત કબિ કોબિદ શ્રુતિ પુરાન સદગ્રંથ ॥

(સંતનો સંગ મોક્ષ એટેલે કે ભવબંધનમાથી છૂટવાનો અને કામીનો સંગ ભવબંધન, જન્મ-મૃત્યુમાં ફરીથી પડવાનો માર્ગ છે. સંત, કવિ અને પંડિત તથા વેદપુરાણો વગેરે આમ જ કહે છે. સદગ્રંથમા પણ આવું જ લખાયું છે.)

બડે ભાગ પાઈબ સતસંગા । બિનહિ પ્રયાસ હોહિં ભવ ભંગા ॥

(ભાગ્યશાળીને જ સત્સંગની પ્રાપ્તિ થાય છે અને તેનાથી જન્મ-મૃત્યુના ચક્કરમાંથી છૂટકારો મળે છે. વધારે પરિશ્રમ પણ કરવો પડતો નથી.)

સંત અસંતન્હિ કૈ અસિ કરની । જિમિ કુઠાર ચંદન આચરની ॥
કાટઈ પરસુ મલય સુનુ ભાઈ઼ી નિજ ગુન દેઈ સુંગધ બસાઈ ॥

(કુહાડી અને ચંદનના લાકડા વચ્ચે જેવાં આચરણ હોય છે એવાં સંત અને અસંતોના કર્મો હોય છે. કુડી વડે ચંદનને કાપવામાં આવામાં આવે છે પણ ચંદન તેના ગુણોથી સુગધ વડે કુહાડીને સુગંધિત કરે છે.)

તાતે સુર સિસન્હ ચઢત જગ બલ્લભ શ્રીખંડા
અનલ ઢાહિ પીટત ધનહિ પરસુ બદન યહ દંડ ॥

(આવા ગુણોને કારણે જ ચંદનને ભગવાન ઉપર અર્પિત કરવામાં આવે છે અને સંસારમાં તે પ્રિય છે. બીજી બાજુ કુહાડીને બનાવવા માટે તેને આગમાં તપાવ્યા પછી ઘન ઉપર મૂકીને ટીપવામાં આવે છે.)

વિષય અલપંટ સીલ ગુનાકરા પર દુખ દુખ સુખ દેખે પરા
સમ અભૂત રિપુ બિમદ બિરાગી ।લોભા મરષ હરષ ભય ત્યાગી ॥

(સંતો વિષયો અને કામનામાં સરી પડતા નથી અને ચરિત્ર તેમ ગુણોના ભંડાર હોય છે. પારકાના દુઃખે તેઓ દુઃખી અને સુખ જોઈને તેઓ સુખી થાય છે. દરેક સંજોગોમાં તેઓ સમતા રાખે છે અને તેમનો કોઈ શત્રુ હોતો નથી. તેઓ મદરહિત અને

વૈરાગ્યને વરેલાં હોય છે. ક્રોધ, હર્ષ અને ભય વગેરેનો ત્યાગ કરી ચૂક્યા હોય છે.)

એક રાજાએ સાચા સંત કોને કહેવાય તેની સઘળી બિના પ્રસ્તુત કરી હતી. તેને ચાર પુત્ર હતા. તેણે વિચાર્યુ કે હવે તેણે નિવૃત થવુ જોઈએ અને યોગ્ય પુત્રને રાજ સિંહાસન સોંપી દેવુ જોઈએ એટલે તેણે પુત્રોને બોલાવીને તેમની કસોટી કરવા માટે કહ્યું કે તમે લોકો સાચા ધર્માત્માને શોધી લાવો અને જે સર્વોચ્ચ સંતને શોધી લાવશે તે આ ગાદીનો ઉત્તરાધિકારી બનશે. સૌથી મોટો પુત્ર એક શેઠને લઈને આવ્યો અને તે કેટલા દાની પુરુષ છે એવા ગુણગાન રાજ સમક્ષ ગાયા. રાજાએ તે શેઠને પુરુ સન્માન આપ્યુ અને વિદાય કર્યા.

બીજો પુત્ર એક કૃશકાય બ્રાહ્મણને લઈ આવ્યો જેણે સત્યવચની હતો અને ખુલ્લા પગે ચારેય ધામની યાત્ર કરી ચૂક્યો હતો. રાજાએ તેને પણ પેટભરીને જમાડ્યો, દાનદક્ષિણા આપી અને માનભેર વિદાય કર્યો.

ત્રીજો પુત્ર એક સંતને પકડી લાવ્યો અને તેણે કહ્યું કે આ સંત ખૂબ મહાન છે જેઓ સાત દિવસમાં એક જ વાર આહાર કરે છે અને ગરમી કે ઠંડીની ઋતુને જોયા વગર સતત તપશ્ચર્યા કરે છે. તેમનુ પણ સ્વાગત કરીને રાજાએ સંતને વિદાય આપી હતી.

ચોથા પુત્રની સાથે ગમાડિયો આવ્યો હતો. મેલાઘેલા કપડામાં આવેલા તે ગામડિયા વિષે કુમારે કહ્યું કે જ્યારે તેણે એક કૂતરાના ઘાને સાફ કરતાં ગામડિયાને જોયો એટલે તે તેને લઈને આવ્યો છે. હવે તમે (રાજા) નક્કી કરો કે આ ધર્માત્મા છે કે નહી ?

રાજાએ ગમાડિયાને પૂછ્યું, : શું તુ ધર્મકર્મ કરે છે કે નહિં ?

ગામડિયાએ જવાબ આપ્યો કે હું તો અભણ છું અને આવા મોટા ગ્રંથો વિષે મને કોઈ જ્ઞાન નથી. પરંતુ કોઈ બિમાર હોય છે તો તેની સેવા કરું છુ અને માગવાવાળાને અનાજ આપું છુ તેનાથી વધાર કશું હું કરતો નથી.

રાજાએ કહ્યું કે આ ગામડિયો જ સાચો સંત છે કે જે કશું વિચાર્યા વગર જરૂરિયાતમંદોની મદદ કરે છે. આમ, રાજાએ ચોથા રાજકુમારને રાજગાદી સોંપી દીધી.

રામે ભરતને કહ્યું કે તેમનું (સંત) હૃદય કોમળ હોય છે અને સતત ઈશ્વરભક્તિમાં લીન હોય છે. મન, વચન અને કર્મથી તેઓ પ્રભુને જ વરેલા હોય છે. તેમના માન અભિમાનની પરવા નથી હોતી અને નિષ્કામભાવે લોકોની સેવા તેઓ કરે છે.

સીતલતા સરલત મયત્રી । દ્વિજ પદ પ્રીતિ ધરમ જનયત્રી ॥

(સંતોમાં શીતળતા, સરળતા, સહુના પ્રત્યે મિત્રભાવ અને બ્રાહ્મણોના ચરણમાં પ્રીતિ હોય છે, જે ધર્મને પેદા કરનારી હોય છે.)

સમ દમ નિયમ નીતિ ડોલહિં । પરુષ વચન કબહુઁ નહિં બોલહિ ॥

(તેઓ મન અને ઈન્દ્રિયોને વશ કરવામાંથી અને નીતિનિયમોમાંથી કદાપિ વિચલિત થતા નથી.)

નિંદા અને પ્રશંસા બંને આવા સંતોને મન એકસમાન છે. આવા લક્ષણ જેના હૃદયમાં વસે છે તેમને જ સાચા સંત માનજો. ભૂલથી પણ અસંતોની સંગત કરવી નહીં કેમ કે, તે દુઃખદાયક હોય છે.

ખલન્હ હૃદય અતિ તાપ વિસેષી । જરહિં સદા પર સંપત્તિ દેખી ॥
જહઁ કહુઁ નિંદા સુનહિં પરાઈ । હરષહિં મનહુઁ પરિ નિધિ પાઈ ॥

(દુષ્ટોના હૃદયમાં કાયમને માટે સંતાપ રહે છે. પારકી સંપતિને જોઈને તેઓ ઈર્ષ્યાથી બલી જાય છે. પારકાઓની નિંદા અને કૂથલી કરવામાં તેમને આનંદ મળે છે. રસ્તમાં પડેલો કોઈ ખજાનો મળી આવ્યો હોય એટલો આનંદ તેમને નિંદા કરવામાં મળે છે.)

કામ ક્રોધ મદ લોભ પરાયન । નિર્દય કપટી કુટિલ મલાયન ॥
બયરુ અકારન સબ કાહુ સોં ॥ જો કર હિત અનહિત તાહૂ સો ॥

(તેઓ કામ, ક્રોધ, મદ, મોહ અને લોભના ઘરબાર તેઓ હોય છે. નિર્દયતા અને કપટ તેમના સાથી છે. કારણ વગર તેઓ ગમે તેની સાથે વેર બાંધી લે છે. ભલાઈ કરનારા લોકો સાથે પણ તેઓ બુરાઈ કરે છે.)

જ્ઞુઠઈ લેના જ્ઞુઠઈ દેના । જ્ઞુઠઈ ભોજન જ્ઞુઠ ચબેના ॥
બોલહિં મધુર બચન જિમિ મોરા । ખાઈ મહા અહિ હૃદય કઠોરા ॥

(તેમનો વ્યવહાર જૂઠ્ઠાણાના આદાનપ્રદાનનો જ હોય છે. બીજાઓનો હક છીનવી લેવાનુ અને મફતિયું મેળવવામાટે જૂઠ્ઠાણા ચલાવવામાં તેમને કોઈ શરમ હોતી નથી. ડંફાસ મારવામાં તેઓ અચકાતા નથી અને ઘરે બાજરીને રોટલો ખાતા હોય તો પણ કહે છે કે, ફાઈવ સ્ટાર હોટલમાં જ જમવું પડે છે. બહાનાબાજ હોય છે અને મીઠી વાણી બોલીને લોકોને ફસાવે છે. તેમને હૃદય કે લાગણી જેવું કશું હોતું નથી અર્થાત તેઓ નિર્દયી હોય છે.)

નિર્લજ્જ વ્યક્તિઓ જૂઠુ બોલવામા કદીય પાછી પાની ભરતાં નથી. એક

જૂઠને છુપાવવા માટે તેઓ બીજા સો જૂઠ્ઠાણાં બોલે છે. ફકીર અજમલ ખાને એવો જ ઉપદેશ આપ્યો હતો કે બીજાઓનો હક કદી મારવો જોઈએ નહીં.

ખુદાના સાચા ભક્ત ફકીર અજમલ ખાન તેમનો સત્સંગ કરનારાઓને કાયમ એવી શીખ આપતા હતા કે તેમારી જે ભગવાને આપ્યું એ જ તમારુ છે. બીજાનો હક મારશો નહીં. માણસે બીજાનો હક ના છીનવવો જોઈએ. હકિકતમાં આ ખાન સાહેબ ભીખ માગીને પોતાનું પેટ ભરતા હતા.

એક દિવસ કોઈકે તેમને ગાયનું દૂધ આપ્યો તો તેમણે લેવાનો ઈન્કાર કર્યો અને ભિક્ષા આપનારને કહ્યું કે આ દૂધ ઉપર તો ગાયના વાછરડાનો હક છે એટલે હું તેને લઈ શકુ નહીં. આવી જ રીતે બીજા એક વ્યક્તિએ રોટલીની સાથે તેમને ભોજનમાં માંસ પીરસ્યુ. તેમણે કહ્યું કે કોઈના પ્રાણ હરીને મારે પેટ નથી ભરવુ. આવું કરવાનું તો બિલકુલ હર્રમ (પાપ) છે અને આ તો અત્યાચાર છે.

તેઓ કાયમ એમ કહેતા હતાં કે પશુ પક્ષીઓ પ્રત્યે દયાભાવ નહી રાખનારા અને તેમનું શોષ ણ કરનારાઓ કદી સુધી થતા નથી. દયાવાન બનો અને કોઈને પન હક ક્યારેય ના છીનવશો.

પરદ્રોહી પરદારત પરધન પરઅપબાદ ।
તે નર પાઁવર પાપમય દેહ ઘરેં મનુજાદ ॥

(તેઓ અન્યોથી દ્રોહ કરે છે, પરાયી સ્ત્રી, પરાયા ધનસંપત્તિ અને પારકાઓની નિંદા કરવામા જ તેઓ મગ્ન રહે છે. મનુષ્યમાં દેહમાં તેઓ રાક્ષસ છે.)

રામ કહે છે કે તેમને માટે ઓઢવાનું અને પાથરવાનું બધું જ લોભ છે. તેઓ પશુની માફક આહાર અમે મૈથુનકાર્યમાં પ્રવૃત્ત રહે છે. તેઓ કોઈનીય પ્રશંસા સાંભળી શકતા નથી. કોઈને મુશ્કેલીમાં જોઈને તેઓ રાજીનાં રોડ થઈ જાય છે. લંપટતા, કામવાસના અને લોભલાલચને કારણે તેઓ હંમેશાં ક્રોધી સ્વભાવનાં હોય છે.

માતુ પિતા ગુરુ બિપ્ર ન માનહિં । આપુ ગએ અરુ ઘાલહિં આનહિં ॥
કરહિં મોહબસ દ્રોહ પરાવા ॥ સંત સંગ હરિ કથા ન ભાવા ॥

(તેઓ માતા પિતા, ગુરુ અને બ્રાહ્મણ કોઈને ય માનતા નથી. પોતે તો નાશ પામે છે પણ બીજાઓનોય વિનાશ તેઓ કરે છે. મોહમાં જકડાઈને તેઓ બીજાોનો વિશ્વાસઘાત કરે છે. તેમને પ્રભુસ્મરણ કે સંતોનો સાથસંગાથ એમાનું કશું જ ગમતું નથી.)

અવગુન સિંધુ મંદમતકિ કામી। બેદ વિદુષક પરધન સ્વામી।

બિપ્ર દ્રોહ પર દ્રોહ વિસેષા। દંભ કપટ જિયઁ ધરે સુવેષા॥

(તેઓ અવગુણોન સમુદ્ર, મંદ બુદ્ધિ, કામી, વેદોની નિંદા કરનારા અને જબરજસ્તીથી પારકા ધનને લૂંટી લેનારા હોય છે. બીજાઓ સાથે તો વિશ્વાસઘાત તો તેઓ કરે જ છે પણ તેની સાથે બ્રાહ્મણોની સાથે દગો કરવાનું વિશેષ મહત્ત્વ તેમને માટે હોય છે. તેમનાં હૃદયમાં દંભ એ કપટ ભરેલાં હોય છે પરંતુ, ઉપરથી તેઓ સજ્જન અને નિખાલસ હોવાનો ડોળ કરતા હોય છે.)

એસે અધમ મનુજ ખલ કૃજજુગ ત્રેતાઁ નાહીં॥

દ્વાપર કછુક બૃંદ બહુ દોઈહહિં કલિજુગ માહિં॥

(આવા દુષ્ટ મનુષ્યો સતયુગ અને ત્રેતાયુગમાં હોતા નથી, દ્વાપરમાં થોડા હોય છે અને કળિયુગમાં તો તેમનું જ સામ્રાજ્ય હોય છે અથવા તો તેમના જૂથો વહેચાયેલાં હશે.)

પરહિત સરિસ ધરમ નહિં ભાઈ। પરપીડા સમ નહિં અધમાઈ॥

નિર્નય સકલ પુરાન બેદ કર। કહેઉઁ તાત બાનહિં કોબિદ નર॥

(હે ભાઈ! પારકાઓનું ભલુ કરવાથી વધારે મોટો કોઈ ધર્મ નથી અને બીજાઓને દુઃખ આપવા જેવી અધમતા કે નીચતા કોઈ નથી. સમસ્ત પુરાણો અને વેદોનો આ સારસિદ્ધાંત છે.)

નર સરિર ધરિ જે પર પીરા। કરહિં તે સહહિ મહા ભવભીરા॥

કરહિં મોહબસ નર અધ નાના॥ સ્વારથ રત પરલોક નસાના॥

(મનુષ્યનું શરીર ધારણ કરીને જે લોકો બીજાઓને દુઃખ પહોંચાડે છે તેમણે જન્મ-મૃત્યુના મોટા સંકટોનો સામનો કરવો પડે છે. મોહવશ તેઓ પાપ આચરે છે અને પરલોકમાં તેમનાં સ્થાનનો નાશ કરે છે.)

હે ભાઈ! ભગાવન આવા લોકો માટે કાળસ્વરૂપ હોય છે અને તેમના અનિષ્ટ કાર્યો બદલ તેમને ઉચિત ફળ પણ ઈશ્વર આપે છે. અવબત્ત, જેઓ ચતુર છે અને ૮દ્ધા રાખે છે તેઓ સંસારને દુઃખરૂપ માને છે અને સદાય ઈશ્વર સ્મરણ કરે છે.)

છેલ્લે રામ કહે છે કે, :

સુનહુ તાત માયા કૃત ગુન અરુ દોષ અનેક।

ગુન યહ ઉભય ન દેખઅહિં દિખિઅ સો અવિવેક॥

(હે તાત! સાંભળો, માયા વડે રચાયાયેલા અનેક ગુણદોષ છે પણ તેની પાસે

કોઈ વાસ્તવિકત શક્તિ નથી. ગુણ એટલે કે, વિવેક એમાં જ છે કે બંનેમાથી એકેયને જોવા ના જોઈએ. તેની તરફ નજર નાંખવી તે પણ અવિવેક છે.)

એકવાર રામે તેમના કુલગુર વસિષ્ઠ, સમસ્ત બ્રાહ્મણ સમાજ અને નગરવાસીઓને તેમની રાજસભામાં આમંત્રિત કર્યા. આ પ્રસંગે તેઓ સર્વે આગંતુકોને એવો ઉપદેશ આપે છે કે, :

બડે ભાગ માનુષ તન પાવા। સુર દુર્લભ સબ ગ્રંથહિં ગાવા॥
સાધન ધામ મોચ્છ કર દ્વારા। પાઈ ન જોહિં પરલોક સઁવારા॥

(અનેક પુણ્યો કર્યા હોય તેને માનવ શરીર મળે છે. દેવતાઓને માટે પણ માનદેહ દુર્લભ હોવાનું બધાં ગ્રંથોમાં કહેવાયું છે. તે સાધન અને મોક્ષનો માર્ગ છે. પરંતુ કેટલાય એવા છે કે દેહને પ્રાપ્ત કર્યા પછી પોતાના પરલોકના સ્થાનને નિશ્ચિત કર્યું નથી.)

એક વિલાસી રાજાને તેના પ્રધાને સાવધ કરીને ખરા સમયે દેવદુર્લભ માનવદેહનું મહત્ત્વ સમજાવ્યું હતું. આપણે સહુએ માનવ શરીરનું મહત્ત્વ જાણીને તેનો સદુઉપયોગ કરવો જોઈએ.

એર બાદશાહ ખૂબ વિલાસી હતો. શરાબ-શબાબનો શોખીન અને નિર્દયી હતો. માણસનો જન્મ ફકત એશોયઐયાશી માટે જ થયો હોવાનું વાંરવાર તે તેના પ્રધાનને કહતો હતો. તેના મતે ફકત મોજશોખ કરવા જોઈએ કેમ કે, માનવદેહ વારંવાર મળવાનો નથી એવું તે તેને કહી સંભળાવતો હતો.

પ્રધાને વાસ્તવિકતાને સમજાવવાનો ઘણા પ્રયાસ કર્યા પણ બાદશાહો વળીને પાછા એમની ફિલોસોફીને પકડી લેતાં હતાં. બાદશાહની પ્રજા પણ પરેશાન થઈ ગઈ હતી. હવે પ્રાધનને એમ સમજાતુ નહોતું કે આ બિલાડીને ગળે ઘંટ કેવી રીતે બાંધવો?

એકવાર ખુશ થઈને બાદશાહે તેના પ્રધાનને એક કિંમતી શાલ ભેટમાં આપી. દરબારની બહાર નીકળતી વખતે પ્રધાને તે શાલ વડે પોતાનું નાક લૂછ્યું. પ્રધાનના એક ઈર્ષ્યાખોર આ વાત જઈને બાદશાહને કહી દીધી. બાદશાહ ગુસ્સે ભરાયો અને તરત જ પ્રધાનને હજર થવાનો આદેશ બહાર પાડ્યો. પ્રધાનને તેડું આવતાં તે દરબારમાં પહોંચ્યો અને તેની સામે જોઈને દાંત કચકચાવીને બાદશાહે તેને કહ્યું કે, : "તારી આટલી હિંમત કેવી રીતે થઈ કે મેં આપેલી શાલ વડે તે નાક સાફ કર્યું. આ તો મારું ઘોર અપમાન છે. તારે આની સજા ભોગવવી જ પડશે."

પ્રધાન શાંત રહ્યો અને ધીમેથી બોલ્યો, : "બાદશાહ સલામત ! તમે આપેલી

તાલીમ મુજબ જ મેં કામ કર્યું છે.''

''કેવી તાલીમ?'' બાદશાહ ઘુરક્યો.

પ્રધાને જવાબ આપ્યો, : ''અલ્લાહતાલાએ આપને આ કામળાથી પણ વધારે કિંમતી દેહ આપ્યો છે. તમે તમારા શરીરનો જેવો ઉપયોગ કરો છો તે જોઈને મને પણ શાલ વડે નાક લૂછવાની તાલીમ મળી.''

સો પરત્ર દુખુ પાવઈ સિર ધુનિ ધુનિ પછિતાઈ ।
કાલહિ કર્મહિ ઈસ્વરહિ મિથ્યા દોસ લગાઈ ॥

(તેઓ પરલોકમાંય દુઃખી થાય છે, માથુ પછાડી પછાડીને પસ્તાય છે અને પોતાનો દોષ નહીં સમજી શકવાને કારણે કાળ અને કર્મ અને ઈશ્વર ઉપર મિથ્યા દોષારોપણ કરે છ.)

તેઓ કહે છે કે, : ''હે ભાઈ! આ માનદેહ ભોગવિલાસ માટે પ્રાપ્ત થયું નથી. આ સંસારનો ભોગ વિલાસ તો ઠીક છે પણ સ્વર્ગનો ભોગવિલાસ પણ અલ્પજીવી હોય છે અને છેલ્લે તો તે પણ દુઃખદાયક હોય છે. આથી માનવદેહનો દુરપયોગ કરનારા લોકો ફરીથી લખચોર્યાસીનો ફેરો મારે છે. નિંઃસ્વાર્થભાવે સેવ કરાનારો જીવોને જ ઈશ્વર માનવદેહ આપે છે. આ રીતે ભગવાન તેને મોક્ષ પામવાનો માર્ગ કરી આપે છે અથવા જન્મ-મૃત્યુનાં બંધનમાંથી મુક્ત થવાની તક તેને આપે છે. આમ છતાં જો તે વ્યક્તિ ભવસાગરને પાર કરવામાં નિષ્ફળ જાય છે તો તે અધોગતિ અને આત્મહત્યા જેવાં દોષોનો ભોગ બને છે.

પોતાની પ્રજાને જ્ઞાન આપતા ભગવાન શ્રીરામ કહે છે, :

ગ્યાન અગમ પ્રતૂહ અનેકા । સાધન કઠિન ન મન કહુઁ ટેકા ॥

(જ્ઞાન અગમ અર્થાત દુર્ગમ છે અને તેની પ્રાપ્તિમાં અનેક વિઘ્નો આવે છે. તેની પ્રાપ્તિના સાધનો પણ દુષ્કર છે અને લાગણીઓ માટે ત્યાં કોઈ જ આધાર નથી.)

બહુ જ મુશ્કેલીઓ વેઠીને કોઈક તેને મેળવી લે છે તો પણ ભક્તિરહીત હોવાને કારણે તેઓ ભગવાનને કદીય ગમતા નથી.

ભક્તિ સુતંત્ર સકલ સુખ ખાની । બિનુ સતસંગ ન પાવાહિ પ્રાની॥
પુન્યપુંજ બિનુ મિલહિં ન સંતા । સતસંગતિ સંસૃતિ કર અંતા ॥

(ભક્તિ સ્વતંત્ર છે અને બધા જ સુખો તેમાં સમાયેલાં છે. પરંતુ સત્સંગ વિના પ્રાણીઓ તેને મેળવી શકતા નથી. સત્સંગ જન્મ મરણના ચક્રનો અંત આણે છે અને પરમસુખની અનુભૂતિ કરાવે છે.)

પુન્ય એક જગ મહુઁ નહીં દૂજા। મન ક્રમ બચન બિપ્ર પદ પૂજા॥
સાનુકૂલ તેહિં પર મુનિ દેવા। જો તબિ કપટુ કરઈ દ્વિજ સેવા॥

(સંસારમાં પુણ્ય એક જ છે અને તેનો કોઈ જોટો નથી. મન, વચન, કર્મથી બ્રાહ્મણના ચરણોની પૂજા કરવાથી ઉત્તમ પુણ્ય બીજું એકેય નથી. કપટનો ત્યાગ કરી જેઓ બ્રાહ્મણ કે જેઓ આ ધરતી માથેનાં સાક્ષાત દેવ કહેવાય છે તેમની સેવાપૂજા કરે છે તેમની ઉપર ભગવાન અને ઋષિમુનિયો પ્રસન્ન થાય છે.)

તેમના મેત ભક્તિનો માર્ગ ખૂબ જ સરળ છે અને તેમા યોગ અથવા યજ્ઞ, જપ, તપ કે ઉપવાસ ઈત્યાદીની આવશ્યકતા નથી. જોકે માણસનો સ્વભાવ નિખાલસ, નિઃસ્વાર્થી અને સરળ હોય તેમ જરૂરી છે. તેના મનમાં કુટિલતા ના હોવી જોઈએ અને જે મળે તેમાં સંતોષ તેણે માની લેવો જોઈએ.

બૈર ન વિગ્રહ આસન ત્રાસા। સુખમય તાહિ સદા સબ આસા॥
અનારમ્ભ અનિકેત અમાની। અનઘ અરોષ દચ્છ બિગ્યાની॥

(કોઈની સાથે લડાઈ ઝઘડા, વેરઝેર ના કરે અને ભય પણ જેને ના હોય તેને માટે હરેક દિશાઓ સાદયને માટે સુખકારક છે. કોઈ ફળની ઈચ્છા રાખ્યા વગર તેઓ કર્મ કરે છે. તેઓ નિર્લેપ હોય છે.)

પ્રીતિ સદા સજ્જન સંસર્ગા। તૃન સમય વિષય સ્વર્ગ અપબર્ગા॥
ભગતિ પચ્છ હઠ નહિં સઠતાઈ। દુષ્ટ તર્ક સબ દૂરિ બહાઈ॥

(સંતજનોના સત્સંગને જેઓ હંમેશા પ્રેમ કરે છે અને જેમના મનમાં બધા જ વિષયો, એટલે સુધી કે સ્વર્ગ અને મુક્તિ સુધ્ધા તણખલા સમાન છે,જેઓ ભક્તિના માર્ગમાં હઠ કરે છે,પરંતુ બીજાના મતનું ખંડન કરવાની મૂર્ખતા કરતો નથી અને જેણે બધા જ કૃત્યોને દુર વહેવડાવી દીધા છે.)

જેઓ ભગવાનના ગુણોને તથા તેમના નામના પરાયણ છે અને મમતા,મદ અને મોહથી રહિત છે,તેનું સુખ એ જ જાણે છે,જે પરમાત્માના રૂપને પ્રાપ્ત કરે છે.

અધ્યાય ૩૦

રામ રાજ્ય : સાચુ લોકતંત્ર

રામ રાજ્યને આદર્શ માનવામાં આવે છે.આ ધરતી ઉપર અત્યાર સુધીમાં જેટલા પણ શાસકો થયા તેમાં શ્રી રામની ગણના સર્વશ્રેષ્ઠ રાજાઓમાં થાય છે. તેમના રાજ્યમાં સાચુ લોકતંત્ર હતું. શ્રીરામ વેદોમાં બતાવેલી મર્યાદામાં લીન રહીને સુનિતીપૂર્વક શાસન કરતા હતા.તેમના માટે પ્રજા પોતાના બાળકો સમાન છે. અને તેઓ તેમના પાલક પિતા છે.આવું કલ્યાણકારી રાજ્ય હજુ સુધી કોઈ રાજાનું થયું નથી.

એક રાજાનું બહુ જ મોટું સામ્રાજ્ય હતું.તેની સીમાંઓ દુર દુર સુધી ફેલાયેલી હતી.પ્રજા શિક્ષીત હતી.વ્યાપારી વર્ગ સમૃધ્ધ હતો.બધા લોકો મહેનતી હતા અને રાજકોષને વધારવા યોગદાન આપતા હતા.ક્યાંય ક્લેશ કે દુઃખ નોહતું.

બીજી તરપ તેના રાજ્યની સીમાઓને અડીને એક નાનું રાજ્ય હતું.પ્રજા ગરીબ હતી અને અંદરો અંદર ઝઘડતી રહેતી હતી. રાજા આ સ્થિતિથી બહુ જ દુઃખી હતો. તેને પોતાના રાજ્યને ખુશહાલ બનાવવાનો કોઈ ઉપાય સુઝતો નોહતો.

એકવાર બંન્ને રાજ્યોના રાજા મળ્યાં,તો નાના રાજ્યવાળા રાજાએ તેની સમસ્યા બીજા રાજા સમક્ષ કહી.તેણે કહ્યું-" તમારુ રાજ્ય આટલું બધુ મોટું છે છતાં પણ તમારુ તેના પર નિયંત્રણ છે અને બધી તરફ શાંતી છે જ્યારે મારુ રાજ્ય નાનું હોવા છતાં પણ અશાંતી છે.તમારી સુખ-સમૃધ્ધીનું રહસ્ય શું છે ?"

રાજો હસીને કહ્યું- " મારા ભાઈ ! આ સુખ-સમૃધ્ધી મારા દ્વારા નિયુક્ત કરવામાં આવેલા ચાર ચોકીદારના કારણે છે.આ ચોકીદારો હર પળ મારી સુરક્ષામાં તૈનાત રહે છે."

બીજો રાજા આશ્ચર્યથી બોલ્યો- " માત્ર ચાર ચોકીદારોથી આપનુ કામ પુરુ થઈ જાય છે.મારા ત્યાં તો નોકરોની ફોજની ફોજ સેવામાં લાગી રહે છે."

" મારા આ ચોકીદારો કોઈ સાધારણ ચોકીદારો નથી" પહેલો રાજા બોલ્યો.

" મતલબ ? હું સમજ્યો નહી." બીજાએ કહ્યું.રાજાએ કહ્યું- " પહેલો ચોકીદાર સત્ય છે,જે મને હંમેશા જૂઠૂ બોલવાથી બચાવે છે."

" અને બીજો ?"

"બીજો છે પ્રેમ.તે મારા મનમાં કોઈના પ્રત્યે ધૃણા પેદા થવા દેતો નથી. "

" ત્રીજો ?"

" ત્રીજો છે ન્યાય.તે મને અન્યાયી બનવા દેતો નથી. "

" હવે ચોથાની બાબતમાં બતાવી દો. "

" ચોથો ચોકીદાર છે-ત્યાગ.તે મને સ્વાર્થી બનવા નથી દેતો.તે નિઃસ્વાર્થ ભાવથી કામ કરવાની પ્રેરણા આપે છે. "

બીજા રાજાને સત્ય,પ્રેમ,ન્યાય અને ત્યાગ નામના ચાર ચોકીદારોના દ્રષ્ટાંતથી પોતાની અસફળતા અને અશાંતીના મૂળની ખબર પડી ગઈ હતી. તેણે પહેલા રાજાનો આભાર માન્યો અને આ ચોકીદારોને નિયુક્ત કરવાનો નિર્ણય કર્યો.

જે રાજાના સત્ય પ્રેમ ન્યાય અને ત્યાગ જેવા રક્ષક હોય તે રાજ્ય દરેક પ્રકારે ખુશહાલ હોય છે.

એટલા માટે જ રાષ્ટ્રપિતા મહાત્માગાંધીએ સ્વતંત્રતા મેળવ્યા પછી ભારતમાં રામરાજ્યની પરિકલ્પના કરી હતી. જેનાથી : "સ્વરાજ્ય"ને "રામરાજ્ય" જેવું "સુરાજ" બનાવી શકાય. પરંતુ ભારત "સુરાજ" નહી બની શક્યું. આવો, જોઈએ કે રામરાજ્યમાં શું વિશેષતા હતી અને ભારતની વર્તમાન પરિસ્થિતિઓ સાથે તેની તુલના કરીને શું વાસ્તવમાં આપણે 'ગાંધીજીના સ્વપનાનું ભારત'નું નિર્માણ કરી શક્યાં છીએ ખરાં?

દૈહિક, દૈવિક, ભૌત્તિક, તાપા। રામરાજ નહિં કાહુહિં વ્યાપા॥
સબ નર કરહિં પરસ્પર પ્રીતિ। ચલહિં સ્વધર્મ નિરત શ્રુતિ નીતિ ॥

(રામરાજ્યમાં દૈહિક, દૈવિક અને ભૌત્તિક સમસ્યાથી કોઈ જ પીડાતુ નથી, બધા મનુશ્યો એકમેકની પ્રેમ કરતા હતા ને વેદોમાં બતાવેલી મર્યાદાઓમાં રહીને પોતપોતાના ધર્મનું પાલન કરતાં હતાં.)

આજકાલ રામરાજ્યથી વિપરિત માણસ દૈહિક, દૈવિક અને ભૌત્તિક સમસ્યાઓથી પીડાઈ રહ્યો છે. તે રોગોનું ઘર બની રહ્યો છે. તેની દિનચર્યા અને ખાવાપીવાની આદતોમાં ફેરફાર થવાને કારણે તે વિવિધ બિમારીઓનો શિકાર બની રહ્યો છે. જે બિમારીઓનું નામ પહેલાં કોઈએ કદીય સાંભળ્યુ નહોતું એવી ડાયાબિટિસ, બ્લડ પ્રેશર, હૃદયરોગ, કેન્સર અને એઈડ્સ જેવી નાઈલાજ બિમારીઓ તેને ગ્રસવા લાગી છે. હાલના ફાસ્ટફુડનાં જમાનામાં ખાદ્ય પદાર્થોમાં વપરાતા રસાયણોનું આ પરિણામ છે. તેમની રોગપ્રતિકારક શકિતને તે બધુ ખતમ કરી નાખે છે.તેને દૈવિક અને

ભૌતિક તાપ પણ સતાવી રહ્યો છે.પહેલા મનુષ્યનું જીવન પવિત્ર હતું.હવે તેનું મન કલુષિત છે પરંતુ બાહ્યરૂપથી તે પવિત્ર બનવાનો સ્વાંગ કરે છે.સંસારની ભૌતિકતામાં તે એવી રીતે ભરાઇ ગયો છે કે તેના જીવનમાંથી આધ્યાતામિક્તાનો લોપ થઇ રહ્યો છે.દયા,સહાનુભૂતિ,માયા,મમતા,પરોપકાર,ત્યાગ,તપ જેવી દૈવીય ગુણોને ભૌતિક્તાએ ડંખી લીધી છે.તેની અંદર પ્રેમનો સ્રોત સુકાઇ રહ્યો છે.તે માત્ર પોતાનાથી જ પ્રેમ કરે છે.જો તે કોઇને પ્રેમ કરે પણ છે તો તેમાં તેનો સ્વાર્થ હોય છે.વેદોમાં બતાવવામાં આવેલી મર્યાદાઓનું તે જાણી જોઇને ઉલ્લંઘન કરે છે.

ચારિઅ ચરન ધરમ જગ માહીં । પૂરી રહા સપનેહુઁ અઘ નાહીં ।
રામ ભગતિરત નર અરુ નારી । સકલ પરમ ગતિ કે અધિકારી ॥

(ધર્મ તેના સત્ય,પવિત્રતા,દયા અને દાન જેવા ચાર ચરણોથી સંસારમાં પ્રતિષ્ઠિત થઇ રહ્યો છે.સપનામાં પણ ક્યારેય પાપ નથી.પુરુષ અને સ્ત્રી બધાં જ ભક્તિમાં લીન છે અને સહુ કોઈ મોક્ષનાં અધિકારી છે.)

આ યુગમાં ધર્મ ઉપર સંકટ છવાયેલું છે અને માનવી જૂઠ્ઠાણાનું હરતુ ફરતું પૂતળું બની ગયો છે અને એક જૂઠ્ઠાણાંને છુપાવવા માટે બીજા સો જૂઠ્ઠાણાં બોલી નાંખે છે. બંદરતી તો ઠીક, બહારથી પણ તે અપવિત્ર બની ગયો છે. દયા બતાવવાની વાત તો દૂર રહી પણ, બીદા કોઈ ઉપર કૃપા વરસાવવાની મહેરબાની કરે તો તેઓ તેની મજાક ઉડાવે છે. પોતાની એકેય વસ્તુને તેઓ બતાવતા નથી અને કોઈને તેનો અંશમાત્ર પણ આપતા નથી. આમ તે ધર્મના ચારેય ચરણની ઉપેક્ષા કરીને અધાર્મિકતાની આંધળી ખાઈમાં સતત ગરકાવ થઈ રહ્યો છે. આ જે દરે સ્થળે પાપાચારનો પ્રસાર થઈ રહ્યો છે. માધ્યમોની હેડલાઈન્સ, લૂંટ, હત્યા, અપહરણ અને બળાત્કાર જેવા જઘન્ય અપરાધો તેની સામે છે ઈશારો કરે છે. સંબંધો ગૌણ બની ગયાં છે. ફકત સંપત્તિ જ મુખ્ય છે. પૈસા કમાઈ લેવાની આ આઁધળી દોડમાં બધાએ ભાગ લીધો છે અને એક પ્રકારે ગાંડા બની ગયાં છે. નાણા માટે તેઓ ગમે ત કરવા તૈયાર છે. આજે માણસને તેના ગુણોથી નહીં પણ તેના બૅંક બેલેન્સથી જ ઓળખવમાં આવે છે. આમા ભક્તિ સાધનાનો લોપ થઈ રહ્યો છે. કદાચ કોઈ વ્યક્તિ ઈશ્વરનાં ચીંધ્યા માર્ગે ભક્તિ કરતો હશે તો તેને ઉંધે રવાડે ચડવાવાનો પ્રયત્ન થતો હશે અને તેને ઢોંગી, પાખંડી સુદ્ધાં કહેવામાં આવા લોકો જરાય ચૂકશે નહીં. આવા લોકો નરકે સિધારે છે. મોક્ષનો અધિકાર તો તેમને કદીય મળવાનો નથી.

અલ્પ મૃત્યુ નહિ કવનિઉ પીરા । સબ સુંદર સબ નિરુજ સરીરા ॥
નહિં દરિદ્ર કોઉ દુઃખી ન દીના । નહિં કોઉ અબુધ ન લચ્છન હીના ॥

(નાની વયે કોઈનું મૃત્યુ થતું નથી અને તેને એવી કોઈ પીડા કે વ્યાધિ પણ થતા નથી. સહુના શરીર સુંદર અને નિરોગી હોય છે કોઈ દરિદ્ર નથી, દુઃખી નથી. દીન નથી, મૂર્ખ નથી તેમ જ શુભલક્ષણો રહિત હોય છે.)

આ કળિયુગમાં મનુષ્ય અલ્પાયુષ્ય હોય છે અને મોટો ભાગે તેમના મૃત્યુ અકાળે થાય છે. તે અનેક પીડા એ યાતનાઓને ભોગવે છે. કોઈનેય સુખ, શાંતિ કે આરામ નથી. તેમના દેહ સુંદર અને નિરોગી હોતા નથી. વિકારગ્રસ્ત માણસોના ચહેરા પણ વિકૃત બની જાય છે જ્યારે મન જ વિકૃત હોય ત્યારે શરીર કેવી રીતે સુંદર હોઈ શકે? તેમની પાસે કદાચ લક્ષ્મી હોય તો પણ તે અકુદરતી સ્વરૂપમાં હોય છે. પરોપકાર માટે તેમની પાસે ધન નથી અને કદાચ એટલે જ તે સહુ દુઃખી, દરિદ્ર અને માનસિક દીન હોય છે. તેમના મનમાંથી વિવેક બુદ્ધિનો નાશ થયો હોવાથી તેઓ મૂર્ખ છે અને તેમનામાં અશુભ લક્ષણો ભરાયેલાં છે.

સબ નિર્દભ ધરમરત પુની । નર અરુ નારિ ચતુર સબગુની ।
સબ ગુનગ્ય પંડિત સબ ગ્યાની । સબ કૃતગ્ય નહિં કપટ સયાની ॥

(સહુ કોઈ દંભરહિત છે. સર્વે ધર્મપરાયણ છે અને પુણ્યાત્મા છે. પુરુષ અને સ્ત્રીઓ બધાં જ ગુણવાન છે. ગુણોનો આદર કરનારા પંડિતો છે અને તે સહુ જ્ઞાની છે અને બીજાઓ ઉપકાર કરવામાં જ બધા માને છે. ધૂર્તતા અથવા કપટ કે લંપટતા કોઈનામાંય નથી.)

આજકાલ જોકે ઉલ્ટી ગંગા વહે છે. ખોખલા અભિમાનને આધી થયેલો મનુષ્ય બીજાઓને તુચ્છ ગણે છે અને પોતાની સમોવડિયો કોઈ હોવાનું માનવાનો ઈનકાર કરે છે. હકિકતમાં તો તેનું ગુમાન એટલી હદે વધ્યું છે કે હવે તે પોતે જ વામણો થવા માંડ્યો છે.અધર્મનો કાળો પડછાયો તેનો ક્ષય કરી રહ્યો છે અને તે પાપાચારી બની રહ્યો છે. ચતુરાઈને સ્થાને તે ચાલાકી અને ધૂર્તતા જેવાં દુર્ગણોનો શિકાર બની ગયો છે. સારુ વાંચન કરવાને બદલે અશ્લીલ સાહિત્ય તેનો આસ્વાદ છે તો એવી જ રીતે આવી પોર્નસાઈટ, ચેનલો તેને જોવી ગમે છે. તેના કારણે તે અજ્ઞાનતાના પિશાચી દોરમાં જકડાઈ ગયો છે. કૃતજ્ઞતા તેના લોહીમાં પૂરી રીતે ભળી ચુકી છે. યેનકેન પ્રકારે કોઈપણ વ્યક્તિનું શોષણ કરીને તેને ગોટલીની માફક ફેંકી દોવો અને પછી બીજા શિકારની શોધમાં નીકળી પડવુ તે જ તેની આદત બની ચૂકી છે. યુઝ એન્ડ થ્રો વાળી સંસ્કૃતિ તેની

ઉપ હાવિ થઈ રહી છે.

સબ ઉદાર સબ પરુપકારી। બિપ્રચરન સેવક નર નારિ।
એક નારિ વ્રત રતિ સબ ઝારી। તે મન બચ ક્રમ અતિ હિતકારી॥

(બધાં જ સ્ત્રી પુરુષ ઉદાર અને પરોપકારી છે અને સહુ કોઈ બ્રાહ્મણોના ચરણના સેવક છે. બધાં જ પુરુષો એક પત્નીવ્રતા છે. આ રીતે સ્ત્રીઓ પણ મન, કર્મ અને વચનથી પતિનું હિત કરનારી છે.)

જૂના યુગની તુલનાએ આજે દરેક ઘરમાં ટંટાફસાદ સામાન્ય થઈ ગયાં છે. પતિને પત્ની અને પત્નીને પતિ ઉપર વિશ્વાસ નથી. આધુનિકતાની આંધળી દોડમા નારી સ્વતંત્રતા અને જુદી જુદી ચેનલો દ્વારા બતાવવામા આવી રહેલી 'ઘરતોડ' સિરિયલોને કારણે તેમના મનમાં પણ વિકૃતિઓ પ્રવેશે છે અને તેનું પરિણામ વિધ્વંસક હોય છે.

દંડ જતીન્હ કર ભેદ જહઁ નર્તક નૃત્ય સમાજ। જિતહુ મનહિ સુનિઅ અસ રામચંદ્ર કે રાજ॥

(શ્રીરામચંદ્રના રાજ્યમાં 'દંડ' માત્ર સન્યાસીઓના હાથમાં જ અને "ભેદ" ફકત નર્તકોના સમાજ છે તથા 'જિતો' શબ્દ ફકત મનને જીતવા માટે સંભળાય છે. એટલે કે રાજનીતિમાં શત્રુઓને જીતવા અને ચોર-ડાકુઓ વગેરેને ભગાડવા માટે શામ, દામ, દંડ અને ભેદ આ ચારેય ઉપાય કરવામાં આવે છે. "રામરાજ્ય"માં કોઈ શત્રુ છે જ નહીં એટલા માટે "જિતો" શબ્દ માત્ર મનને જીતવાને માટે જ કહેવામાં આવે છે. કોઈ અપરાધ કરતું નથી. એટલે દંડ કોઈને થતો નથી. બધાં જ એકબીજાને અનુકૂળ હોવાના કારણે ભેદનીતિની જરૂરિયાત પડતી નથી.)

વર્તમાન સમયમાં અપરાધ તેની પરાકાષ્ટાએ છે. ગુનેગારોમાં સમાજ, શાસન અને પ્રશાસનનો કોઈ ભય રહ્યો નથી. તે ભયરહિત પોતાનો ખૂની ખેલ ખેલે છે. આજે વિશ્વ માટે આતંકવાદ જેવો એક પ્રબળ શત્રુ સૌથી મોટો ખતરો બની ગયો છે. તે પોતાની નવી ટેકનિક વિકસાવીને ભયંકર દુઃસાહસના બળ ઉપર અમેરિકા જેવા શક્તિ શાળી રાષ્ટ્રોને પણ ખુલ્લો પડકાર આપે છે અને ભારત જેવા સૌથી મોટા લોકતંત્ર ઉપર હુમલો કરે છે. આ આંતકવાદીઓ અને તેમના સરદારોને દંડ આપવાનું બહુ દૂરની વાત છે પણ પકડવાનુ મુશ્કેલ બની ગયું છે.દરેક માણસ ચારે બાજુથી શત્રુએ વચ્ચે ઘેરાયેલો છે. બહારની વાત તો ઠીક પણ, પોતાના ઘરમાંય તે સુરક્ષિત નથી.

ફુલહિં ફરહિં સદા તરુ કાનના રહહિં એક સંગ ગજ પંચાનના

ખગ મૃગ સહજ બઅરુ બિસરાઈ । સબન્હિ પરસપ્ર પ્રીતી બઢાઈ ॥

(વનમાં વૃક્ષ કાયમ ફુલેફાલે છે. હાથી અને સિંહ વેર વિસરીને સાથે રહે છે. પક્ષી અને પશુ બધાંય સ્વભાવિક રીતે વેરઝેર ભૂલીને અંદરો અંદર પ્રેમ વધારી દીધો છે.)

આજકાલ પર્યાવરણ ઉપર ખતરો મંડરાઈ રહ્યો છે. માણસ પૈસાની ભૂખમાં એટલી હદે પાગલ થયો છે કે તે લીલાછમ વનોનો નાશ કરી રહ્યો છે. વનોમાં કિમતી લાકડીઓ અને બહુમૂલ્ય પદાર્થોની ચોરી કરનારા વનકર્મચારીઓ, પોલીસ અને નેતાઓના ગઠબંધને પોતાના સ્વાર્થને ખાતર વનોને ઉજાડવાનું ચાલુ કર્યું છે. ગ્લોબલ વોર્મિંગની સમસ્યા વકરી રહી છે. વનમાં હાથી અને સિંહે જોવાનું પણ દુર્લભ બન્યું છે. ચોક્કસ જાતિ અને પ્રજાતિઓના પશુપક્ષી લુપ્ત થવાને આરે છે.

કુજહીં ખગ મૃગ નાના વૃંદા । અભય ચરહિં બન કરહિં અનંદા ।

સિતલ સુરભિ પવન બહ મંદા । ગુંજત અલી લૈય ચલ મકરંદા ॥

(પક્ષી મીઠી બોલી બોલે છે, વિવિધ પ્રકારના પશુઓના સમૂહ વનમા નિર્ભયપણે વિહાર કરે છે. મંદ મંદ શીતળ પવન લહેરાઈ રહ્યો છે. ભમરાઓ ફુલોનો રસ ચુસીને ગીતો ગુંજે છે.)

વસતિ વધતાં લોકોને રહેવા માટે ઘર જોઈએ અને એટલા માટે વૃક્ષોને કાપીને પોતાને રહેવા માટો કોંક્રીટનું જંગલ બનાવાઈ રહ્યું છે જેના કારણે પશુપક્ષીઓના રહેવાના સ્થળો ખતમ થઈ રહ્યાં છે. પશુ પક્ષીઓને રહેવા માટે સઅથળ નહીં મળતા તે માનવ વસાહતોમાં પ્રવેશીને આક્રમક થઈ રહ્યાં છે અને અકારણ તેમને મારી નાખવામાં આવે છે. વાતાવરણમાં એટલો ઝેરી વાયુ ભળી ગયો છે કે હવા સંપૂર્ણરીતે પ્રદુષિત થઈ ગઈ છે જેના કારણે શ્વાસ સંબંધિત બિમારીઓએ લોકોને ઘેરી લીધાં છે.

લતા વિટપ માગેં મધુ ચવહિં । મનભાવતોં ધેનું મધુ સ્રવહી ।

સસિ સંપન્ન સદા રહ ધરની । ત્રેતાઁ ભડ કૃતજાુગ કૈ કરની ॥

(વેલા અને વૃક્ષ માગતા જ મધુ અથવા મકરન્દ આપે છે, ગાયો જોઈએ એટલુ દૂધ આપે છે, ધરતી કાયમ ખેતવાડીથી લીલછમ રહે છે. ત્રેતા યુગમાં સતયુગની સ્થિતિ આવી ગઈ છે.)

જ્યારે જંગલો જ નષ્ટ થવાને આરે છે તેમ જ જંગલની સુરક્ષા કરનારા

આદિવાસીઓને તેમની તેમના મૂળથી જ ઉખાડવામાં આવી રહ્યાં છે તો મધ જેવી પ્રાકૃતિક ઔષધિઓ ક્યાંથી આવશે? સિન્થેટિક પદાર્થોનો જમાનો આવી ગયો છે. બધું જ આર્ટિફિશ્યલ બની ગયું છે. કળિયુગની ઓળખ ગાયથી નહીં પણ ભેંસથી થાય છે. ગૌવંશનો નાશ કરાઈ રહ્યો છે. જોકે ગૌવંશની રક્ષા કરવા માટે જુદા જુદા સંગઠનો સક્રિય છે પરંતુ પરિણામ શૂન્ય છે. વિભિન્ન ઝહેરીલા રસાયણો દ્વારા સિન્થેટિક દૂધનું ઉત્પાદન કરાય છે અને વેચાય છે જેને પગલે લોકોનું શરીર રોગોનુ ઘર બનતુ જઈ રહ્યું છે. એટલું જનહીં પરંતુ, રાસાયણીક ખાતરોના વધારે પડતા પ્રયોગને કારણે ધરતી બિનફળદ્રુપ બનતી જઈ રહી છે. પંજાબ પ્રાંત આનું જીવતુ જાગતુ ઉદાહરણ છે. રસાયણિક ખાતરોનાં દુષ્પ્રભાવને જોતાં હવે લોકો જૈવિક ખાતરોનું મહત્ત્વ સમજવા લાગ્યા છે.

પ્રગટીં ગિરિન્હ વિવિધ મનીખાની । જગદાતમાં ભૂપ જગન જાની ।
સરિતા સકલ બહહિં બર બારિ । સિતલ અમલ સ્વાદ સુખાકારી ॥

(સમસ્ત જગતના આત્મા ભગવાનને જગતનો રાજા જાણી પર્વતોએ અનેક પ્રકારના રત્નોની ખાણ પેદા કરી દીધી. બધી નદીઓ શ્રેષ્ઠ, શીતળ નિર્મળ અને સુખપ્રદ સ્વાદિષ્ટ પાણી વહેડાવવા લાગી.)

પર્યાવરણ પ્રદુષણને કારણે બધાં જ પર્વત હારમાળાઓના અસ્તિત્વ ઉપર સંક્ટના વાદળો ઘેરાયાં છે. આવી સ્થિતિમાં તેમની પાસેથી રત્નોની પ્રાપ્તિ કરવાની આશા વ્યર્થ છે. ગ્લેસિયર્સ (હિમપર્વતો)ને કારણે બંધ (ડેમ) અને નદીઓના કિનારા ઉપર આવેલી ફેક્ટરીઓ દ્વારા ઝેરીલા રસાયણો નદીઓમાં છોડવામાં તેમ જ મળમૂત્ર વિસર્જન અને અન્ય પ્રદુષિત વસ્તુઓને વહેવડાવતા નદીઓ સંકોચાઈને ગંદા તળાવોમાં ફેરવાતી જાય છે. તેનું પાણી ઝેરી થઈ રહ્યું છે. સ્વામી રામદેવના નેતૃત્વમાં 'ગંગારક્ષા અભિયાન' પણ ચલાવવામાં આવી રહ્યું છે.

સાગર બિજ મરજાદા રહહિં । દારે રત્ન તટન્હી નર લહહિં ।
સરસિજ સંકુલ સકલ તડાગા । અતિપ્રસન્ન દસ દિશા વિભાગા ॥

(સમુદ્ર પોતાની મર્યાદામાં રહે છે. તે લહેરો દ્વારા કિનારા ઉપર રત્નોને નાંખે છે જે મનુષ્યોને મળે છે. બધાં જ તળાવો કમળોથી પરિપૂર્ણ છે. દસે દિશાના બધાં જ પ્રદેશ અતિપ્રસન્ન છે.)

મર્યાદામાં રહેવાના બદલે સાગર પોતાની મર્યાદાઓ ભૂલી રહ્યો છે. તે પોતાના તત્વો ઉપર દબાણ કરી રહ્યો છે. નદીઓમાંથી આવતા પ્રદુષિત પદાર્થોથી તે ભરાઈ

રહ્યો છે. તેમાં સુનામી જેવી લહેરો આવે છે જેનાથી તટ ઉપર રહેનારા હજારો લોકો કાળનો કોળિયો બની જાય છે. દરિયામાંથી વિભિન્ન પ્રજાતિના જીવોને કાઢીને તેને 'સી ફૂડ'ની સંજ્ઞા આપીને લોકોની જીભના સ્વાદ માટે પીરસવામાં આવે છે. આમ આવા સમુદ્રી જીવો ઉપર પણ ખતરો તોળાઈ રહ્યો છે.

વિધુ મહી પુર મયુખન્હી, રબિ તપ જેતનેહિ કાજ ।
માઁગે વારિદ દેહિ જલ રામચંદ્ર કે રાજ ॥

(શ્રીરામચંદ્રજીના રાજ્યમાં ચંદ્રમા પોતાના અમૃતમય કિરણોથી પૃથ્વીને પૂર્ણ કરી દે છે. સૂર્ય એટલો જ તપે છે કે જેટલી જરૂર હોય અને મેઘ માગવાથી એટલે કે જ્યારે જેટલો જોઈએ એટલું પાણી વરસાવે છે.)

પ્રકૃતિ પંચમહાભૂતો (પૃથ્વી, જળ, અગ્નિ અને વાયુ)માં અસંતુલન ઉભુ થવાને કારણે આકાશમાં સૂર્ય અને ચંદ્રમાની અમૃત વરસાવતી કિરણોની તીવ્રતામાં પણ ઉતાર ચડાવ આવ્યો છે. જે સૂર્ય પૂર્વમાં ધરતી ઉપરના પ્રાણીઓને ઉર્જા આપવા માટે તપતો હતો તે હવે પ્રદુષણને કારણે ગરમીમાં તેનુ તાપમાન પચાસ ડીગ્રી સુધી પહોંચી જાય છે. કુલર અને એરકંડિશન જેવા યંત્રો પણ નિષ્ફળ જાય છે. ચંદ્રમાની અમૃતમય કિરણોની શીતળતાને અસર થઈ છે અને હવે ઉનાળાની રાતમાં ચંદ્રમા એટલા ઠંડક આપનારા નથી રહ્યાં જે પહેલાં હતાં. આકાશમાં વાદળો પણ આપણાથી રિસાઈ ગયાં છે. પર્યાવરણ અસંતુલિત થવાને કારણે દુકાળ તો ક્યારેક અતિવૃષ્ટિ અને ક્યારેક અલ્પવૃષ્ટિ થાય છે. અધ્યાત્મિક દુકાળને કારણે મનુષ્ય, યજ્ઞ જેવા સતકર્મોથી વિમુખ થઈ રહ્યો છે. તેને ખબર નથી કે, યજ્ઞ જેવા પવિત્ર કર્મોથી પર્યાવરણ શુદ્ધ થાય છે.

જધપિ ગૃહઁ સેવક સેવકિની । બિપુલ સદા સેવા વિધિ ગુનિ ॥
નિજ કર ગૃહઁ પરિચરજા કરઈ । રામચંદ્ર આયસુ અનુસરહિં ॥

(જો ઘરમાં પુષકળ નોકર ચાકર હોય અને તે બધાં સેવામાં કુશળ હોય છતા પણ સ્વામીની સેવાનું મહત્ત્વ જાણનારી સીતા ઘરની બધી સેવાને પોતાને હાથેથી કરે છે અને શ્રીરામચંદ્રજીની આજ્ઞાનું પાલન કરે છે.)

આજકાલ પૈસાદાર પરિવારની સ્ત્રીઓની સેવામાં અનેક નોકર ચાકર ખડપગે હાજર હોય છે તેથી તે તેમની ઉપર સંપૂર્ણપણે નિર્ભર થઈ જાય.છે. તે એકેય કામ નથી કરતી અને દિવસરાત કિટી પાર્ટી તથા ક્લબ કલ્ચરમાં મશગુલ રહે છે. પરિણામ એ આવે છે પતિ પોતાનામાં મસ્ત અને પત્ની તેનામાં અને બાળકો એમનાં મશગુલ રહે છે. ભાવનાત્મક સહારો નહીં મળવાથી બાળકો બગડી જાય છે.

કૌસલ્યાદિ સાસુ ગૃહઁ માહિં । સેવઈસ બન્હિ માન મદ નાહિં ।

(ઘરમાં કૌશલ્યા વગેરે સાસુઓની સીતાજી સેવા કરે છે. તેમને કોઈપણ પ્રકારનું અભિમાન નથી.)

આજકાલ સાસુ-વહુની વચ્ચે મનભેદ રહે છે. લગ્ન પહેલા માતાનો પૂરો અધિકાર છોકરા પર હોય છે અને તેના લગ્ન થાય અને વહુ ઘરમાં આવે એટલે સાસુની નજરમાં દીકરો પત્નીનો ગુલામ બની જાય છે. જેના કારણે બંને વચ્ચે અહમનો ટકરાવ થાય છે. સાસુ વહુ ઉપર આધારિત સિરિયલોને કારણે આજકાલની વહુઓ પહેલા કરતાં વધુ સ્વતંત્ર અને સ્વચ્છંદી બની ગઈ છે.સીતાજી રાજપરિવારની પુત્રી હોવા છતાં પણ નિરાભિમાની બનીને સર્વે કાર્યો અને સેવા કરે છે. તેમની આ સેવા અનુકરણીય છે. ધનાઢ્ય પરિવારની પુત્રીઓ આવી રીતે જો તેમની સાસરીમા સેવા કરવા લાગે તો ઘણી બધી સમસ્યાઓ હલ થઈ જાય.

સેવહિં સાનૂકુલ સબ ભાઈ । રામચરન રતિ અતિ અધિકાઈ ॥
પ્રભુ મુખ કમલ બિલોકત રહહિં । કબહુઁ કૃપાલ હમહિં કછુ કહહિં ॥

(સહુ ભાઈ અનુકૂળ રહીને તેમની સેવા કરે છે. શ્રીરામચંદ્રજીના ચરણોમાં તેમને અધિક પ્રેમ મળે છે. શ્રીરામચંદ્રજી ક્યારેક તેમને કોઈ સેવા કે કામ બતાવે છે કે કેમ તેની પ્રતીક્ષામાં તેઓ સદાય તેમની સામે જોયા કરે છે.)

આજે પરિસ્થિતિ ઉલ્ટી છે. ભાઈ પોતાના જ ભાઈનો દુશ્મન બની ગયો છે. જમીન, મકાન, મિલ્કત માટે તેઓ એકબીજાના ખૂન કરવા સુધી તૈયાર થઈ જાય છે. મોટા અને નાના વચ્ચેની ભેદરેખા અને માનમર્યાદા ભૂંસાઈ ગઈ છે. આજના લોકોએ રામ અને તેમના ભાઈઓ વચ્ચેના અપાર સ્નેહ અને ભક્તિના ગુણોને તેમનામાં ઉતારવા જોઈએ.

સબકે ગૃહઁ ગૃહઁ હોંહિ પુરાના । રામચરિત પાવન બિધિ નાના ॥
નરુ અરુ નારિ રામ ગુન ગાવહિં । કરહિં દિબસ નિસિ જાત ન જાનહિં ॥

(દરેકના ઘરમાં પુરાણોં અને અનેક પ્રકારના પવિત્ર રામચરિત્રના કથાઓ હોય છે.સ્ત્રીઓ અને પુરુષો રામચન્દ્રજીના ગુણગાન ગાય છે અને આનંદમાં તેમનો સમય ક્યાં વહી જાય છે તેની તેમને ખબર રહેતી નથી.)

રામરાજ્યમાં સદગ્રંથોનો વાંચન થતું હતું જ્યારે આધુનિક યુગમાં વહેલી સવારે ઓફિસ ગયેલો માણસ સાંજે આવીને વિકૃતિ પેદા કરતી સિરિયલો અને કાર્યક્રમો જોવે છે.ભગવાનની પૂજા કરનારાઓને તેઓ પછાત કહે છે.

ધવલ ધામ ઉપર નભ ચુંબત । કલશ મનહુઁ રબી સસી દુતી નિંદત ॥
બહુ મની રચીર ઝરોખા ભ્રા જાંહી । ગૃહઁ ગૃહઁ પ્રતિ મની દિપક વિરાજ હિંન ॥

(ઉજ્જવળ મહેલ ઉપર આકાશને આંબી રહ્યો છે. મહેલ પરના કળશો તેના પ્રકાશથી જાણે કે સૂર્ય, ચંદ્રમાના પ્રકાશની પણ નિંદા કરે છે. મહેલમાં બહુ જ મણીઓથી બનાવેલા ઝરૂખા સુશોભિત છે અને ઘર-ઘરમાં મણીઓના દિવા શોભા મેળવી રહ્યાં છે.)

મની દિપ રાજહિં ભવન ભ્રાજહિં દેહરિ બિદ્રુમ રચી ।
મની ખમ્ભ ભીતિ બિરંચી કનક મનિ મરકત ખચીં ॥
સુંદર મનોહર મંદિરાયત અજિર રુચિર ફટિક રચે ।
પ્રતિદ્વાર કપાટ પુરટ બનાઈ બહુ બ્રજન્હી ખચે ॥

(ઘરોમાં મણિના દિપક શોભા વધારી રહયાં છે. રત્નો અને અલંકારોથી સુશોભિત પરસાળ પણ ચમકી રહી છે. રત્નો અને મણિ ઈત્યાદી થાંભલાઓ ઉપર જડાયેલાં છે. વિશેષ પણે બનાવવામાં આવી હોય એવી રીતે પન્નાથી સજાવેલી દીવાલો છે.)

ચારુ ચિત્રશાલા ગૃહઁ ગૃહઁ પ્રતિ લિખે બનાઈ ।
રમાચરિત જે નિરખ મુનિ તે મનિ લહિ ચોરાઈ ॥

(પ્રત્યેક ઘરમાં સુંદર ચિત્રશાળાઓ છે જ્યાં શ્રીરામના ચરિત્રને આકર્ષક પણે મઢવામાં આવ્યું છે. બીજા કોઈ તો ઠીક પણ, જો ઋષિમુનિઓ પણ તેને જુએ છે તો તેઓ બેપળ માટે મુગ્ધ થઈ જાય છે.)

આજકાલ લોકો તેમના ઘરમાં ભગવાનની તસવીર રાખવાને બદલવે હીરો હિરોઈનના ફોટાઓ લગાવે છે. અમર શહિદો અને સ્વતંત્રા અપવાનારાના ફોટાઓને પણ તેમણે જોયા હોતા નથી. ગર્ભશ્રીમંતો અત્યંત કિંમત આપીને કોઈ ચિત્રકારનું પેઈન્ટિંગ લગાવે છે અને દંભ કરે છે. વાસ્તવમાં તેમને કલા સાથે કોઈ જ નિસ્બત હોતી નથી.

સુમન વાટિકા સબહિં લગાઈ । વિવિધ ભાંતિ કર જતન બનાઈ ॥
લતા લલિત બહુત જાતિ સુહાઈ । ફૂલ હિ સદા વસંત કી નાઈ ॥

(સહુ વિવિધ પ્રકારનાં પુષ્પોની વાટિકાઓ બનાવીને છે. શણગાર કર્યો છે જેમાં અનેક જાતિનાં વિવિધ પુષ્પ અને વેલાઓ લાગેલા છે જ્યાં હંમેશા વસંતઋતુ

હોવાનો અહેસાસ થાય છે.)

નાના નગરોમાં રહેનારા લોકો પાસે આવી સગવડ હેતી નથી કે તેઓ બગીચો તૈયાર કરી શકે ત્યારે મહાનગરોમાં રહેનારા લોકો માટેની તો વાત જ શું કરવી? તેમની પાસે રહેવા માટે જ પૂરતી જગા નથી હોતી તો પછી પુષ્પોની તો વા ત જ રહેતી નથી. છેવટે તો તેઓ કેકટસ અને મની પ્લાન્ટ જેવા વૃક્ષપાન લગાવનીને મનોમન રાજી થાય છે.

ગુંજત મધુકર મુખર મનોહર । મારુત ત્રિબિધ સદા બહ સુંદર ॥

નાના ખગ બાલકન્હ જિઆએ । બોલત મધુર ઉડાત સુહાય ॥

(મધુર સ્વરે ભમરાઓ ગુંજન કરે છે અને ત્રણે પ્રકાની મીઠો અનિલ લહેરાય છે. બાળકોએ ઘણાં પશુ પક્ષીઓને પાળી રાખ્યાં છે. આ પશુ પક્ષીઓનો કલરવ અત્યંત સુંદર લાગે છે ત્યારે પક્ષીઓ જ્યારે ઉડે છે ત્યારે સમગ્ર દશ્ય નયનરમ્ય બની જાય છે.)

શહેરોમાં ખાસ રીતે બનાવાયેલા મ્યુઝિયમ, ગાર્ડન અને પાર્કમાં તમને કદાચ આવા કોઈ ભમરા કે પતંગિયા અને ચોક્કસ પક્ષી જોવા મળી શકે છે પરંતુ, એપાર્ટમેન્ટ અને સોસાયટી કલ્ચરમાં તો તેમને શોધ્યા જડતા નથી. હવા એટલી હદે પ્રદુષ્ત થઈ ગઈ છે કે આપણે પ્રત્યેક પણે શ્વાસ મારફતે ઝેર જ શરીરમાં દાખલ કરીએ છીએ. પક્ષીઓ વિલુપ્ત થઈ રહ્યાં છે. પોપટ, મેના અને બીજા પ્રાણીઓને સ્થાન લોકો હવે તેમના ઘરે કૂતરાં પાળે છે. કૂતરાંને વળી, બધી જ સવલત આપે છે!)

મોર હંસ સારસ તારાવત । ભવનનિ પર સોભા અતિ પાવત ।

જહઁ તહઁમ દેખી નિજ પરછાઈહીં । બહુબિધિ પૂજહી નૃત્ય કરાહિં ॥

મોર, હંસ, સારસ અને કબૂતર ઘરોની શોભા વધારે છે. પોતાના પ્રતિબિંબતને મણિજડિત દીવાલ ઉપર જોઈને બીજા પક્ષી બેઠાં હોવાનું માની આવા પક્ષીઓઓ કિલ્લોલ કરે છે અને નૃત્ય કરે છે.

સૂક સારિક બઢાવહિં બાલક । કહહું રામ રઘુપતિ જનપાલક ।

રાજદ્વાર સકલબિધિ ચારુ । બિથી, ચૌહટ, રુચિર બજારુ ॥

બાળકો પોપટ, મેના અને બીજા પક્ષીઓને ભણાવે છે. બાળકો તેમને રામ, રઘુપતિ અને જનપાલક બોલવાનું શીખવાડે છે. આનો અર્થ એમ છે કે તેઓ તેમને પ્રજાજનનુ પાલન અને રક્ષણ કરનારા અંગે બતાવે છે. બધી જ રીતે રાજદ્વાર અને બજાર ઈત્યાદી સુંદર છે.

બાજાર રુચિર ન બનઈ બરનત વસ્તુ બિન હથ પાઈએ ।
જહઁ ભૂપ રમાનિવાસ, તહઁ કિ સંપદા કિમિ ગાઈએ ।
બૈઠે બજાજ સરાફ બનિક અનેક મનહુઁ કૂબેર સે ।
સબ સુખી, સબ સચ્ચરિત સુંદર નારિ નર સિસુ જરઠ સે ॥

વર્ણન કરી ના શકાય એવું સુંદર બજાર છે, નગર છે જ્યાં વિના મૂલ્યે વસ્તુએ કોઈ પણ વસ્તુ મળી શકે છે. આવી સવલત હોય એવા રાજાની સંપત્તિ અંગે પણ કેવી રીતે વર્ણન કરી શકાય ? યુવાન, વૃદ્ધ, નર અને નારી તેમ જ બાળકો સહુ કોઈ સુખી સંપન્ન છે. આજ કાલ તો એવો જમાનો રહ્યો નથી વેપારીઓ ગ્રાહકનો જોઈને ભાવ તાલ કરે છે અને કશું ય મફતમાં મળતું નથી.

ઉત્તર દિસી સરજૂ બહ નિર્મલ દલ ગંભીર ।
બાંધેય ઘાટ મનહર સ્વલ્પ પંક નહિં તીર ॥

(નગરની ઉત્તર દિશામાં નિર્મળ જલ વહેવડાવાની સાથે સરયૂ નદી પસાર થઈ રહી છે.)

દૂરિ ફરાક રુચિર સો ઘાટા જહઁ જલ પિઅહિં બાજિ ગજ ઠાટા।
પનીઘટ પરમ મનોહર નાના । તહાં પુરુષ ન કરહિં અસ્નાના ॥

ઘોડા અને હાથી જેવા પશુઓ માટે અલગ ઘાટ બનાવાયાં છે અને પુરુષો ત્યાં સ્નાન કરતાં નથી.

રાજઘાટ સબૂ બિધિસુંદર બરા મજ્જહિં તહાં બરન ચારીઉ નર ॥
તીર-તીર દેવન્હ કે મંદિર । ચહુઁ દિસિ તિન્હ કે ઉપવન સુંદર ॥

ઉત્તમ પ્રકારના રાજઘાટોની ફરતે દેવતાઓના મંદિરો આવેલા છે જ્યાં કિનારે ચારેય વર્ણના પુરુષો સ્નાન કરે છે. તેની આસપાસમાં બાગબગીચાઓ બનાવાયેલા છે.

કહુઁ કહુઁ સરિતા તીર ઉદાસી । બસહિ જ્ઞાન રત મુનિ સન્યાસી ॥
તી તીર તુલસી કા સુહાઈ । બૃંદ બૃંદ બહૂ મુનિન્હ લગાઈ ॥

નદીના કિનારે કેટલાક ઋષિમુનિયો પણ નિવાસ કરે છે. સરયૂના કિનારે આ મુનિયોએ તુલસીના વૃક્ષે મોટા પ્રમાણમાં વાવેલાં છે.

પુર સોભા કછુ બરનિ ન જાઈ । બાહેર નગર પરમ રુચિર રાઈ॥
દેખત પુરિ અખિલ અઘ ભાગા । બન ઉપવન બાપિકા તડાગા ॥

નગરની અંદરો તો ઠીક્સ બહાર પણ એટલી જ શોભા છલકાય છે અને અયોધ્યાપુરીનાં દર્શન કરતાંની સાથે જ બધાં પાપનો નાશ થાય છે.

બાપી તડાગ અનૂપ કૂપ મનોહરાયત સોહહીં।
સોપાન સુંદર નીર નિર્મળ દેખી સુર મુનિ મોહહીં॥
બહુ રંગ કંજ અનેક ખગ કૂજહિં મધુપ ગુંજારહી।
આરામ રમ્ય પિકાદી ખગ રવ જનુ પથિક હંકારહીં॥

(અનુપમ બાવળીયાં તળાવ અને મનોહર તથા વિશાળ કુંવા શોભા વધારી રહ્યાં છે,જેની સુંદર સીડીઓ અને નિર્મળ જળ જોઈને દેવતા અને મુનિઓ સુધીના મોહિત થઈ જાય છે.તળાવોમાં અનેક રંગના કમળ ખિલી રહ્યાં છે. અનેક પક્ષી કલરવ કરી રહ્યાં છે અને ભમરા ગુંજન કરી રહ્યાં છે.રમણીય બગીચા કોયલ વગેરે પક્ષીઓની સુંદર બોલીથી જાણે કે રસ્તે જનારાઓને બોલાવી રહ્યાં છે. •